தொல்லியல்

முனைவர் தி. மனோன்மணி
முனைவர் தி. செல்வநாயகி

நியூ செஞ்சுரி புக் ஹவுஸ் (பி) லிட்.,
41-பி, சிட்கோ இண்டஸ்டிரியல் எஸ்டேட்,
அம்பத்தூர், சென்னை- 600 050.
☎: 044 - 26251968, 26258410, 48601884

Language : Tamil
Tholliyal
Authors: **T. Manonmani, T. Selvanayaki**
First Edition: August, 2010
Sixth Edition: August, 2020
Seventh Edition: December, 2023
Copyright: Publisher
No. of pages: xiv + 226 = 240
Publisher:
New Century Book House Pvt. Ltd.,
41-B, SIDCO Industrial Estate,
Ambattur, Chennai - 600 050.
Tamilnadu State, India.
Email : info@ncbh.in
Online:www.ncbhpublisher.in

ISBN: 978 - 81 - 2341 - 809 - 4
Code No. A 2192
₹ **255/-**

Branches
Ambattur 044 - 26359906 **Spenzer Plaza (Chennai)** 044-28490027
Trichy 0431-2700885 **Pudukkottai** 04322- 227773 **Thanjavur** 04362-231371
Tirunelveli 0462-4210990, 2323990 **Madurai** 0452 2344106, 4374106
Dindigul 0451-2432172 **Coimbatore** 0422-2380554 **Erode** 0424-2256667
Salem 0427-2450817 **Hosur** 04344-245726 **Krishnagiri** 04343-234387
Ooty 0423 2441743 **Vellore** 0416-2234495 **Villupuram** 04146-227800
Pondicherry 0413-2280101 **Nagercoil** 04652-234990

தொல்லியல்
ஆசிரியர்கள் : முனைவர் தி. மனோன்மணி
முனைவர் தி. செல்வநாயகி
முதல் பதிப்பு: ஆகஸ்ட், 2010
ஆறாம் பதிப்பு: ஆகஸ்ட், 2020
ஏழாம் பதிப்பு: டிசம்பர், 2023

அச்சிட்டோர்: **பாவை பிரிண்டர்ஸ் (பி) லிட்.,**
16 (142), ஜானி ஜான் கான் சாலை, இராயப்பேட்டை, சென்னை - 14
☎: 044-28482441

All rights reserved. No part of this book may be reprinted or reproduced or utilised in any form or by any electronic, mechanical, or other means, now known or hereafter invented, including photocopying and recording, or in any information storage or retrieval system, without permission in writing from the publishers.

பதிப்புரை

தொல்லியல் மனிதகுல வரலாற்றை அறிவியல்பூர்வமாக எழுது வதற்குத் தேவைப்படும் இன்றியமையா அறிவுப்புலம் ஆகும். பத்தொன் பதாம் நூற்றாண்டில் பிற அறிவியல் புலங்களின் சேர்க்கையால் ஒரு அறிவியல் புலமாக மலர்ச்சியடைந்தது. அதுமுதற்கொண்டு சமூக அறிவியல் புலங்களிலும், இயற்கை வரலாற்றுப் புலத்திலும் மறுதலிக்க முடியா இடத்தைப் பெற்றுக்கொண்டது.

பிரயோக மானிடவியலைப் பயன்படுத்தித் தொல்லியல் கண்டுபிடிப்பு களுக்கு விளக்கம் காணும் முயற்சிகள் கடந்த நூற்றாண்டின் தொடக்கத்தி லிருந்து பெருந்தொகையாக மேற்கொள்ளப்பட்டன. இம்முயற்சிகளில் கோர்டன் சைல்டு ஆய்வுகள் சமூகப் படிமலர்ச்சியை ஈடிணையில்லா வகையில் எடுத்துக்கூறியுள்ளன. அவர் தொல்லியல் ஆய்வுகளில் மார்க்சியத்தைப் படைப்பாக்கத்துடன் கையாண்டு தொல்லியலைப் புதியதொரு நிலைக்கு இட்டுச் சென்றார்.

'தொல்லியல்' என்னும் இந்நூல் மாணவர்களுக்குத் தொல்லியலை அறிமுகம் செய்வதற்காக எழுதப்பட்டுள்ளது. தொல்லியல் என்னும் துறையின் தோற்றம், வளர்ச்சி, அகழ்வாய்வுக் கொள்கைகளும் முறைகளும், பிற அறிவுப்புலங்களுடன் கொண்டுள்ள உறவு, இந்தியத் தொல்லியலின் வரலாறு ஆகியவை எடுத்துக்கூறப்பட்டுள்ளன. இந்நூல் தொல்லியலுக்கு நல்லதொரு அறிமுக நூலாக அமைகின்றது.

-பதிப்பகத்தார்

வாழ்த்துரை

இன்றைய உலகில் தொல்லியல், மக்கள் வாழ்க்கையின் பல்வேறு துறைகளை ஊடுருவிச் செல்வாக்குப் பெற்று வருகின்ற துறையாகும். கடந்த கால வரலாறு, புராணச் செய்திகள், வாழ்க்கை முறை, நகர நாகரிகம், மக்கள் வாழ்க்கை, சமய வரலாறு ஆகியவற்றை உறுதிபடுத்திக்கொள்ள தொல்லியல் துறையையே சார்ந்திருக்கும் போக்கு அண்மைக் காலங்களில் மிகுந்து வருவதைப் பார்க்கிறோம். காரணம் இந்தத் துறையின் அறிவியல் சார்பே ஆகும். தொல்லியல் துறை வளர்ச்சி குறிப்பிடத்தக்க அளவில் இல்லையானாலும் தமிழக வரலாற்றிற்கு இத்துறை அளித்துவரும் செய்திகள் குறிப்பிடத் தக்கவை.

நூலாசிரியர்கள் திருமதி தி.மனோன்மணி, முனைவர் தி.செல்வ நாயகி ஆகியோர் தொல்லியல் துறையில் பயிற்சி பெற்றவர்கள் என்ற வகையில் நான் பல்லாண்டுகளாக அறிவேன். அவர்கள் தொல்லியலின் பால் கொண்டுள்ள ஈடுபாடு குறிப்பிடத்தக்கது. புது கண்டுபிடிப்புகள், புது செய்திகள் எது கிடைத்தாலும் அவற்றைத் தொகுத்து வைப்பார்கள். கொங்கு நாட்டுக் கல்வெட்டுகள் நூற்றுக்கணக்கில் திருமதி தி. மனோன்மணி அவர்கள் தொகுத்து வைத்திருக்கிறார் என்பது குறிப்பிடத்தக்கது. தொடர்ந்து கொங்கு நாட்டு வரலாற்றில் ஈடுபாடு கொண்டு ஆய்வு செய்து வருகிறார்.

திருமதி தி. செல்வநாயகி அவர்கள் உறையூர் பற்றிச் செய்துள்ள ஆய்வுகள் குறிப்பிடத்தக்கவை. பல்வேறு நிலைகளில் தொல்லியலில் ஆழ்ந்த ஆய்வுகளைச் செய்துவருபவர்.

இன்று தொல்லியல் துறை பல்வேறு துறைகளை உள்ளடக்கிய அறிவியல் துறையாக மலர்ந்துள்ளது. தொல் விலங்கியல், தொல் தாவரவியல், தொல் மாந்தவியல் எனப் பல துறைகளைக் கொண்டுள்ளது.

அண்மைக் காலத்தில் ஆழ்கடல் அகழ்வாய்வு முக்கியத்துவம் பெற்று வருகின்றது. பல்வேறு பிரிவுகளைக் கொண்டு விளங்கும் தொல்லியல் துறைக்கு விண்வெளி ஆய்வும் துணை நிற்கின்றது. செயற்கைக் கோள்கள் இந்திய மண்ணில் புதையுண்ட நகரங்களைப்

படம்பிடித்து வைத்துள்ளன. நிகழ்கால அறிவியல் தரும் செய்திகளையும் தொழில்நுட்பத்தையும் கருத்தில்கொண்டு இந்நூல் உருவாக்கப் பெற்றுள்ளது குறிப்பிடத்தக்கது.

இந்நூல் கால்நூற்றாண்டு காலத் தொல்லியல் ஈடுபாட்டின் விளைவாக உருவானது. இந்நூலில் தொல்லியல், கல்வெட்டியல், காசியில், ஆழ்கடல் அகழ்வாய்வு, கல்வெட்டாய்வாளர்கள் ஆகிய பொருள்கள் பற்றி விரிவாக எழுதப் பெற்றுள்ளது குறிப்பிடத்தக்கது. பல்வேறு செய்திகளைத் தொகுத்து மாணவர்கள் புரிந்துகொள்ளும் வகையில் நிரல்பட எழுதியுள்ளார்கள். இது போன்ற இன்னும் பல நூல்களை இவர்கள் படைத்தளிக்க வேண்டும் என்று தமிழகத் தொல்லியல் எதிர்பார்கின்றது.

வாழ்த்துகள்.

ர. பூங்குன்றன்,
தொல்லியலாளர்

அணிந்துரை

எந்த ஒரு நாட்டின் தொன்மையான வரலாற்றையும் அறிந்து கொள்வதற்குப் பெரிதும் துணைநிற்பது தொல்லியல் சான்றுகளே. கால வெள்ளத்தில் அழிவுபட்ட பண்பாட்டுக் கூறுகளைப் பயனுறும் வகையில் வெளிக்கொணர்வதே தொல்லியல் ஆய்வின் நோக்கமாகும். தொல்லியல் அகழ்வாய்வின் மூலம் கிடைக்கப் பெற்ற பண்டைய பண்பாட்டுச் சின்னங்கள் யாவும் நிலமகள் மகிழ்ந்தளித்த வரலாற்றுக் கொடையாகும். தொடக்கக் காலங்களில் அனுபவத்தின் அடிப்படையில் நடைபெற்றுவந்த தொல்லியல் ஆய்வுகள் இன்று அறிவியலடிப் படையில் மிக உன்னத நிலையை அடைந்துள்ளன. கடந்த இருநூறு ஆண்டு காலத்தில் இந்தியாவில் தொல்லியல் ஆய்வுகள் சிறப்பாக நடைபெற்றுவருகின்றன. தமிழகத்தில் பேராசிரியர் டி.வி.மகாலிங்கம், பேராசிரியர் கே.வி.இராமன், பேராசிரியர் ஏ.சுப்பராயலு போன்றவர் களால் சிறப்பாகத் தொடங்கப்பட்ட இவ்வியல் ஆய்வுகள் தொடர்ந்து இளைஞர்களால் செயல்படுத்தப்பட்டு வருகின்றன.

தொல்லியல் ஆய்வுகள் தொடர்பான விழிப்புணர்ச்சி அண்மைக் காலத்தில் அதிவேகமாகப் பரவி வருகிறது. அதன் விளைவாய் பல்கலைக் கழகங்களில் தொல்லியலுக்கென தனித்துறை உருவாக்கப்பட்டது. தற்போது கல்லூரிகளிலும் இளங்கலை, முதுகலை வகுப்புகளில் தனியொரு தாளாக அறிமுகமாகி வருகிறது. இதற்காக மிகச் சில அறிஞர் பெருமக்களே நூல் இயற்றியுள்ளனர். அவர்களில் குறிப்பிடத்தக்கோர் பேராசிரியர் கே.வி.இராமன், பேராசிரியர் ஆர்.வெங்கட்ராமன், பேராசிரியர் ஏ.ஏகாம்பரநாதன், முனைவர் அரங்க.பொன்னுசாமி, முனைவர் க.இராஜன் போன்றோராவர். இவ்வரிசையில் மாணவர்களின் நலனை மனதில் கொண்டு எழுதப்பட்ட மற்றுமொரு நூலே அருள்மிகு பழனியாண்டவர் மகளிர் கல்லூரி வரலாற்றுத்துறை ஆசிரியர்கள் திருமதி தி.மனோன்மணி, முனைவர் தி.செல்வநாயகி ஆகியோர் எழுதிய தொல்லியல் என்னும் இந்நூல்.

இந்நூல் மதுரை காமராசர், மனோன்மணியம் சுந்தரனார் மற்றும் அழகப்பா பல்கலைக்கழகங்களின் பாடத்திட்டத்திற்கு ஏற்ப இயற்றப்

பட்டிருப்பினும் சிறந்த முறையில் வடிவாக்கம் செய்யப்பட்டுள்ளது என்பதில் ஐயமில்லை. இந்நூலில் தொல்லியலின் பொருள் பிற துறைகளோடு அது கொண்டுள்ள தொடர்பு, புதிய தொல்லியல், தொல்லியலின் வகைகள், தொல்லியலின் பயன்பாடுகள், தொல்லியலின் வரலாறு, மண்ணியல் புரட்சி, சிந்துவெளியில் நடத்தப்பட்ட அகழ்வாய்வுகள், தொல்லியல் கோட்டுபாடுகள், இந்தியத் தொல்லியல் வளர்ச்சி, பத்தொன்பதாம் நூற்றாண்டில் தொல்லியலார் ஆற்றிய பணிகள் மேற்பரப்பு அகழ்வாய்வு, அகழ்வாய்வு நெறிகள், வகைகள், தேவையான பொருட்கள், மட்பாண்ட ஆய்வு, பெருங்கற்காலச் சின்னங்கள், கல்வெட்டியல், நடுகற்கள், நாணயவியல் அருங் காட்சியகம் போன்றவை பற்றிய செய்திகளை விரிவாகவும், விளக்கமாகவும் ஆசிரியர்கள் தொகுத்துள்ளார்கள்.

இத்தகைய அரிய செய்திகளைச் சேகரித்துத் தொகுத்துத் கொடுத்திருக்கும். இவ்வாசிரியர்கள் பெரிதும் பாராட்டப்படக் கூடியவர்களாவர். இவர்கள் பணி மேன்மேலும் தொடர வேண்டும் என வாழ்த்துகிறேன். பல்கலைக்கழகக், கல்லூரி மாணவச் செல்வங்கள் இந்நூலை இனிது கற்றுப் பயனடைவார்களாக.

G.சேதுராமன்,
பேராசிரியர்,
கலை வரலாற்றுத் துறை,
மதுரை காமராசர் பல்கலைக்கழகம்.
மதுரை.

முன்னுரை

தொல்லியல் என்பது ஒரு குறிப்பிட்ட துறையில் தேர்ச்சி பெற்றவர்கள்தான் ஈடுபாடு காட்டமுடியும் என்ற நியதியிலிருந்து விடுபட்டுக் கலைத்துறையினர், விஞ்ஞானிகள், பொறியியலாளர்கள், மருத்துவத்துறையினர், ஆன்மீகவாதிகள், மாணவச் செல்வங்கள் எனப் பல்வேறுபட்ட பிரிவினரும், பொதுமக்களும் விரும்பி நுழையும் ஒரு சமத்துவ உலகமாகும். இத்துறையினை நம் பாரதத்தின் பாரம்பரிய பெருமையை உலகிற்கு எடுத்துக்காட்டும் ஒரு காட்டுப் பெட்டகம் என்றும் கூறலாம். இந்திய வரலாற்றில் ஆங்காங்கே ஏற்பட்ட இடைவெளிகள், சந்தேகங்கள் போன்ற புதிர்களுக்கு விடை நல்கி நிறைவான வரலாறு நமக்குக் கிடைக்கச் செய்வதில் தொல்லியல் வல்லுனர்கள் பல வெற்றிகளைக் கண்டுள்ளனர். சர்வதேச நாடுகளிலிருந்து வரும் சுற்றுலா பயணிகள் பாரதத்தைக் காண வரும் பொழுது அவர்களின் பயணத்திட்டங்களில் மதுரா, பாட்னா, ஜெய்ப்பூர், ஆக்ரா, மகாபலிபுரம், காஞ்சி, மதுரை, தஞ்சை, கங்கை கொண்ட சோழபுரம், ஸ்ரீ வில்லிபுத்தூர், பழனி போன்ற தொன்மைச் சிறப்புமிக்க பகுதிகள் தவறாது இடம் பெறுவதைக் காண்கிறோம்.

இன்றைய நவீன விஞ்ஞானத்தின் துணைகொண்டு தொல்லியல் சான்றுகளை ஆராயும் பொழுது இந்தியாவின் புராதனப் பெருமைகள் நம் நாட்டினரை மட்டுமல்ல பிற நாட்டினரையும் வியப்பில் ஆழ்த்துகின்றது. இந்தியச் சுற்றுலாவின் உயிர்நாடியே தொல்லியல் சிறப்புமிக்க பகுதிகளாகும். இந்தியப் பராம்பரியத்தை ஒளியிட்டுக் காட்டவும், நம் வரலாற்றுச் சின்னங்களை ஒவ்வொரு இந்தியனும் போற்றிப் பாதுகாக்கவும் மக்களிடையே நாட்டுப்பற்றையும், மனித நேயத்தையும், ஒற்றுமையையும் வளர்க்கவும் தொல்லியல் முக்கிய பங்கு வகிக்கின்றது. அயல்நாட்டுத் தொல்லியல் ஆர்வலர்களும், தொல்லியல் வல்லுநர்களும், இந்தியத் தொல்லியலாளர்களும் போற்றி வளர்த்த இத்தொல்லியலை மாணவச் செல்வங்களும், பொது மக்களும் கற்று மகிழ்வுற வேண்டும் என்ற எண்ணத்தின் ஒரு சிறு துளிதான் இந்நூல். மேலும் அமிழ்தினும் இனிய தாய்

மொழியாம் அன்னைத் தமிழில் எழுதப்பட்ட இந்நூல் அகல் விளக்காக அனைவரின் உள்ளங்களிலும் இடம்பெற வேண்டும் என விழைகின்றோம். பாருக்குள்ளே நல் நாடான நம் பாரதத்தின் பெருமையை அன்னைத் தமிழ் மூலம் அறிந்துகொண்டு போற்ற முன்வரும் அனைவரின் ஆதரவையும் நாடுகின்றோம்.

இவண்,

முனைவர் **தி.மனோன்மணி**,
முனைவர் **தி.செல்வநாயகி**,
வரலாற்றுத் துறை,
அருள்மிகு பழனியாண்டவர் மகளிர் கலைக் கல்லூரி.
பழனி.

நன்றியுரை

தமிழக அரசின் முக்கிய அங்கமாகத் திகழும் இந்துசமய அற நிலையத் துறையின் கீழ் செயல்படும் அருள்மிகு பழனியாண்டவர் மகளிர் கலைக் கல்லூரியின் முதுகலை வரலாற்றுத் துறையில் பணியாற்றுவதை மிகப் பெரிய பாக்கியமாகக் கருதுகின்றோம். தமிழக அரசுக்கும், இந்துசமய அறநிலையத்துறை நிர்வாகத்தினருக்கும் மற்றும் எங்கள் கல்லூரிச் செயலரும், தாளாருமான திரு K.K. இராஜா M.A., B.L., அவர்களுக்கும் எங்கள் பணிவான நன்றியைச் சமர்ப்பிக்கின்றோம்.

எங்கள் கல்லூரி முதல்வர் முனைவர் திருமதி சந்திரகாந்தா ஜெயபாலன் எம்.எஸ்.ஸி. பி.எச்.டி., அவர்கள் தொல்லியல் சார்ந்து நாங்கள் மேற்கொள்ளும் ஒவ்வொரு முயற்சிக்கும் ஆதரவு கொடுத்து ஊக்குவிப்பவர். அவர்களுக்கும் எங்கள் மனமார்ந்த நன்றியை உரித்தாக்குகின்றோம். எங்கள் துறைத்தலைவர் பேராசிரியை திருமதி கே.ரோசாப்பூ எம்.ஃபில் அவர்கள் எம்துறையில் பல புதிய படைப்புகளை வெளிக்கொணர வேண்டும் என விரும்புவர். அவர்களுக்கு எங்கள் உளமர்ந்த நன்றியை உரித்தாக்குகின்றோம்.

இந்நூலின் பல பிரிவுகளுக்கான செய்திகளைச் சேகரிப்பதில் உதவிகள் செய்து சீரிய அணிந்துரை வழங்கிய முனைவர் திரு ஆர்.பூங்குன்றன் எம்.ஏ., பி.எச்.டி., டி.இ.ஏ., பதிவாளர், தமிழ்நாடு தொல்லியல் துறை, திருச்சி அவர்களுக்கு எங்கள் பணிவான நன்றியை உரித்தாக்குகின்றோம். மண்ணியல் ஆய்வு, அகழ்வாய்வு இவற்றிற்கான கருத்துக்களைக் கொடுத்துதவி, இந்நூலிற்கு சிறப்புமிகு அணிந்துரை வழங்கிய இந்நூல் வெளிவர உதவி செய்த பேராசிரியர் முனைவர் திரு ஜி.சேதுராமன் எம்.ஏ., பி.எச்.டி., கலைத் துறை, மதுரை காமராசர் பல்கலைக்கழகம், மதுரை அவர்களுக்கு எங்கள் மனம் நிறைந்த நன்றியைத் தெரிவித்துக் கொள்கின்றோம்.

இந்நூல் சிறந்த முறையில் வெளிவர பல்வேறு வகையில் உறுதுணையாக இருந்த திரு எஸ்.வி. லட்சுமணசாமி பி.ஏ.பி.எல். வழக்கறிஞர், உடுமலை அவர்களுக்கு நன்றியைத் தெரிவித்துக் கொள்கின்றோம்.

இந்நூலை எழுதுவதற்கு ஊக்கப்படுத்திய டாக்டர் திரு ஜி.முருகேசன் (ஆஸ்திரேலியா) அவர்களுக்கும், முனைவர் திரு க.செல்லப்பன் எம்.ஏ., பி.எச்.டி., (சென்னை) அவர்களுக்கும் சுகாதார ஆய்வாளர், திரு ஜி.பாலசுப்பிரமணியன் (மதுரை) அவர்களுக்கும், திரு.எஸ்.எம். சண்முகம், (அம்மன் ஜுவல்லர்ஸ், திருச்சி) அவர்களுக்கும் மனமார்ந்த நன்றியைத் தெரிவித்துக் கொள்கிறோம்.

இந்நூலில் தொல்லியல் தொடர்பான வரைபடங்கள் எடுக்கவும், இணையதளம் மூலம் அறிவியல்பூர்வமான கருத்துச் சேகரிப்புக்கும் உறுதுணைபுரிந்த திரு டி.ஏ.காமராஜ் எம்.எஸ்ஸி., எம்.ஏட்., இயற்பியல் ஆசிரியர் அவர்களுக்கும் (அரசு.மே.பள்ளி, பழனி) மற்றும் மொழி பெயர்ப்பில் உதவிகள் நல்கிய ஆங்கில ஆசிரியர்கள் திரு கருப்பையா M.A., B.Ed., மற்றும் திரு கணேசன் M.A., B.Ed., அவர்களுக்கும் நன்றியைத் தெரிவிக்கின்றோம்.

மேலும் இணையதளம் மூலமாகப் பல புதிய செய்திகளைத் திரட்டி வழங்கிய செல்வன் இல.கார்த்திக்சிவகிருஷ்ணா எம்.பி.ஐ.பி., பி.எஸ்.ஜி., தொழில்நுட்ப மேலாண்மை கல்லூரி, கோவை, அவர்களுக்கும் எங்கள் நன்றியைத் தெரிவித்துக் கொள்கிறோம்.

இந்நூல் வெளிவருவதற்குத் துணைபுரிந்த திருமதி க. கல்யாண சுந்தரி, வரலாற்றுத்துறை அவர்களுக்கும் மற்றும் வரலாற்றுத்துறை ஆசிரியைகளுக்கும், திரு ஜெகதீசன், கொங்கு கலை களஞ்சியம், கோவை அவர்களுக்கும், திரு இரவி, கொங்கு ஆய்வு மையம், உடுமலை அவர்களுக்கும் எங்கள் நன்றியை உரித்தாக்குகின்றோம்.

உள்ளடக்கம்

		பக்கம்
1.	தொல்பொருளியல்-பொருள் விளக்கமும் நோக்க எல்லையும்	1
2.	தொல்பொருளியலும் பிற துறைகளும்	8
3.	புதிய தொல்பொருளியல்	17
4.	தொல்லியலின் வகைகள் (பொருளாதார, இனவியல் தொல்லியல்)	21
5.	தொல்லியல் வல்லுநர்களின் தலையாய கடமைகள்	27
6.	தொல்பொருளியலின் பயன்பாடுகள்	30
7.	தொல்பொருளியலின் வரலாறு	39
8.	மண்ணியல் புரட்சி	46
9.	பத்தொன்பதாம் நூற்றாண்டின் புரட்சிகரக் கண்டுபிடிப்புகள்	51
10.	பத்தொன்பதாம் நூற்றாண்டின் புகழ்பெற்ற தொல்பொருளியல் முன்னோடிகள்	59
11.	சிந்துச் சமவெளி அகழ்வாய்வு	64
12.	தொல்பொருளியல் கோட்டுபாடுகள்	72
13.	இந்தியாவில் தொல்லியல் வளர்ச்சி	80
14.	மேற்பரப்பு ஆய்வு நோக்கங்களும் நெறிமுறைகளும்	95
15.	இட ஆராய்ச்சி முறைகள்	101
16.	அகழ்வாய்வுக் கொள்கைகளும் வகைகளும்	108
17.	அகழ்வாய்வுக் களத்திற்குத் தேவையான கருவிகளும் பொருட்களும்	127
18.	அகழ்வாய்வு வல்லுநர்கள் பணியாளர்கள்	132
19.	மட்பாண்டங்கள் பற்றிய ஆய்வு	144
20.	பெருங்கற்காலம்	150
21.	நடுகற்கள்	158
22.	தொல்பொருளியல் காலக் கணிப்பு முறைகள்	163
23.	பழம் பொருட்களைப் பாதுகாத்தல்	170
24.	வரலாற்றுக்கு முற்பட்ட காலம்	177
25.	கல்வெட்டியல்	188
26.	உருவ அமைதி	192
27.	இந்தியச் சிற்பக்கலை	196
28.	கோயிற்கலை வளர்ச்சி	200
29.	அருங்காட்சியகவியல்	206
30.	நாணயவியல்	217

இயல்-1

தொல்பொருளியல்-பொருள் விளக்கமும் நோக்க எல்லையும்

ஒரு நாட்டின் வரலாற்றுப் புகழையும், பண்பாட்டு மேன்மையையும், நாகரிக வளர்ச்சியையும் வெளிக்கொணர உதவும் இன்றியமையாத கல்வியாகத் தொல்லியல் திகழ்கின்றது. பரந்து விரிந்த நம் பாரத தேசத்தில் பண்டைய மனிதன் விட்டுச்சென்ற தடயங்களான கோயில்கள், கட்டிடங்கள், அரண்மனைகள், சிற்பங்கள், ஓவியங்கள், கல்வெட்டுக்கள், செப்பேடுகள், குகைகள், மண்டையோடுகள், புதை பொருட்கள் எனத் தொல்லியல் சான்றுகள் பரவிக் கிடக்கின்றன. அவற்றையெல்லாம் வெளிக்கொணர்ந்து நம் நாட்டின் பண்பாட்டையும் மக்கள் வாழ்ந்த நாகரிகத்தையும் உலகிற்கு எடுத்துரைக்கும் அரிய பணியில் தொல்பொருளாராய்ச்சி யாளர்கள் ஈடுபட்டு வருகின்றனர். அத்தகைய தொல்லியலின் கொள்கைகள், கோட்பாடுகள், நெறிமுறைகள், பயன்பாடுகள் போன்வற்றை அனைவரும் அறிந்துகொள்ள வேண்டும் என்ற உயரிய எண்ணத்தில் உதித்ததுதான் “தொல்லியல்” என்னும் இந்நூலாகும்.

வரலாற்றுச் சான்றுகளுள் முதன்மையானதும் முக்கியத்துவம் வாய்ந்ததாகவும் இருப்பது தொல்லியல் சான்றுகளே ஆகும். இன்றைய வரலாறு என்பது கடந்த காலத்தின் தொடர்ச்சியே ஆகும். எனவே இன்றைய சமூக வரலாற்றில் மாற்றமும் மறுமலர்ச்சியும் காண விரும்புபவர்கள் பண்டைய சமுதாய மக்களின் வாழ்க்கை முறை மற்றும் பழக்கவழக்கங்களை அறிந்துகொள்வது அவசியம். அவற்றில் காணப்படும் குறை நிறைகளிலிருந்து படிப்பினைகளைப் பெறுவதன் மூலம் உன்னத சமுதாயத்தை உருவாக்கி உயர்ந்தோங்கச் செய்யலாம். தொல்பொருள் ஆய்வாளர்களின் அறிவு வளமும் ஆர்வப் பெருமிதமும், அறிவியல் நோக்கும் நம் நாட்டின் புராதனப் பெருமைகளை உலகிற்கு வெளிக்கொணர்ந்த வண்ணம் உள்ளன. எனவே தொல்லியல் கற்கும் மாணவரிடையே தேசப்பற்றும், நட்புணர்வும் அதிகரிக்கின்றது. தொல்லியல் கண்டுபிடிப்புகள் பொது

மக்களைச் சென்றடைய வேண்டும் என்பதே தொல்லியலாளர்களின் விருப்பம். அத்தகைய ஆய்வுப் பணியின் அரிய மாண்பினை இங்குக் காண்போம்.

பொருள்:

தொல்பொருளியல் என்பது பழமையான பொருட்கள் என்று பொருள்படும் ஆர்க்கியாலஜி என்ற ஆங்கிலச் சொல்லின் தமிழாக்கம் ஆகும். இந்த ஆங்கிலச் சொல்லும் கிரேக்க மொழியிலிருந்து வந்தது. ஆர்க்கயாஸ் (Archaios) என்ற கிரேக்கச் சொல் பழமை ஆரம்பம் என்றும், லேகோஸ் (Logos) என்பது இயல் அல்லது அறிவியல் பூர்வமாக என்றும் பொருள் தருகிறது. இந்த இரண்டு சொற்களையும் இணைத்து ஆர்க்கியாலாஜி என்ற சொல் பிறந்தது. தமிழில் தொல்பொருளியல் என்று அழகாக அழைக்கப்படும் இச்சொல் பழம் பொருட்கள் பற்றிய கல்வி என்று பொருள் தருகிறது.

விளக்கம்:

தொல்பொருளியல் மனிதன் பூமியில் தோன்றிய காலத்திலிருந்து இன்றைய காலக்கட்டம்வரை அடைந்த முன்னேற்றத்தையும் படிப் படியாக வளர்ந்த நிலைமையும் நமக்குக் கிடைத்த அறிவியல் பூர்வமான அகழ்வாய்வின் மூலம் ஆதாரங்களுடன் தெளிவாக உணரச் செய்கின்றது. வரலாறும் தொல்லியலும் மனிதனின் கடந்த கால வாழ்க்கையைச் சொல்கின்றன. இதில் மனிதன் விட்டுச் சென்ற தடயங்களை கருவிகள், பழங்காலக் கோயில்கள், மட்பாண்டங்கள், அன்றாடப் பொருட்கள், வீடுகள், அரண்மனைகள், கோட்டை கொத்தளங்கள், நதிகள் மற்றும் மனிதனின் அந்நாள் முதல் இந்நாள் வரையிலும் தொடரும் மானிட சாதனைகளைப் பற்றி அறிவியல் பூர்வமாக ஆராய்ந்து கற்பதே தொல்லியலாகும்.

லியோனார்டு காட்ரல் (Leonard Cottrell) என்பவர் மனிதன் மண்ணில் தோன்றிய காலம் முதல் கடைசி உயிரினம் இப்புவியில் வாழும் காலம்வரை உள்ள நிகழ்வுகளை விளக்குவது தொல்லியல் என்கிறார்.

கிளெயின் டேனியல் (Glyn Daniel) என்பவர் தகுந்த ஆதாரங் களுடன் வரலாற்றைக் குறிப்பாகக் கலை, கட்டிடக்கலை போன்ற வற்றை விவரிப்பதில் தொல்லியல் முக்கிய பங்கு வகிக்கிறது என்று கூறுகிறார்.

பேராசிரியர் எ.வெங்கட்ராமன் தொல்லியலைப் பற்றிக் குறிப் பிடுகையில் நீச்சலைப் பற்றி ஆயிரம் புத்தகங்கள் படித்தால் நீச்சல்

பயில முடியாது. நீரினுள் குதித்து நீந்தினால் தான் நீச்சலில் தேர்ச்சி பெறலாம். அதுபோல் தொன்மைக் கால வரலாறு பற்றி கண்ணில் கண்ட புத்தகங்களையெல்லாம் வைத்து வரலாறு படைக்காமல் அறிஞர்களுடன் இணைந்தும் கள ஆய்வில் ஈடுபட்டும், கலை நுணுக்கங்களைக் கற்றும், வரலாற்றுச் சின்னங்களைப் பார்த்தும், கல்வெட்டுகளைப் படித்தும் படைக்கும் வரலாறுதான் தொல்லியலில் தேர்ச்சி பெற்றவர்களால் படைக்கப்படும் முழுமையான வரலாறு என்று கூறுகிறார். எனவே வரலாறு முழுமையாக அறிவியல்பூர்வமாக எழுதுவதற்குத் தொல்லியல் துறை பெரும்பங்கு வகிக்கின்றது என்று கூறினால் மிகையாகாது.

தொல்பொருளியலின் நோக்க எல்லை:

தொல்லியல் ஆய்வாளர் பழமையின் பெருமையை விஞ்ஞான முறையில் ஆராய்ந்து தமது அறிக்கைகளை வெளியிடுவதால் அவர் கூறும் வரலாறு நம்பகத் தன்மையுடையதாக உள்ளது. எகிப்தியப் பிரமிடுகளிலிருந்து இந்தியாவின் பெருமை மிக்க தாஜ்மகால் வரை உள்ள வரலாற்றுப் புதிர்களையும், பின்னணியையும் இன்னும் பல வரலாற்றுக்கு முற்பட்ட நாகரீகத்தையும் தொல்பொருளியல் நம் கண்முன்னே விளக்கிக் காட்டுகின்றது. ஆதி மனிதன் பயன்படுத்திய கருவிகள், எழுத்து முறைகள், மட்பாண்டங்கள், ஆடை அணிகலன்கள், போக்குவரத்து சாதனங்கள் போன்றவற்றைப் பற்றியும் தொல்லியல் மூலம் நாம் அறியலாம் இத்தகைய பயன்பாடு மிக்க தொல்லியலின் நோக்க எல்லை பற்றி விரிவாகக் காண்போம்.

1. அறிவியல்பூர்வமான கருத்துக்கள் அடங்கிய வரலாறு படைக்கத் தொல்லியல் முக்கிய பங்கு வகிக்கிறது.

2. நம் நாட்டின் பண்டைய வரலாற்றை முழுமையாக தெரிந்து கொள்வதற்கு எழுதப்பட்ட சாசனங்கள், ஏடுகள் மிகக் குறைந்த அளவிலேயே கிடைத்துள்ளன. தொல்லியல் வல்லுநர்கள் மேற் கொள்ளும் பரப்பாய்வு, அகழ்வாய்வு, கல்வெட்டாய்வு, இவற்றால் பெருமளவில் ஆதாரங்களைச் சேகரித்து வலுவான வரலாற்றைப் படைக்க முடிகிறது.

3. வரலாற்று அறிஞர்களால் படைக்கப்பட்ட இந்திய வரலாற்றில் புதிதாகக் கண்டுபிடிக்கப்படும் கலை நுட்பப் பொருட்கள் வேளாண்மை வாணிகப் பொருட்கள், சமணப் படுக்கைகள், கல்வெட்டுகள் இவற்றின் அருந்துணையுடன், மன்னர்களின் ஆட்சியாண்டு, சமூக, பொருளாதார, சமய வரலாறு, அரசாண்ட வம்சத்தின் கால நிர்ணயம் இவற்றில் மேலும் பல உண்மையான மாற்றங்கள் கொண்டுவர தொல்லியல் உதவி புரிகிறது.

4. நம்முடன் பேச மறுக்கும் ஆதாரங்கள் என்று குறிப்பிடப்படும் மேஜையின் மீது பரந்து கிடக்கும் புத்தகங்களின் ஆதாரங்களைக் கொண்டு வரலாறு படைப்பது நவீன உலகில் நாகரிகமாகிவிட்டது. ஆனால் தொல்லியல் துறையோ நாகரிகங்களும் வரலாற்று ஆதாரங்களும் குவிந்துள்ள இடங்களை நோக்கி ஒரு குழுவாகச் சென்று கருத்துப்போர் நடத்தி, பல மாதங்கள் இடைவிடாது உண்மையை ஆய்ந்து பிற நாகரிகங்களுடன் ஒப்பிட்டு உயிர்த் துடிப்புக் கொண்ட உண்மையான வரலாற்றைப் படைக்க உதவுகிறது.

5. உலகின் தொன்மையன நாகரிகம், உணவு, உடை, பழக்க வழக்கங்கள், சமயம், சமுதாயப் போக்கு, தத்துவம் இவற்றை இன்று ஆதாரங்களுடன் கண்டுபிடிப்பது தொல்லியல் துறையே ஆகும். கி.மு. 5000 ஆண்டுகளுக்கு முற்பட்ட சுமார் 5000 சதுர மைல் பரப்பளவு கொண்டு சிந்து சமவெளி நாகரிகம் மண்ணில் மறைந்து விட்டாலும் தொல்லியல் அறிஞர்கள் பல ஆண்டுகள் ஆய்வு செய்து தம் முன்னோர்கள் ஒவ்வொரு துறையிலும் அடைந்த வியத்தகு சாதனைகளை அறிவியல்பூர்வமான ஆய்வின் மூலம் வெளியே கொண்டு வந்துள்ளனர்.

6. இன்று நம்மிடையே இருக்கும் எழுத்து, மொழி இவை எவ்வாறு ஒவ்வொரு காலக் கட்டத்திலும் வளர்ச்சி பெற்றது என்பதை தொல்லியல் நமக்கு எடுத்துக்காட்டுகிறது. தமிழ், பிராமி, கரோஷ்டி, வட்டெழுத்து, கிரந்தம் போன்ற மொழிகளின் தோற்றம், வளர்ச்சி இவற்றைச் சிறு குழந்தைகள் போன்ற தத்தித் தத்திப் படிக்கும் பொழுது மாணவர்களிடையே ஆர்வமும், மகிழ்ச்சியும் ஏற்படுகிறது.

7. தொல்லியல் ஆய்வின் பொழுது கிடைக்கும் பூந்தாதுக்கள் பண்டைய மனிதர்கள் எத்தகைய விவசாயம் செய்தார்கள் என்பதையும் அல்லது உணவு சேகரித்து வாழ்ந்தனாரா என்பதையும் காட்டு கின்றது. சுருங்கக் கூறின் அக்கால மக்களின் சமூகப் பொருளாதார வாழ்வைத் தொல்லியல் ஆய்வுகள் உறுதிப்படுத்துகின்றன.

8. அயல்நாட்டிலிருந்து வரும் பெரும்பாலான சுற்றுலாப் பயணிகள் நம் நாட்டின் கலை, பண்பாடு, கட்டிடக்கலை இவற்றின் அதிசய படைப்புகளையே காண வருகின்றனர். அவர்களின் கலை ஆர்வங்களை அறிந்து, ஒவ்வொரு பகுதியின் கலைப் பாணியையும் எடுத்துக்கூற தொல்லியல் துறையினரால்தாம் நிறைவாகச் செய்ய இயலும்.

9. அகழ்வாய்வின் போது கிடைக்கும் மிருகங்களின் எலும்புகள், பழங்கால மக்கள் எத்தகைய மிருகங்களை வீடுகளில் வளர்த்தார்கள்,

எவற்றை வேட்டையாடினார்கள், எந்த மிருகங்களின் பயன்களை அறிந்திருந்தார்கள் என்பதைக் காட்டுகின்றது. உதாரணமாகச் சிந்துவெளி மக்கள் குதிரைகளின் பயன்களை அறியவில்லை என்பதைத் தொல்லியல் ஆய்வுகளே நிரூபிக்கின்றன. மனிதனின் தோற்றம் பரிணாம வளர்ச்சி, கலாச்சார வளர்ச்சி போன்றவற்றையும் தொல்லியல் ஆய்வுகள் தெளிவுப்படுத்துகின்றன. இப்புவியின் தோற்றம் இதுவரை விவிலியக் கருத்துப்படி நம்பப்பட்டு வந்தது. ஆனால் தொல்பொருளியல் பூமியின் வயது பல நூறு கோடி ஆண்டுகளுக்கு முற்பட்டது என்று அறிய உதவுகின்றது. அழிந்து விட்ட மிருங்கள், தாவரங்கள் போன்றவற்றையும் அறிய முடிகின்றது.

10. கிரிஸ், ரோம், எகிப்து, பாபிலோனியா, சுமேரியா, அரேபியா, சீனா, ஜாவா, சுமத்ரா, கங்கை, கடாரம் போன்ற நாடுகளுடன் நம் முன்னோர்கள் கொண்டிருந்த வணிக உறவு, பிற நாடுகளில் நம் பொருட்களுக்கிருந்த வரவேற்பு, பிற நாட்டுப் பொருட்களை நாம் பயன்படுத்திய முறை ஆகியவற்றை நமக்கு தொல்லியல் துறை தகுந்த ஆதாரங்களுடன் விளக்குகிறது.

11. வரலாற்றுக்கு முற்பட்ட கால ஓவியங்கள், பல நூற்றாண்டுகள் கடந்தும் அழியாத சிவப்பு வண்ணப் பொருள் மிகுதியாகக் கையாண்ட ஓவியங்கள், அஜந்தா, எல்லோரா, பாஜா, கார்லா, கேரள வையநாட்டு எடக்கல் ஓவியங்கள், குவாலியரில் உள்ள பாக் சிற்றூர் ஓவியங்கள், தஞ்சை பெரிய கோவிலில் ஓவியங்கள், புதுக்கோட்டை சித்தன்னவாசல் ஓவியங்கள் என்று பல அரிய படைப்புகளை கண்டு மகிழும் பொழுது அவற்றைப் பாதுகாக்கும் பக்குவமும் தொல்லியல் துறையில் ஈடுபாடு கொண்டவர்களால் செம்மையாகச் செய்ய இயலுகிறது.

12. தொல்லியல் துறையால் செயல்படுத்தப்படும் மத்திய, மாநில அருங்காட்சியகங்கள், தனியார் மற்றும் கோயில்களில் நிர்வாகிக்கப்படும் அருங்காட்சியகங்கள் வரலாற்றுச் சின்னங்களைப் பாமர மக்கள்கூட கண்டு, புரிந்துகொள்வதுடன் பழமையான பொருட்களை வரும் சந்ததியினர் காணவும் பாதுகாக்கவும் உதவுகிறது.

13. தொல்லியலின் ஒரு முக்கிய அங்கமாக இருக்கும் காசியல் ஒரு நாட்டின் ஒவ்வொரு காலக்கட்ட அரசியல், சமூக, பொருளாதார நிலையை அறிய உறுதுணை புரிகின்றது.

14. மலைகள், குன்றுகள், குகைகள், கோட்டைகள், அரண்மனைகள், கல்வெட்டுகள், சிற்பங்கள், சமணப் படுக்கைகள், ஆலயங்கள்

போன்றவற்றைப் பாதுகாக்கும் அரிய பணிகள் அரசுகளாலும், அந்தந்தப் பகுதி மக்களாலும் எடுத்துச் செயல்படுத்த தொல்லியல் உதவி செய்கின்றது.

15. திருக்கோயில்கள் செப்பனிடப்படும் பொழுது பழமையான கோயில் அமைப்புக்களையும், பொருட்களையும் பாதுகாக்கும் எண்ணங்கள் தொல்லியல் துறையினரால் அறிவுறுத்தப்படுகின்றன.

16. மதுரா, கங்கைகொண்ட சோழபுரம், பழையாறை, உத்திர மேரூர், உறையூர், கொற்கை போன்ற வரலாற்று சிறப்புமிக்க மிகப் பெரிய நகரங்கள் காலப்போக்கில் சிற்றூர்களாக மாறினாலும் அவற்றின் பழம்பெருமையை உலகிற்கு எடுத்துக்கூறுவது தொல்லியல் துறையேயாகும்.

17. ஓலைச்சுவடிகள், செப்புப் பட்டையங்கள் இவற்றால் நம் பாரம்பரிய மருத்துவக், கண்டுபிடிப்புகள் பயன்கள், நிர்வாகம், நீதி, கல்வி, மக்களின் கொடைகள் மன்னரின் கடமைகள் தேர்தல் முறை, வாரியச் செயல்பாடுகள் இவற்றை அறிய உதவுவது தொல்லியல் கற்பதின் மூலமாகும்.

18. மக்களின் அரும்பசி போக்கியும், மக்களை இன்னல் களிலிருந்து காப்பாற்றியும் விழாக்களைச் சிறப்பாகச் செய்தும் வந்த மடாலயங்களின் சிறப்பைத் தெரிந்துகொள்ள தொல்லியல் துறை உதவி செய்கின்றது.

19. வரலாற்றுப் பெருமை, உணர்வு இவற்றைப் பொது மக்களுக்கும். பள்ளி, கல்லூரிகளில் உள்ள மாணவர்களும், ஆசிரியர்களும் ஈடுபாடு கொள்ள தொல்லியல் தூண்டுகோலாக உள்ளது.

20. தொல்லியல் ஆய்வில் ஒரு குறிப்பிட்ட பாடப்பிரிவைச் சார்ந்தவர்கள் மட்டும்தாம் நம் பாரம்பரிய கருத்துக்களை ஆய்வு செய்ய வேண்டும் என்ற நிலையை போக்கி எந்த நாட்டினராக இருந்தாலும், எந்தப் பாடப் பிரிவில் பயின்றாலும் ஈடுபடலாம் என்ற நிலையை உருவாக்கி உள்ளது. உதாரணமாக அரசாங்க அலுவலர்கள் நிர்வாகப் பணியாளர்கள்கூட ஆய்வில் ஈடுபாடு செலுத்தலாம். தொல்லியல் அனைவரையும் கவரும் வண்ணம் உள்ளது. வரலாற்றை மக்களிடையே புதுப்புது ஆதாரங்களைக் கொண்டு மீண்டும் மீண்டும் சேர்த்து முழுமையாக வெளிக்கொண்டு வர உதவுகிறது.

சர் ஜான் மார்ஷல், மார்ட்டிமர் வீலர் போன்ற அயல் நாட்டினர்கள் நம் நாட்டு வரலாறு படைத்த முக்கிய அறிஞர்கள் ஆவார்கள்.

அதுபோல் தமிழகத்தில் கும்பகோணத்தைச் சேர்ந்த மறைந்த திரு சேதுராமன் (ராமன் & ராமன் உரிமையாளர்) ஒரு பொறியியல் தொழிலதிபர். திருச்சியைச் சார்ந்த திரு கலைக்கோவன் ஒரு மருத்துவர். கோவையைச் சார்ந்த திரு என். மகாலிங்கம், தொழிலதிபர், ஆன்மீகவாதி இப்படி பலதர உயர்ந்தோர்களின் உன்னத ஆர்வத்தாலும் சேவையாலும் தமிழகத்தில் தொல்லியல் துறை பல புதுமைகளைப் படைத்து வருகின்றது.

எனவே தொல்பொருளியல் என்பது பரந்து விரிந்த நோக்க எல்லையை உடையது. பிற துறைகளோடு இணைந்து பிற துறைகளின் உதவியை நாடியும் தன் அரிய பணியைப் பிற துறைகளுக்குச் செய்தும் செழித்து வளர்ந்து வந்து கொண்டிருக்கிறது. தொல்லியல் சார்ந்த பிற துறைகளைப் பற்றி அடுத்த கட்டுரையில் விரிவாகக் காண்போம்.

இயல்-2
தொல்பொருளியலும் பிற துறைகளும்

தொல்பொருளியல் தனித்துவம் வாய்ந்த துறையாக ஐரோப்பாவின் மறுமலர்ச்சிக் காலமான 15-ம் நூற்றாண்டில் உருவெடுத்தது. மறுமலர்ச்சிக் கால அறிஞர்கள் புராதனப் பெருமைகளை அறிவதில் நாட்டம் கொண்டு பண்டைய கிரேக்க, ரோமானிய நாகரிகங்களை ஆராய முற்பட்டார்கள். மேலும் பழைய நாகரிகத்திற்குப் பெயர் போன இடங்களான சுமேரிய, பாபிலோன், எகிப்து, கீரிஸ், பாரசீகம் போன்ற நாடுகளின் புராதன வரலாறுகளை அறிவதிலும் ஆர்வம் கொண்டார்கள். இலக்கியங்கள் வாயிலாக அவர்கள் அறிந்த உண்மைகளைத் தோண்டி ஆராயத் தொடங்கும் போதுதான் தொல்பொருளியல் பிறந்தது என்று கூறலாம். என்றாலும் இத்தொல்லியல் வரலாறு, புவியியல், மண்ணியல், மானுடவியல், அறிவியல், பண்பாட்டியல் போன்ற பிற துறைகளோடு தொடர் புடையதாகத் திகழ்கிறது. இங்கு எவ்வாறு தொல்லியல் பிற துறைகளோடு இணைந்து செயல்புரிகிறது என்பதைக் காண்போம்.

தொல்லியலும் வரலாறும்:

வரலாற்றுக்கும் தொல்பொருளியலுக்கும் மனிதனின் கடந்த கால சாதனைகளையும், முன்னேற்றங்களையும், பரிணாம வளர்ச்சியையும், பண்பாட்டையும், நாகரிகத்தையும் விளக்குவதில் அதிக ஒற்றுமை உண்டு. இருதுறைகளும் இணைந்தே செயல்படுகின்றன என்று கூறுவது தவறாகாது. வரலாறு பெரும்பாலும் எழுதப்பட்ட ஆவணங்கள், இலக்கியங்கள் போன்றவற்றை அடிப்படையாகக் கொண்டு எழுதப் படுகின்றது. ஆனால் சில நேரங்களில் சரியான சான்றுகள் கிடைக் காமல் காரிருள் போன்ற தோற்றம் ஏற்படும் பொழுது தொல்லியல் என்னும் சுடர் அங்கு ஒளியேற்றிச் சான்றுகளை அள்ளித் தருகின்றது. உதாரணமாகச் சிந்துவெளி நாகரிகத்திற்குப் பின்னர் இந்தியாவில் மக்கள் எப்படி வாழ்ந்தார்கள் என்பதை அறிந்துகொள்ள தொல்லியல் சான்றுகளே துணைநிற்கின்றன.

தொல்லியல்

எனவே வரலாற்றுக்கு முற்பட்ட காலத்தின் வரலாற்றை அறிந்துகொள்ளத் தொல்லியல் சான்றுகளே உதவுகின்றன. இதைக் கோர்டன் சைல்ட் (Gorden Childe) குறிப்பிடும்பொழுது, வரலாறு ஒரு குறிப்பிட்ட காலவரையறைக்குள்தான் செயல்பட முடிகின்றது. ஆனால் ஒரு நாட்டின் பல ஆயிரம் ஆண்டுகளுக்கு முற்பட்ட முந்தைய கால (Pre - historic period) வரலாற்றைத் தொகுத்துக் கொடுப்பதில் தொல்லியல் அரிய செயல் செய்கின்றது என்று கூறுகின்றார். இன்னும் சுருக்கமாகச் சொல்லவேண்டுமானால் எழுதப்பட்ட ஆவணங்கள் 1% வரலாற்றை மட்டுமே தருகின்றன. மீதி 99% வரலாற்றை முழுமையாகவும், அறிவியல்பூர்வமாகவும், உண்மையாகவும் தொல்லியலே வழங்குகின்றது என்று கூறினால் மிகையாகாது.

மேலும் மனிதனின் பண்பாட்டு வளர்ச்சியை அவன் உபயோகித்த பொருட்களான உலோகங்கள், தானியங்கள், சுடுமண் பொம்மைகள், ஓவியங்கள், சிற்பங்கள், பாசிகள், ஆடை, அணிகலன்கள், பிற நாட்டுப் பொருட்கள் கட்டிட அமைப்புகள் போன்றவற்றை நம்மை அறியச் செய்வதன் மூலம் நாம் எண்ணிப் பார்க்க முடியாத கால வரலாற்றை அறிய இலக்கியங்கள் மட்டுமே ஆதாரமாக இருந்த நிலையில் தொல்லியல் புதிய ஒளி கொடுத்தது. அதன் காரணமாகத், தென்னிந்தியாவிற்கும், கிரேக்க ரோமானிய நாட்டிற்குமிடையே நடைபெற்ற வாணிபப் போக்குவரத்தினை அறிய முடிகிறது.

சுமேரிய அகழ்வாய்வில், கிடைத்த உருவச்சிலைகளின் முகச்சாயல் தென்னிந்தியர் ஒருவரின் சாயலை ஒத்துள்ளது. இவரை சுமேரியாவிற்குத் தரை வழியாகவும், கடல் வழியாகவும் பயணம் செய்து மேற்கு ஆசியாவை அடைந்த இந்தியர் என்று கருதுவது தவறாகாது என்று பேராசிரியர் ஹால் என்பவர் குறிப்பிடுகிறார். இவற்றின் மூலம் கிறிஸ்துவ சகாப்தத்திற்கு முன்பே தென்னிந்தியர் பல நாடுகளுக்குச் சென்று வாணிபம் செய்ததையும், மொழிகள் பல பேசிய பல அயல்நாட்டினர் தமிழகத்திற்கு வந்து வாணிபம் செய்த செய்தியினையும் அறிகிறோம். தமிழகத்தில் கரூர், பூம்புகார், கொடு மணல், உறையூர், கொற்கை போன்ற இடங்களில் நடைபெற்ற தொல்லியல் அகழ்வாய்வின் மூலம் கிடைத்த ரோமானிய மட் பாண்டங்கள், தங்க நாணயங்கள் போன்றவையும், இச்செய்தியினை உறுதிப்படுத்துகின்றன.

இப்புவியியல் மனிதன் தோன்றிச் செயல்படத் தொடங்கிய காலத்திலிருந்த வரலாற்றைக் கூட நம் கண்முன் கொண்டு வருவது

தொல்பொருளியலின் மிகச் சிறந்த சாதனை என்று கருதலாம். மனிதனின் தோற்றம், பரிணாம வளர்ச்சி, பண்பாடு போன்றவற்றை நம்மை அறியச் செய்வதில் தொல்பொருளியல் சிறந்த புரட்சி செய்துள்ளது.

தொல்லியலும் பண்பாடும்:

பண்பாடு என்பது மனிதன் காலந்தோறும் அடைந்துவரும் வரையறைக்குட்பட்ட மேம்பாடாகும். இது அரசியல் தவிர சமுதாய, பொருளாதார, சமயரீதியான ஒவ்வொரு அங்கங்களையும் தன்னகத்தே கொண்டது. வரலாற்று அறிஞர்களும், தொல்லியல் அறிஞர்களும் ஒரு நாட்டின் பண்பாடு பற்றிய கல்வித் துறையில் ஈடுபடுவதில் நிச்சயம் வேறுபாடுகள் இருக்கும் என்று கூறலாம். பண்பாட்டு ஆய்வு என்ற பெருங்கடலில் தத்தளிக்கும் கள ஆய்வாளருக்கு தொல்லியல்துறை ஒரு கலங்கரை விளக்காக நின்று உதவிபுரிகின்றது. நம் முந்தைய அறிஞர்கள் எழுதிச் சென்றதை மட்டும் வைத்து ஒரு நாட்டின் பண்பாட்டு நிலையைக் கண்டறிந்து விட முடியுமா? தொல்லியல் அறிஞர்கள் வரலாற்றுக்கு முற்பட்ட காலத்திலிருந்து மக்கள் பயன்படுத்திய தொழிற் கருவிகள், மண்பாண்டங்கள், ஈமச்சின்னங்கள் உணவுதானியங்கள், உறைவிடம், அழிந்த மிகப்பெரிய நகரங்களின் எஞ்சிய பகுதிகள், கல்வெட்டுகள் இவற்றை எல்லாம் வைத்து நாம் பழைமையான நாகரிகத்திற்கு உருவம் அமைக்கின்றனர்.

எகிப்திய, ரோமானிய சாம்ராஜ்யத்திற்கு முன்பே நாம் நாகரிகத்தில் மேம்பட்டவர்கள் என்பதற்கு, சிந்துச் சமவெளி அகழ்வாய்வும், நம் கலைகளுக்கு எடுத்துக்காட்டாகச் சிற்பங்களில் ஆடை, ஆபரணங்களும், சிறந்த மக்களாட்சி நாகரிகத்திற்கு எடுத்துக்காட்டாக உத்திரமேரூர் கல்வெட்டுகளும், நடனம், இசைக்குப் பெயர் போனதாகத் தொல்லியல் அறிஞர்கள் ஒரு பண்பாட்டை ஆதாரங்களுடன் விளக்குவதில் மேம்பட்டவர்கள்.

தொல்பொருளியலும் சுற்றுச்சூழலும்:

தொல்பொருளியலோடு நெருங்கிய தொடர்புடையது அந்தத் தொல்லியல் களம் அமைந்திருந்த சுற்றுச்சூழல் ஆகும். 19 மற்றும் 20-ம் நூற்றாண்டு தொல்லியல் ஆய்வாளர்கள் கலை நயமிக்க பொருட்கள், கட்டிடங்கள், நாகரிகங்கள் போன்றவற்றை ஆராய்ந் தார்களே தவிர சுற்றுச்சூழல் விஞ்ஞானத்திற்கு முக்கியத்துவம் தரவில்லை. ஆனால் கற்கால மனிதர்களைப் பற்றி அறிந்துகொள்ள நேரும் போது அவர்கள் வாழ்ந்த வாழ்க்கையை அறிந்துகொள்ள

அந்தச் சூழலை அறிந்துகொள்ளுவது அவசியம். அவர்கள் உணவுக்காக அலைந்தார்களா, உணவை உற்பத்தி செய்தார்களா என்பதை அறிந்துகொள்ள சுற்றுச்சூழல் விஞ்ஞானம் உதவுகிறது. கடந்த பத்து ஆண்டுகளாகச் சுற்றுச்சூழலுக்கும் தொல்பொருளியலாளர்கள் முக்கியத்துவம் அளிக்கத் துவங்கி உள்ளார்கள், ரோமானிய நாட்டில்கூட மத்திய காலத்தை அறிந்து கொள்வதற்குக் கடந்த சில ஆண்டுகளாகத் தான் சூழ்நிலையியலுக்கு அதிக முக்கியத்துவம் வழங்கப்பட்டு அந்தக் கண்ணோட்டத்தில் ஆய்வுக் களத்திலிருந்து கண்டெடுக்கப்பட்ட கலை நுட்பப் பொருட்களுக்கும் பிற கருவிகளுக்கும் விளக்கம் அளிக்கப்படுகின்றன. உலகின் தட்ப வெப்பநிலை மற்றும் பிற சூழ்நிலைகேற்ப மனித இனத்தின் முன்னேற்றமும் சீரழிவும் ஏற்படுவதாக விஞ்ஞானிகள் கண்டறிந்துள்ளனர். மனித இனத்தின் தோற்றம், நாகரிக வளர்ச்சி, உலக அமைப்பின் பண்டைய நிலை போன்றவற்றை அறிந்து கொள்வதற்குச் சூழ்நிலைக் கல்வியே உதவுகின்றது. நாகரிகம் வளர்ச்சியடையக் காரணமாயிருந்த சூழ்நிலை, வீழ்ச்சியடையக் காரணமாயிருந்த சூழ்நிலை, அக்கால விலங்குகள், அழிந்துவிட்ட விலங்கினங்கள், தட்பவெப்ப நிலை மாற்றங்கள் இயற்கைச் சீற்றங்களான நில நடுக்கங்கள், வெள்ளம், பெருந்தீ இவற்றால் ஏற்பட்ட மாற்றங்கள் போன்றவற்றை அறிந்து கொள்ள சூழ்நிலையியல் உதவுகின்றது.

தற்பொழுது சூழ்நிலைத் தொல்பொருளியல் என்பது உயிரியல், மண்ணியல், புவியியல், மானுடவியல் போன்ற துறைகளை உள்ளடங்கிய தனித்துறையாக வளர்ந்து வருகின்றது. தொல்லியல் பொருட்கள், தொன்மை மனிதனைப் பற்றிய செய்திகளை முழுமையாக உணர்ந்து கொள்வதற்கு அந்தக் காலச் சுற்றுச்சூழலான நிலம், தட்பவெப்பம், தாவரங்கள், மிருகங்கள், உணவு, மனித வாழ்நாட்கள், ஆகியவற்றை அறிந்து விளக்கம் அளிப்பதுதான் முழுமையான வரலாற்றை அறிய உதவும் என்பதில் தான் சூழ்நிலைக் கல்வியின் பலம் அடங்கி இருக்கின்றது. தற்பொழுது பழைய கண்டுபிடிப்பு களையும் சூழ்நிலையியல் கண்ணோட்டத்துடன் பார்க்கத் துவங்கி முழுமையான முடிவுகளைக் காண தொல்லியலாளர்கள் முயற்சி எடுத்துள்ளார்கள். எனவே தொல்பொருளியலில் சூழ்நிலைக் கல்வி என்பது பெரும்பங்கு வகிக்கின்றது.

இவ்வாறு தொல்பொருளியல் பல்வேறு விஞ்ஞானத் துறை களையும் கலைத் துறைகளையும் உள்ளடக்கிய தனிப்பெரும் பிரிவாகத் திகழ்ந்து மனித குல வரலாற்றை என்றும் எடுத்து இயம்பும் சிறப்பான துறையாக இருக்கின்றது.

தொல்லியல் கலையா? அறிவியலா?

விஞ்ஞானப்பூர்வமாகத் தொல்லியலை ஆராய்வதால் இதை அறிவியல் என்று கூறலாமா என அறிஞர்களிடையே கருத்து மோதல்கள் ஏற்பட்டன. கோர்டன் சைல்ட் என்பவரின் கருத்துப்படி தொல்லியலின் துணையுடன் எழுதப்படும் பண்டைய வரலாற்றின் தொடர்ச்சியே இன்றைய இயற்கை வரலாறு. இங்கு இயற்கை என்பது அறிவியல் என்பது குறிப்பிடத்தக்கது ஆகும்.

கலையே! :

கிளைன் டேனியல் என்பவர் தொல்பொருளியலையும், மானுடவியலையும் அறிவியல் என்று கூறுவதை ஆணித்தரமாக மறுக்கின்றார். வரலாறு போலவே தொல்லியல் மனிதனின் போக்கை அறிய முற்படுகின்றது. தொல்லியல் ஆய்வுகள் பல்வேறு விஞ்ஞானத் துறைகளின் உதவியுடன் நடத்தப்பட்டாலும் இறுதியில் நாம் காண்பது மனிதனின் செயல்களையும் சாதனைகளையும் தான். எனவே இதனை அறிவியல் என ஏற்றுக்கொள்ள முடியாது என்ற டேனியல் கூறுகின்றார். ஏனெனில் ஒவ்வொரு மனிதனின் எண்ணங்களும் செயல்பாடுகளும் ஒரே மாதிரியாக இருப்பதில்லை. அறிவியல் என்பது நிலையான கோட்பாடுகளை உடையது. மனிதனின் போக்கு, செயல்பாடுகள் எப்படி இருக்கும் என்று கணிக்க இயலாது. எனவே தொல்லியலை அறிவியல் என்று கூற முடியாது என்கிறார் டேனியல்.

கலையும் அறிவியலும் சேர்ந்தது:

மார்டிமர் வீலர் போன்ற அறிஞர்கள் தொல்லியல், பாதி அறிவியலையும் பாதி கலையையும் தன்னகத்தே கொண்டது என்று குறிப்பிடுகின்றனர். ஏனெனில் ஆய்வுகள் மேற்கொள்ளும் பொழுது அறிவியல் அணுகுமுறைகளையும் அறிக்கை தயாரித்து வெளியிடுவதில் கலைத் திறனையும் பயன்படுத்துவதால் தொல்லியல் இரண்டு பெரும் பிரிவுகளையும், உள்ளடக்கியதாகத் திகழ்கின்றது. சான்றுகளுக்கும் கலைப் பொருட்களுக்கும் சிறிது சிந்தனையப் பயன்படுத்திதான் தெளிவாக விளக்கிக் கலைநயத்துடன் கூற வேண்டி இருக்கின்றது. தொல்லியல் சான்றுகளைப் பார்வையிடும் ஒவ்வொரு பார்வையாளர்களும், தங்கள் கண்ணோட்டத்தில் கருத்துக்களை வெளியிடுகின்றனர். ஆனால் விஞ்ஞானத்தைப் பொறுத்தவரை அனைத்து விஞ்ஞானிகளும் குறிப்பிட்ட பொருளைப் பரிசோதனை செய்தால் ஒரே மாதிரியான முடிவுகளைத்தான் தெரிவிப்பார்கள். எனவே தொல்பொருளியல் என்பது அறிவியல் அணுகுமுறையைக் கொண்ட கலை என்ற கருத்தை வீலர் ஏற்றுக்கொள்கிறார்.

அறிவியலே!:

சில அறிஞர்கள் தொல்லியலை அறிவியலே என்று கூறுகின்றனர். முழுமையான விஞ்ஞான உபகரணங்களுடன் அறிவியல்பூர்வமாக ஆய்வுகள் மேற்கொள்ளப்படுகின்றன. விஞ்ஞானம் என்பது ஆய்வுகளின் அடிப்படையில் பொதுவான கோட்பாட்டை உருவாக்குகிறது. அதே போல் தொல் பொருளியலாலும் சில பொதுக் கருத்துகளை உருவாக்க முடிகின்றது.

உதாரணமாக எங்கெல்லாம் புதிய கற்காலச் சின்னங்கள் காணப்படுகின்றதோ, அங்கு விவசாயம் நடைபெற்றிருந்ததைக் காணலாம். பெருங்கற்கால சின்னங்கள் அனைத்தும் இறந்தவர்கள் பற்றியே குறிப்பதாக இருக்கிறது. பழங்கற்கால மனிதர்கள் வாழ்ந்த தடயங்களை குவார்ட்சைட் பாறைகளின் அருகே காணப்படும் நதிப்படுக்கையில் காணலாம். கள ஆய்வில் தொடர்ந்து பங்கேற்கும் தொல்லியலாளர்கள் அங்குக் கிடைக்கும் கலைநுட்பப் பொருட்களையும் மட்பாண்டங்களையும் பார்க்கும்பொழுது அவை எக்காலத்தைச் சேர்ந்தவை என்று கூறமுடியும்.

இரண்டு பங்கு ஹைட்ரஜனையும் ஒரு பங்கு ஆக்ஸிஸனையும் சேர்த்து மின்சாரம் செலுத்தும்போது தண்ணீர் கிடைக்கும் என்று கூற இயலுமோ அதுபோல் சில தடயங்களை வைத்து இப்பண்பாடு இந்தக் காலத்தைச் சேர்ந்தது என்று உறுதியாக கூறமுடியும் என்பதால் இது விஞ்ஞானமே என்று சில அறிஞர்கள் கூறுகின்றனர்.

மேலும் அறிவியல் மூலம் வருங்கால நிகழ்ச்சிகளைக் கணித்துக் கூற இயலும். அதாவது வானிலை, மற்றும் கிரகணங்கள் தோன்று வதை முன்கூட்டியே தெரிவிக்க இயலும். தொல்லியலாளர்களும் பண்பாட்டின் போக்கைக் கணித்துக் கூற இயலும். ஆனால் அது முழுமையாக நடக்குமென்று உத்திரவாதம் அளிக்க முடியாது. மேலும் மனிதன் எந்தச் சூழ்நிலையில் எவ்விதம் நடந்துகொள்வான் என்று யாரும் தெளிவாகக் கூற இயலாது.

தொல்லியல் மனிதப் பண்பாட்டையும் பரிணாம வளர்ச்சியையும் கூற முற்படுவதால் இதனை அறிவியலோடு இணைக்க இயலாது. ஆனால் மண்ணியல், மானுடவியல், இயற்பியல், வேதியியல், விலங்கியல், தாவரவியல் போன்ற பல துறைகளின் உதவியுடன்தாம் தொல்லியல் ஆய்வுகள் மேற்கொள்ளப்படுகின்றன. விஞ்ஞான ஆய்வுகள் தூண்டுதலின் காரணமாகச் சிறந்த முடிவுகளைத் தருகிறது. தொல்லியல் ஆய்வுகள் ஆராய்ந்து அறிவதால் பலனைத் தருகிறது. எனவே வரலாறு போன்றே தொல்லியலும் அறிவியல்பூர்வமாகக்

கருத்துகளைச் சேகரித்து கலை நுணுக்கத்துடன் வெளியிடப்படும் துறை என்பது பலராலும் ஏற்றுக்கொள்ளப்பட்டதாகும்.

அறிவியல் துறைகள் தொல்லியலுக்கு எந்த வகையில் உதவுகின்றன என்பதை இங்கு விரிவாகக் காண்போம்.

தொல்பொருளியலும் பிற இயற்கை அறிவியல் பிரிவுகளும்:

தொல்பொருளியலும் தாவரவியலும்:

பழங்காலத்தில் உள்ள செடிகளைப் பற்றி ஆராய்ச்சி செய்வதன் மூலம் காலத்தைக் கணிக்கலாம். அந்தச் செடிகளை வைத்துப் பயிரிடும் முறையால் மக்களின் உணவு பழக்க வழக்கங்களை அறிய முடியும்.

பூக்களில் காணப்படும் மகரந்தங்களைப் பற்றிய கல்வி மகரந்தவியல் எனப்படும். நுண்ணோக்கிகள் மூலம், சேறு, ஏரிகளில் உள்ள மண்ணடுக்குகள் போன்றவற்றில் காணப்படும் பழங்காலப் பூந்தாதுக்களை ஆய்வு செய்வதின் மூலம் காலநிலை பிரிவுகளைக் கண்டறியலாம். தொல்பொருளியல் ஆய்வில் மரங்களும், முக்கியத்துவம் பெற்றவை ஆகும்.

எல்லா மரங்களும் வருடம் ஒரு முறை ஒரு வளையத்தை உருவாக்கும். தட்பவெப்ப நிலையைப் பொருத்து அதன் தடிமன் அமையும். இந்த முறையை A.E. டக்லெஸ் என்பவர் கண்டறிந்தார். இந்த முறையைப் பயன்படுத்தி மூவாயிரம் வருடங்களுக்குள் உள்ள மரப்பொருட்களின் காலத்தைப் பற்றி மட்டுமே அறிய முடியும்.

தொல்பொருளியலும் மானுடவியலும்:

மானுடவியல் ஆய்வு என்பது மனிதனின் உடற்கூறுகளைப் பற்றி அறிவதும் மனித எலும்புக் கூட்டின் மண்டை ஓடு தாடை போன்ற உடற் உறுப்புகளைப் பற்றி படிப்பது ஆகும். தொல்பொருள் ஆராய்ச்சியின் போது கிடைக்கும் எலும்புக் கூடுகளை வைத்து அதனுடைய பாகங்களை ஆராய்ந்து அந்த மனிதனின் இனத்தைக் கண்டுபிடிக்க முடியும். மானிடவியல் இரண்டு வகைப்படும். ஒன்று உடல் சம்மந்தப்பட்ட ஆய்வு. இரண்டாவது மனிதனுடைய சமுதாயம் மற்றும் பண்பாடு பற்றிய ஆய்வு. மனிதனுடைய சமுதாயப் பண்பாடு சம்மந்தப்பட்ட பழக்கவழக்கம் மரபுகள் ஆகியவற்றை அறிவது இந்த இயலின் நோக்கம். இது ஒரு குறிப்பிட்ட சமுதாயத்தில் நிலவக்கூடிய ஒற்றுமைகள், வேற்றுமைகள், மாற்றங்கள், மொழி உற்பத்தி, பகிர்வு, பரிமாற்றும் சமுதாய அமைப்பு, திருமணம்,

குடும்பம், அரசியலமைப்பு ஆகியவற்றைப் பற்றி ஆராய்வது இந்த இயலின் நோக்கம். தற்காலத்தில் இருக்கின்ற பழக்க வழக்கங்களைக் கூர்ந்து கவனிப்பதன் மூலமாகக் கடந்த கால பழக்க வழக்கங்களை ஓரளவு யூகிக்க முடியும்.

தொல்பொருளியலும் விலங்கியலும் :

விலங்கினங்களின் அமைப்பு, வகைகள் ஆகியவற்றைப் பற்றி அறிவது விலங்கியல் எனப்படும். இதைப் பற்றிய அறிவு தொல் பொருள் ஆராய்ச்சியாளருக்கு மிக உதவும். அகழ்வாராய்ச்சியின் பொழுது நிறைய விலங்கினங்களின் எலும்புகள் கிடைக்கின்றன. இந்த எலும்புகளைப் பற்றி ஆராய்ச்சி செய்வதின் மூலம் விலங்குகளின் வகைகள், அந்த விலங்குகள் வீட்டு விலங்குகளா? கொடிய விலங்குகளா? உணவுக்காக அந்தப் பகுதிக்கு வந்தவையா? என்பதை அறிய முடியும் இந்த எலும்புகளை வைத்து இந்த விலங்குகளின் பயன்பாடுகளை அறியமுடியும்.

தொல்பொருளியலும் வேதியலும் :

தொல்பொருள் ஆராய்ச்சிக்கு வேதியியல் பல வழிகளில் உதவி புரிகின்றது. இரும்பு, தாமிரம், வெள்ளி போன்ற பொருட்களை அகழ்வாரய்ச்சியின் பொழுது சேகரிக்கப்படுகின்றன. அவைகளைப் பாதுகாக்க வேதியியல் உதவுகிறது. நினைவுச் சின்னங்களையும் பழங்கால ஓவியங்களையும் மீண்டும் அழியாமல் பாதுகாக்க வேதியியல் முறையைப் பயன்படுத்துகின்றனர். அஜந்தா, தஞ்சாவூர் போன்ற இடங்களில் உள்ள சுவர் சித்திரங்களைச் சுத்தப்படுத்து வதற்கும் பலப்படுத்தப்படுவற்கும் பாதுகாப்பதற்கும் வேதியியல் பயன்படுகிறது. புதைபொருள் ஆராய்ச்சி மூலம் கண்டு பிடிக்கப்பட்ட பொருட்களை வேதியல் முறையைப் பயன்படுத்தி வானிலை, உப்பு போன்றவற்றால் பாதிக்கப்படாமல் அந்தப் பொருட்கள் பாதுகாக்கப் படுகின்றன.

வேதியல் பகுப்பாய்வு:

புளோரின், யுரேனியம், நைட்ரஜன் போன்ற தனிமங்களைப் பயன்படுத்தி எலும்பின் காலத்தினை அறியலாம். ஒரு எலும்புத் துண்டில் புதைந்துள்ள புளோரின் (Flourine) அளவைக் கொண்டு அந்த எலும்பின் காலத்தைக் கணிக்கலாம். எலும்பு நிலத்தடி நீரை உறிஞ்சி அதிலுள்ள புளோரினை ஏற்றுக்கொள்கிறது. புளோரினைப் போலவே நிலத்தடி நீரிலுள்ள யுரேனியத்தையும் எலும்பு உட்கிரகிக்கிறது. அந்த எலும்பிலுள்ள யுரேனியத்தின் அளவை வைத்தும் காலத்தைக் கணக்கிடலாம். அதே போன்ற புராதன எலும்பு

துண்டுகளைக் கொண்டும் காலக் கணிப்பை நிர்ணயிக்கலாம். புதைந்துவிடும் எலும்புத் துண்டுகளில் காலம் செல்ல செல்ல நைட்ரஜன் அளவு குறையும், நைட்ரஜன் குறை அளவை மதிப்பீடு செய்வதின் மூலம் காலகணிப்புச் செய்யப்படுகிறது. விலங்குகளின் சிதைவுகளில் பாஸ்பேட் தனிமத்தில் மிச்சங்கள் இருக்கும்.

தொல்பொருளியலும் இயற்பியலும்:

தொல்பொருள் ஆராய்ச்சியாளர்களுக்கு இயற்பியல் தொழில் நுட்பரீதியாகப் பல வழிகளில் பயன்படுகிறது. புதைந்த இரும்புகளின் மண், செங்கல் போன்றவற்றால் ஆன கட்டிடங்கள் புதைந்த மண்பாறை குழிகள் ஆகியவற்றை அளவீடு (Survey) செய்வதற்கு இயற்பியல் பயன்படுகிறது.

தொல்பொருளியலும் கணிப்பொறியியலும் :

தற்காலத்தில் கம்ப்யூட்டரின் பயன்பாடு இல்லாத துறையே இல்லை என்று சொல்லும் அளவிற்கு கம்பூட்டரின் தாக்கம் உள்ளது. தற்போது தொல்பொருள் ஆராய்ச்சியில் கம்ப்யூட்டரின் பங்கு மகத்தானது. ஏராளமான தகவல்களையும், செய்திகளையும் மிக விரைவாகவும் பாதுகாப்பாகவும் கம்ப்யூட்டரில் சேகரிக்க முடியும் வேண்டும் பொழுது அந்த விவரங்களை எளிதாக எடுத்துக்கொள்ள முடியும். கம்ப்யூட்டரின் உதவியால் பொருட்களின் மாதிரிகளை உருவாக்கி விளக்கமும் கூறலாம்.

இயல்-3

புதிய தொல்பொருளியல்

தொல்லியல் ஆய்வு உடலையும் உள்ளத்தையும் வருத்திச் செய்யப்படும் (Painful Work) ஆய்வு என்பதில் சிறிதும் சந்தேக மில்லை. உண்மை நிகழ்ச்சிகளான மனிதன் கடந்து வந்த வரலாறு, நாகரிகம் இவற்றிற்கு ஆதாரம் கொடுப்பதே தொல்பொருளியல் தான். இத்துறை அறிவியல் சாதனங்களையும், ஆய்வுக் கூடங்களையும் பயன்படுத்தியும் பிற துறை வல்லுநர்களின் ஆலோசனைகளை ஏற்றும் செயல்படும் அறிவியல்பூர்வமான ஒரு பிரிவாகச் செயல்படுவதால் இதனைப் புதிய நவீன தொல்லியல் என்று டேவிட் எல்.கிளார்க் (C. David L. Clark) என்னும் அறிஞர் 1968-ல் வெளியான தனது அனலிட்டிகல் ஆர்கியாலஜி (Analytical Archaeology) என்னும் நூலில் கூறுகிறார்.

தொல்லியல் வல்லுநர்கள் பழம் பொருட்களைப் பல விதங்களில் ஆய்வு செய்தும் காலகட்டங்களைக் கணக்கிட்டும், பிற நாடுகளில் கிடைக்கும் அதே காலத்தைச் சேர்ந்த பொருட்களுடன் ஒப்பிட்டும், வேறுபடுத்தியும் செயல் புரிகின்றனர் பொருள்களின் காலங்களை நிர்ணயிப்பதில் அறிவியல் ஆய்வு மையங்களையும் பயன்படுத்து கின்றனர். மேலும் அகழ்வாய்வுகளுக்குப் புதுப்புதுக் கருவிகளின் துணைகளுடன் மண்ணடுக்குகளை வகைப்படுத்தி, ஒரு சிறு எலும்பிற்கு உரிமையானவரின் உருவத்தையே செய்கின்றனர். அக்கண்டுபிடிப்புகள் மேலும் பல அகழ்வாய்வுகள் மேற்கொள்ள உதவுவதுடன் பிற நாடுகளில் நிலவியிருந்த நாகரிகத்துடன் நம் நாகரிகத்தை ஒப்பிட்டு நோக்க, புதிய கருத்துகளை அறிமுகப்படுத்த உதவுகின்றது.

ஆரம்ப காலத்தில் தொல்பொருளியல் ஆய்வுகள் புராதனக் கலைப்பொருட்களைச் சேகரிக்கவும் மானுடவியல் வளர்ச்சியைத் தெரிந்துகொள்ளவும் நடத்தப்பட்டன. ஆனால் புதிய தொல்லியலாளர்கள் ஆய்வில் கிடைக்கும் பொருட்களைக் கொண்டு அக்கால மக்களின் கலாசாரத்தையும், கலாசார வளர்ச்சியையும், அதன் கால வரிசையையும் அறிந்துகொள்வதிலும் கலாசார நடவடிக்கைகளுக்கு விளக்கம் தருவதிலும் ஆர்வம் காட்டுகின்றார்கள்.

பண்பாட்டுக் காலம் :

விஞ்ஞான வளர்ச்சி தொல்லியலுக்கு நல்லதொரு வடிவத்தைக் கொடுத்துள்ளது. எத்தகைய சிதைந்த நிலையில் உள்ள பொருட்களாலும், துணிகளானாலும், மட்பாண்டங்கள், தாவரங்கள், எலும்புகள் போன்றவற்றைக் காலக்கணிப்பு முறை மூலம் தெளிவாகக் கண்டு அறிய முடிகின்றது. இதற்காக மண்ணியல் அடுக்கமைப்பு ஆய்வு முறை, C 14 முறை, வெப்ப ஒளி உமிழ் முறை போன்ற முறைகள் பின்பற்றப்படுகின்றன. மனித கலாசாரத்தின் பரிணாம வளர்ச்சிக் காலத்தைக் கற்காலம், பித்தளைக் காலம், இரும்புக் காலம் என்று மூன்று கட்டங்களாக கிறிஸ்டியன் தாம்சன் என்ற அறிஞர் பிரிக்கின்றார்.

இத்தகைய பண்பாட்டுக் காலப் பிரிவினைகள் ஸ்காண்டி நேவியா மற்றும் பிரான்ஸ் போன்ற நாடுகளில் வரலாற்றுக்கு முற்பட்ட இடங்களை ஆராய்ச்சி செய்யும்பொழுது கிடைத்த பொருட்களை வைத்து இப்பண்பாட்டுக் காலங்கள் பிரிக்கப்பட்டன.

கலாசாரப் பரவல் :

பத்தொன்பதாம் நூற்றாண்டில் அடுக்கமைப்பு ஆய்வு மேற் கொண்ட பொழுது பல பெருமை மிகு கண்டுபிடிப்புகள் கிடைத்தன. சுவிஸ் நாட்டின் ஏரி வசிப்பிடங்களும் அதன் கலாசாரப் பரிமாணத் தையும் அறிந்துகொள்ள முடிந்தது. ஐரோப்பாவில் தொடங்கிய இந்த கலாசார மாற்றங்கள் உலகம் முழுவதும் பரவி இருக்கும் என்ற பொதுக்கருத்தும் ஏற்பட்டது. ஆனால் ஆப்ரிக்கா, ஆசியா, அமெரிக்கா போன்ற நாடுகளில் நடைபெற்ற தொல்லியல் ஆய்வுகள் கலாசாரப் பரவல் மற்றும் பல வகைப்பாடுகள் பற்றிய திட்டவட்ட முடிவு எடுப்பதில் தடுமாற்றம் ஏற்படச் செய்தது. ஏனெனில் பல இடங்களில் தொழில்நுட்பப் பழக்கவழக்கங்கள் மாறுபாட்டுடன் காணப்பட்டன.

குறைபாடுகள்:

புதிய தொல்லியல் முறை பாரம்பரியத் தொல்பொருள் ஆராய்ச்சி யாளர்களால் குறை கூறப்படுகிறது. ஏனெனில் இந்தப் புதிய தொல்லியல் முறை புவி வரலாற்றில் மனிதனுடைய பங்கினைக் குறைவாக எடை போடுகின்றது. திருமதி ஜேக்குட்டா ஹாக்ஸ் என்பவர் இந்தத் தொல்பொருள் ஆராய்ச்சியில் கணிதம், அறிவியல் புள்ளியியல் நுட்பங்களைப் பயன்படுத்தும்போது அது மனித நோக்கத்தை இழந்து விடுகிறது என்று குறிப்பிடுகின்றார். புருஸ். ஜி.டிரிக்கர் என்பவர் தொல்பொருள் ஆராய்ச்சியானது அறிவியலை அதிகம் சார்ந்திருக்காமல் வரலாற்று விளக்கக் கூறுகளுக்கு

முக்கியத்துவம் கொடுக்க வேண்டும் என்கிறார். சில தொல்பொருள் ஆராய்ச்சியாளர்கள் கருத்து என்னவெனில் ஆராய்ச்சியாளரின் புள்ளி விவரங்களைச் சேகரிக்கவும், அவற்றைப் பற்றி ஆராயவும் அறிவியல் தொழில்நுட்பங்களைப் பின்பற்ற வேண்டுமெனவும், ஆனால் பொதுவான விதிகளை வகுப்பதற்கும் பின்வருவனவற்றை முன்னே தெரிவிக்கும் தன்மை போன்றவற்றை உருவாக்கும் போதும் அறிவியல் தொழில்நுட்பங்களைச் சார்ந்திருக்கக் கூடாது என்றும் கூறுகின்றனர். இதைப் பற்றி விவாதம் நடைபெற்று வருகிறது.

அறிவியல் சார்ந்த கட்டமைப்பு வேலைகள் ஒரு குறிப்பிட்ட நிகழ்ச்சிகளை ஆராய்ச்சி செய்யும்போதும் வரலாற்றுரீதியான விளக்கங்களைக் கொடுக்க மட்டுமே அவசியம் தேவை. ஆனால் தொல்லியலுக்கு விளக்கம் அளித்து அறிக்கை தயாரித்து வெளியிடும் பொழுது விஞ்ஞானத்தைவிட கலைநுட்பத்தையே அதிகம் பயன்படுத்த வேண்டும் என்று இவர்கள் கூறுகின்றனர்.

சூழ்நிலைத் தொல்லியல் :

கடந்த பத்து ஆண்டுகளாகத் தொல்லியல் துறையில் சூழ்நிலைக்கு முக்கியத்துவம் அளிக்கப்பட்டு தொல்லியல் துறையின் கண்டுபிடிப்புகளைப் புதிய கோணத்தில் ஆராயும் முயற்சிகள் மேற்கொள்ளப்பட்டு வருகின்றன.

தொல்பொருளியலோடு நெருங்கிய தொடர்புடையது அந்தத் தொல்லியல் களம் அமைந்திருந்த சுற்றுச்சூழல் ஆகும். 19 மற்றும் 20-ம் நூற்றாண்டு தொல்லியல் ஆய்வாளர்கள் கலை, நயமிக்க பொருட்கள், கட்டிடங்கள், நாகரிகங்கள் போன்றவற்றை ஆராய்ந்தார்களே தவிர சுற்றுச்சூழல் விஞ்ஞானத்திற்கு முக்கியத்துவம் தரவில்லை. ஆனால் கற்கால மனிதர்களைப் பற்றி அறிந்துகொள்ள அந்தச் சூழலை அறிந்துகொள்ளுவது அவசியம். அவர்கள் உணவுக்காக அலைந்தார்களா, உணவை உற்பத்தி செய்தார்களா என்பதை அறிந்து கொள்ள சுற்றுச்சூழல் விஞ்ஞானம் உதவுகின்றது. உலகின் தட்பவெப்ப நிலை மற்றும் பிற சூழ்நிலைகேற்ப மனித இனத்தின் முன்னேற்றம் சீரழிவும் ஏற்படுவதாக விஞ்ஞானிகள் கண்டறிந்துள்ளனர். மனித இனத்தின் தோற்றம் நாகரிக வளர்ச்சி, உலக அமைப்பின் பண்டைய நிலை போன்றவற்றை அறிந்து கொள்வதற்குச் சூழ்நிலைக் கல்வியே உதவுகின்றது. நாகரிகம் வளர்ச்சியடையக் காரணமாயிருந்த சூழ்நிலை, வீழ்ச்சியடையக் காரணமாயிருந்த சூழ்நிலை, அக்கால விலங்குகள், தட்பவெப்பநிலை மாற்றங்கள், இயற்கைச் சீற்றங்களான கடல் கொந்தளிப்பு, நிலநடுக்கம், வெள்ளம், பெருந் தீ ஆகியவற்றால்

ஏற்பட்ட மாற்றங்கள் போன்றவற்றை அறிந்துகொள்ள சூழ்நிலையியல் உதவுகின்றது.

தற்பொழுது சூழ்நிலைத் தொல்பொருளியல் என்பது உயிரியல், மண்ணியல், புவியியல், மானுடவியல் போன்ற துறைகளை உள்ளடக்கிய தனித்துறையாக வளர்ந்து வருகின்றது. தொல்லியல் பொருட்கள் மூலம் தொன்மை மனிதனைப் பற்றிய செய்திகளை முழுமையாக உணர்ந்து கொள்வதற்கு அந்தக் காலச் சுற்றுச்சூழலான நிலம், தட்பவெப்பம், மிருகங்கள் உணவு, மனித வாழ்நாட்கள் ஆகியவற்றை அறிந்து விளக்கம் அளிப்பதில் தான் சூழ்நிலைக் கல்வியின் பலம் அடங்கி இருக்கின்றது. தற்பொழுது பழைய கண்டுபிடிப்புகளையும் சூழ்நிலையில் கண்ணோட்டத்துடன் பார்க்கத் துவங்கி முழுமையான முடிவுகளைக் காண தொல்லியலாளர்கள் முயற்சி எடுத்துள்ளார்கள். எனவே தொல் பொருளியலில் சூழ்நிலைக் கல்வி என்பது பெரும்பங்கு வகிகின்றது.

இவ்வாறு தொல்பொருளியல் பல்வேறு விஞ்ஞானத் துறை களையும் கலைத் துறைகளையும் உள்ளடக்கிய தனிப்பெரும் பிரிவாகத் திகழ்ந்து மனித குல வரலாற்றை எடுத்தியம்பும் சிறப்பான துறையாக இருக்கின்றது. மேலும் தொல்லியல் அறிஞர்களிடையே தோன்றும் கருத்து மோதல்கள் நவீன தொல்லியலில் உள்ள குறைபாடுகளைக் களைந்து அதனை ஒரு சிறப்பான தனித்துவம் வாய்ந்த துறையாக வளர்ச்சியடைவதற்குத் துணைநிற்கின்றது.

இயல்-4

தொல்லியலின் வகைகள்
(பொருளாதார, இனவியல் தொல்லியல்)

தொல்லியல் என்பது பழமையான பொருட்கள் அறிவியல் பூர்வமாக வெளிப்படுத்தும் துறை ஆகும். ஆனால் காலகட்டங்களுக்கு ஏற்பவும், பொருட்கள் கிடைக்கும் பகுதிகளை வைத்தும், பொருட்களின் பிரிவை வைத்தும், அவை சேகரிக்கப்படும் முறையை வைத்தும் தொல்லியல்துறை வல்லுநர்கள் தொல்லியலை வகைப்படுத்துகின்றனர்.

மத்தியதரைப் பகுதி தொல்லியல்:

கிரேக்க ரோமானியத் தொல்லியல் பிரிவை மத்திய தரைக் கடல் தொல்லியல் என்று அழைக்கின்றனர். மேலும் மத்திய தரைக் கடலிலும் பல தொல்லியல் சான்றுகள் அதிக அளவில் கிடைக்கின்றன. எனவே இப்பகுதியைத் தொல்லியல் சுரங்கம் என்றும், மத்திய தரைக்கடல் நீரடி அருங்காட்சியகம் என்றும் அழைக்கின்றனர்.

எகிப்தியத் தொல்லியல் :

எகிப்து நாட்டின் பாரம்பரியமிக்க பிரமிடுகளும், அங்கே கிடைக்கும் அரிய கலைச் செல்வங்களுமே எகிப்தியத் தொல்லியல் (Egyptology) என்னும் தனிப்பிரிவு தோன்றுவதற்குக் காரணமாயிற்று. பழங்கால மனிதனின் நாகரிகம், எழுத்துமுறை போன்றவற்றைத் தெளிவாக எகிப்திய தொல்பொருளியல் விளக்குகின்றது. எகிப்தின் மீது அளவற்ற ஈடுபாடு கொண்ட சிலர் எகிப்துதான் உலகின் பண்பாட்டு மையம் என்றும் அங்கிருந்துதான் பிற நாடுகளுக்கு நாகரிகம் பரவியது என்றும் கூறுகின்றனர், அந்த அளவிற்கு எகிப்தில் தொல்லியல் சான்றுகள் அதிகமாகக் கிடைக்கின்றன.

வரலாற்றுக் காலத்திற்கு முற்பட்ட தொல்லியல்:

இது பல இலட்சம் ஆண்டுகளுக்கு முன்னர் தோன்றிய மனிதனைப் பற்றிய எந்தவித எழுத்து ஆவணங்களும் நமக்குக் கிடைக்கவில்லை.

எனவே மனிதனின் தோற்றத்தையும், மனித நாகரிக வளர்ச்சியையும் அறிந்துகொள்வதற்குத் தொல்லியல் சான்றுகளே முதன்மைச் சான்றுகளாகத் திகழ்கின்றன. தொல்லியலும் மனிதன் செயல்படத் தொடங்கிய நாளிலிருந்து அவன் பயன்படுத்திய பொருட்கள், சமூகப் பழக்கவழக்கங்கள் போன்றவற்றை அறிந்து கொள்ள உதவுகின்றது. பழைய கற்கால மனிதன் நெருப்பின் பயனை அறியாதவனாகவும், இயற்கைக்கு அஞ்சியும், கற்கருவிகளைப் பயன்படுத்தியும் வாழ்ந்தான் என்பதை அறிகின்றோம். புதிய கற்காலத்தில் சற்று நாகரிக வளர்ச்சியடைந்த மனிதன் நெருப்பின் பயனை அறிந்தவனாகவும், கூரிய கல் ஆயுதங்களைப் பயன்படுத்துபவனாகவும் இறந்தவர்களை அடக்கம் செய்து கல்பதுக்கை போன்ற நினைவுச் சின்னங்கள் எழுப்பவும் அறிந்திருந்தான். பின்னர் உணவுதேடி அலைந்த மனிதன் உணவு உற்பத்தி செய்யவும் தொடங்கினான். தனக்குத் தேவையானவற்றைத் தன் இருப்பிடத்திலேயே தயாரிக்கும் திறனைப் பெற்றான். இது கற்காலத் தொல்லியப் பிரிவு என்று அழைக்கப்படுகின்றது.

உலோகக் காலத் தொல்லியல்:

பெருங்கற்காலத்தின் இறுதியில் இரும்புக் காலம் தொடங்குகின்றது. இதனைத் தொடர்ந்து வெண்கலக் காலம், செம்புக் காலம் தொடங்கு கின்றது. இக்கால கட்டங்களில் மனிதன் தனக்குத் தேவையான ஆயுதங்களையும் ஆடை அணிகலன்களையும் உற்பத்தி செய்யத் தொடங்கினான். இவை உலோகக் காலத் தொல்லியல் எனப்படுகின்றது.

வரலாற்றுக் காலம்:

வரலாற்றுக் கால நாகரிகங்களைப் பற்றி அறிந்துகொள்வதற்குத் தொல்லியல் சான்றுகளோடு இலக்கியச் சான்றுகளும் துணை நிற்கின்றன. இக்காலத்தில் தொல்லியல் பல்வேறு வகைகளாகப் பிரிக்கப்பட்டு புதிய பரிமாணங்களைப் பெற்று வளர்ச்சியடைந் துள்ளது. வரலாற்றுக் காலத் தொல்லியல் என்பது பண்டைக்காலத் தொல்லியல், மத்திய காலத் தொல்லியல் தொழிற்தொல்லியல், பொருளியல் தொல்லியல், இனத் தொல்லியல் கோயில் மற்றும் பௌத்தத் தொல்லியல் என்று பலபிரிவுகளாகப் பிரிந்து வளர்ச்சி யடைந்துள்ளது. இவ்வாறு பல பிரிவுகளை தன்னகத்தே கொண்ட தொல்லியல் ஆய்வு மேற்கொள்ளும் மாணவர்களுக்குப் பல்வேறு வகைகளில் பயன்படுகின்றது. இங்குப் பொருளாதாரத் தொல்லியல் மற்றும் இனவியல் தொல்லியல் போன்ற முக்கியமான பிரிவுகளைப் பற்றிக் காண்போம்.

தொல்பொருளியல் பொருளாதாரம் :

தொல்லியல் ஆய்வின் மூலம் கிடைக்கும் பொருட்களைக் கொண்டு அக்கால மக்களின் பொருளாதார வாழ்க்கையை அறியலாம். இலக்கியங்கள் வல்லோரையும், நல்லோரையும், பணக்காரர் களையும், சாதனையாளர்களையும் கூறும் நிலையில் சாமானிய மக்களின் வாழ்க்கைத் தரத்தை அறிந்துகொள்ள தொல்லியலே உதவுகின்றது. அகழ்வாய்வில் கிடைக்கும் பொருட்களைக் கொண்டு பொருளாதார நிலையை அறிந்துகொள்ளும் தொல்லியல் அறிஞர்கள் பல தொன்மைச் செய்திகளை வெளிக்கொணர்ந்துள்ளனர். பொருளாதாரத்தை மட்டுமே நோக்காகக் கொண்டு அகழ்வாய்வுகள் மேற்கொள்வதில்லை. அகழ்வாய்வு வெளிப்பாட்டில் கிடைத்த பொருட்களை வைத்து வரலாற்றுக்கு முந்தைய காலகட்டத்திலிருந்து இன்றுவரை மனித உலகில் எப்படிப்பட்ட பொருளாதார மாற்றங்களை அடைந்தான் என்பதை அறிந்துகொள்வதில் அறிஞர்கள் தனி ஆர்வம் காட்டுகின்றனர்.

பொருளாதார அடிப்படையிலான தொல்லியலைச் சுற்றுச் சூழ்நிலையில் தொல்லியல் என்ற பிரிவிலும் ஒழுங்குபடுத்தலாம். எந்த ஒரு நாட்டின் பொருளாதாரக் கல்வியும் அந்நாட்டின் இயற்கை வளங்கள், தட்பவெப்பநிலை, உயிரினம் ஆகியவற்றை முக்கியக் கூறுகளாகக் கொண்டுதான் இயங்கும். இக்கூறுகள் பழமையான வரலாற்றைத் தெரிவிக்கும் முக்கிய கருவிகளாகத் தான் சொல்லப் படுகின்றன. ஹரப்பா, மொஹஞ்சதாரோ, கலிபாங்கன், லோதல் போன்ற இடங்களில் அகழ்வாய்வில் பருத்தி, தானியங்கள், குதிரைகளைத் தவிர பிற விலங்குகளின் பொம்மைகள் போன்றவை கி.மு.5000 ஆண்டுகளுக்கு முன்னர் வாழ்ந்த மக்களின் பொருளாதார வாழ்க்கையை அறிந்துகொள்ள உதவுகின்றன.

மக்கள் தங்கள் வாழ்க்கைக்காகப் பயன்படுத்திய கலைநயப் பொருட்கள், நுண்கருவிகள் போன்றவற்றைப் பிறநாடுகளோடு ஒப்பிடும்பொழுது இந்தியா, எகிப்து, சுமேரியா, பாபிலோனியா போன்ற நாடுகளுக்கிடையே ஏற்பட்ட வணிகத் தொடர்புகளை அறிய முடிகின்றது. சிந்து என்றாலே பருத்தி என்று பொருள் எனத் தொல்லியல் வல்லுனர்கள் கூறுகின்றனர். இங்குத் தானியங்கள் சேமிக்க மிகப்பெரிய களஞ்சியங்கள் பயன்படுத்தப்பட்டன. லோதல் என்ற இடத்தில் நெல் உமியும் கண்டுபிடிக்கப்பட்டுள்ளது. கலிபங்கனில் 5000 ஆண்டுகளுக்கு முன்னர் உழுது பாத்தி கட்டிய அமைப்பு, விவசாய முறை அமைப்பு கிடைத்துள்ளது. இரும்பு தவிர ஏனைய உலோகங்களாலான அரம், கோடாரி, அம்பு முனைகள், ஈட்டி

முனைகள், ஊசிகள் போன்றவை கிடைத்துள்ளன. இவை பல்வேறு தொழில் செய்யும் சமூகத்தினரான குயவர், கொல்லர், தச்சர், தட்டார், செம்புவணிகப் பொருட்கள் செய்யும் கம்மியர், கற்கருவிகள் செய்வோர் கட்டிட வேலைக்காரர், முத்திரை உற்பத்தியாளர் போன்ற தொழில் விற்பன்னர்கள் இருந்தனர் என்பதைத் தெளிவாக்குகிறது. மேலும் அகழ்வாய்வுக் கண்டுபிடிப்புகள், வேளாண்மையும், உள்நாட்டு, அயல்நாட்டு வாணிபமும் முக்கியத் தொழிலாக இருந்திருக்க வேண்டும் என்பதை உறுதிசெய்கின்றன.

இந்திய நாட்டிற்கும் மேற்கத்திய நாடுகளுக்கும் இடையே நடைபெற்ற வாணிபத்தை அறிந்துகொள்ள தொல்லியல் சான்றுகள் உதவுகின்றன. அதிலும் குறிப்பாகத் தமிழகம் பல்வேறு நாடுகளான கிரீஸ், ரோம், பாரசீகம், அரேபியா மற்றும் சீனா போன்ற நாடுகளுடன் கொண்டிருந்த வாணிபப் போக்குவரத்தை அந்நாட்டு மக்கள் பயன் படுத்திய கலைநுட்பப் பொருட்கள், நாணயங்கள் போன்றவற்றின் மூலம் அறிந்துகொள்கின்றோம். இந்தியாவில் கண்டெடுக்கப்பட்ட பண்டைய வெளிநாட்டினரின் தங்க நாணயங்களுள் பெரும் பாலானவை பூம்புகார், அரிக்கமேடு, கொங்குநாடு, பாண்டிய நாடு எனத் தமிழகத்தின் பல்வேறு பகுதிகளில் கண்டெடுக்கப்பட்டவை ஆகும். இவை அனைத்தும் சங்க இலக்கியங்கள் வர்ணிக்கும் பண்டைத் தமிழரின் பொருளாதார வாழ்வைப் படம்பிடித்துக் காட்டுகின்றன.

ஆல்சின் என்ற அறிஞர் பழங்காலத்தில் இந்தியர்கள் தொழிற் துறையில் மகத்தான சாதனைகள் அடைந்துள்ளனர் என்று கூறுகின்றார். மேலும் D. H. கோர்டன் என்பவர் தனது வரலாற்றுக்கு முற்பட்ட இந்திய கலாச்சாரத்தின் பின்னணி எனும் நூலில் சிந்துச் சமவெளி மக்கள் மட்பாண்டங்கள் மற்றும் செம்பு போன்றவற்றைப் பயன்படுத்தியதோடு கட்டிட நிபுணர்களாகவும் கலைத்திறன்மிக்கவர் களாகவும் சிறந்த நாகரிகமுடையவர்களாகவும் வாழ்ந்தார்கள் என்று விவரிக்கின்றார். வி.பி. மெயின்கார் (V.B. Mainker) தன் நூலான மெட்ரோலாஜி இன் தி இன்டஸ் சிவலிசேசன் (Metrology in the Indus Civillzation) என்ற நூலில் பலவித முத்திரைகள் புழக்கத்தில் இருந்ததை விவரிக்கின்றார்.

தமிழ்நாட்டில் கொங்குநாட்டைச் சார்ந்த கொடுமணல், கரூர், வெள்ளலூர், பேரூர், திருவள்ளூர் மாவட்டம் அத்திரம்பாக்கம், தூத்துக்குடி மாவட்ட பையம்பள்ளி போன்ற இடங்களில் மேற் கொள்ளப்பட்ட அகழ்வாய்வுகள் நம் நாட்டில் காலம்காலமாகப் பயன்படுத்திய விலைமதிப்புயர்ந்த நவரத்தினங்கள், கற்கள், பாசிகள்,

கூர்முனைகள் கொண்ட கருவிகள் உணவு தானியங்கள் போன்ற செய்திகளைத் தருகின்றன. இன்றும் சீரிய பொருளாதார நோக்கில் தொல்லியல் இயங்கவேண்டும் என ராபின் டேனியல் குறிப்பிடுகின்றார். இவ்வாறு மேற்கொள்ளப்படும் ஆய்வுகள் நமது தொன்மையான பயிரியல் கூறுகள், மனிதனின் பொருளாதாரக் காலகட்டநிலை, அவன் உணவு, உறைவிட முறைகள், இயற்கையின் மாறுபாடுகளுக் கேற்ப மனிதன் இயங்கிவந்த நிலை போன்றவற்றைத் தெரிந்துகொள்ள அவசியமான ஒன்றாகப் பொருளாதாரத் தொல்லியல் விளங்குகின்றது. மனிதனின் பண்பாட்டு மாற்றங்கள்தான் பொருளாதார மாற்றங் களுக்கும், வளர்ச்சிக்கும் காரணம் என்பது சர் ஆன்டரூ ஷெரட் (Andrew Sherat) என்பவரின் கூற்றாகும்.

வரலாறு என்பதே சாதாரண மனிதனின் மாற்றங்களையும் வாழ்க்கையையும், சமூக - பொருளாதார வளர்ச்சியையும் விவரிப் பதாக இருக்க வேண்டும் என்று அறிஞர்கள் கூறுகின்றனர். இருக்கின்ற வனுக்கும், இல்லாதவனுக்கும் இடையே நடைபெற்ற வர்ககப் போராட்டமே வரலாறு என்று “கார்ல் மார்க்ஸ்” என்னும் அறிஞர் கூறுகின்றார். எனவே ஒவ்வொரு காலகட்டத்திலும் வாழ்ந்த மனிதனின் பொருளாதார நிலையை அறிந்துகொள்ள தொல்லியல் சான்றுகள் உதவியாக இருக்கின்றன என்றால் அது மிகையாகாது.

இனவியல் தொல்பொருளியல்:

இது சமூக - மானுடவியல் நோக்கில் தொல்பொருளியலை ஆராயும் முறையாகும். சில இன மக்கள் பிற மக்களோடு கலந்து வாழாமல் தனித்தே குறிப்பிட்ட பகுதிகளில் வசித்து வருகின்றார்கள். அவர்களின் சமூகக் கலாசாரப் பழக்க வழக்கங்களைக் காணும்போது அகழ்வாய்வில் கண்டெடுக்கப்பட்ட பல பொருட்களுக்கு விடை கிடைக்கின்றது. அவர்கள் பயன்படுத்தும் பொருட்கள், வீட்டு அமைப்பு முறை, இறந்தவர்களைப் புதைக்கும் முறை போன்ற அம்மக்கள் கடைபிடிக்கும் பழக்கவழக்கங்களைக் கொண்டு பண்டைக் காலத்தில் மக்கள் விட்டுச் சென்ற தடயங்களோடு ஒப்பிட்டு ஆராய்வதற்கு இனவியல் தொல்பொருளியல் உதவுகின்றது.

உதாரணமாக லூயி பென்போர்டு (Leuis Benford) என்னும் அறிஞர் எஸ்கிமோக்களைப் பற்றி ஆய்வு நடத்தும் பொழுது இனவியல் தொல்பொருளியல் முறையைப் பின்பற்றினர். நம் இந்திய நாட்டிலும் தோடர்கள், படுகர்கள், பலுஜர்கள் போன்ற பல பழங்குடி மக்கள் தனித்து வசித்து வருகின்றனர். வேட்டையாடுவதையும், பயிர்த் தொழில் செய்வதை மட்டுமே நம்பி இவர்கள் வாழ்கின்றனர்

என்பதும் குறிப்பிடத்தக்கது. இந்தியாவின் வரலாற்றுக்கு முற்பட்ட காலத்தையும், வரலாற்றின் தொடக்க காலத்தையும் ஆராய்ந்து பார்க்கும்பொழுது H.D. சாங்லியா என்பவர் இனவியல் தொல் பொருளியலின் முக்கியத்துவத்தினை உணர்ந்து பின்பற்றினர். அகழ்வாய்வில் கிடைத்த பொருட்களைக் கொண்டு தற்போதைய பழங்குடியினர் பயன்படுத்தும் கருவிகள் மற்றும் பிற கலைநுட்பப் பொருட்களோடு ஒப்பிட முற்பட்டார். இத்தகைய முறையைக் கடைப்பிடிக்கும் பொழுது மிகவும் கவனமாக ஆய்வு மேற்கொள்ள வேண்டும். ஏனெனில் தற்போதைய பழங்குடியினர் நகர மக்களோடு எளிதாகத் தொடர்பு கொண்டு அவர்களின் பழக்கத்தையும் பின்பற்றத் தொடங்கி உள்ளனர். எனவே பழங்குடியினரின் வாழ்க்கை முறையிலும் பண்பாட்டிலும் மாற்றங்கள் ஏற்பட வாய்ப்புகள் உள்ளன. இத்தகைய தவறுகளை தவிர்க்க பெரும் பரப்பளவு மிக்க பகுதியில் வாழும் பழங்குடியினர் பலரின் வாழ்க்கையோடு அகழ் வாய்வு கண்டுபிடிப்புகளை ஒப்பிடுவது நல்ல பலனை அளிக்கும். அவசரமாக முடிவுகளை எடுக்காமல், பொறுமையுடன் நகர நாகரிகத்தால் கவரப்படாத பழங்குடியினரை அடையாளம் கண்டு ஆய்வு மேற்கொள்வது சிறப்பான முடிவை எடுக்க உதவும் என்பதில் ஐயமில்லை.

எனவே பொருளாதாரத் தொல்லியில் என்பது அக்கால மக்களின் பொருளியல் பண்பாட்டையும் மக்களின் வாழ்க்கைத் தரத்தையும் அறிந்துகொள்ள உதவுகின்றது. இனவியல் தொல்லியல் மாணவர்கள் விரும்பும் பிரிவாக உருவெடுத்து வளர்ந்து வருகின்றது. இந்த இரண்டுப் பிரிவுகளும் பல்வேறு இனமக்களின் சமூக - பொருளாதார வாழ்வைப் பிரதிப்பலிப்பாக அமைந்துள்ளன.

இயல்-5

தொல்லியல் வல்லுநர்களின் தலையாய கடமைகள்

தொல்பொருளாய்வாளர்கள் தங்களது பணிகளைத் தலையாய கடமைகளாகத் தான் மேற்கொள்கின்றனர். கடின உழைப்பு, பிரதிபலன் எதிர்பாராத மனநிலை, ஆடம்பர வாழ்வைப் புறக்கணித்தல், சீரிய சிந்தனை, வரலாறு படைப்பதற்கேற்ற அறிவுத் திறன், அறிவியல் நோக்கு. பிறருடன் பழகும் நிலை என இன்னும் எத்தனை எத்தனையோ நற்குணநலன் கொண்டவர்கள் இதில் தங்களை அர்பணிக்கின்றனர். இவர்களின் முக்கிய பணிகளாக நாம் பார்க்கும் பொழுது கீழ்கண்டவற்றைக் கூறலாம்.

1. மேற்பரப்பாய்வு மற்றும் கலைக் கோயில்களை ஆய்வு செய்யும் பொழுதும், வரலாற்றுச் சின்னங்களை ஆராயும் நேரங்களிலும் நேரம் காலம் பாராமல் பணி புரிந்தால்தான் எண்ணிய செயல்களைச் செய்ய முடியும். ஆகவே தான் தொல் பொருள் பணி உடலை வறுத்தும் பணி (Painful Work) என்று கூறுகின்றனர்.

2. திட்டமிட்டு எந்த ஒரு ஆய்விலும் அவர்கள் ஈடுபட வேண்டும்.

3. பணி நுட்பம் தெரிந்து செயல்பட வேண்டும்.

4. வரலாற்றுச் செய்திகளைத் தரும் பொருட்கள் நிறைந்த பகுதி களைக் கண்டறிவதில் ஆர்வம் கொண்டவர்களாகவும், பரப்பாய்வு செய்து பொருட்கள் சேகரித்து பழமையான மக்கள் வாழ்ந்த பகுதி எது என்று முடிவு செய்து அப்பகுதிகளை அகழ்வாய்வு செய்யும் திறன் பெற்றவராகவும் இருக்க வேண்டும்.

5. அகழ்வாராய்ச்சி தொல்லியல் துறையில் ஒரு முக்கிய அங்கம் என்பதில் ஐயமில்லை.

a) அகழ்வாய்வு மேற்கொள்ளும் பொழுது அகழ்வாய்வுக்கான பகுதியைத் தேர்ந்தெடுப்பதில் அக்கறைகொண்டு பின் மத்திய, மாநில அரசுகளுக்கும் அவ்வாய்வு மேற்கொள்வதால் ஏற்படும்

வரலாற்றுப் பலனை எடுத்துக்கூறி நிதியுதவி பெரும் திறம் உள்ளவராக இருத்தல் வேண்டும்.

b) அகழ்வாய்வுக் குழுவில் பல துறையில் தேர்ச்சி பெற்ற வல்லுநர்கள், ஆய்வு ஆர்வம்கொண்ட மாணவர்கள், தேவையான அகழ்வாய்வுக் கருவிகள், பொது மக்களின் உதவி ஆகியவற்றில் கவனம் அவர் திறம்பட கவனம் செலுத்த வேண்டும்.

c) விஞ்ஞான ரீதியில் மண்ணியல் தேர்ச்சியாளர்களைக் கொண்டு செயல்படும் ஆய்வில் கிடைக்கும் பொருட்களைக் கால கட்டத்திற்கு ஏற்ப தனித்தனியாக, மிருதுவான (பஞ்சு) பொருட்களில் வைத்துப் பாதுகாக்கும் கவனம் அவர்களிடம் இருக்க வேண்டும்.

d) பொருட்களைப் பாதுகாப்பது மட்டும் அல்ல அவை எந்தெந்தக் காலகட்டத்தைச் சார்ந்தவை என்பதைக் காலக்கணக்கீடு செய்து, அந்தந்தக் கால வரலாற்றின் உண்மைகளையே உலகிற்கு எடுத்துச் சொல்லும் சாதனையாளர்களாக இருக்க வேண்டும்.

e) நமக்கு கிடைத்த அகழ்வாய்வு பொருட்களைக் கொண்டு பிற நாடுகளில் இருக்கும் நாகரிக சின்னங்களுடன் ஒப்பிட்டு வெளிக் கொணரும் ஒப்பாய்வு, பகுப்பாய்வு ஆகியவற்றைத் தெளிவாக செய்ய வேண்டும்.

6. புகழ்பெற்ற கலைக் கோயில்கள் சில காலத்தால் அழிவுறும் பொழுது பல தவறான வகைகளில் மக்களால் பயன்படுத்தப்படுகின்றன. வரலாற்றுப் பொக்கிஷங்களான தொன்மை வாய்ந்த நடுகற்களும் எல்லைக் கற்களும் துணி துவைக்கும் கற்களாக மாறியுள்ளன. கிராமத் தேவதைகளாக வழிபாட்டில் இருந்து சிற்பங்கள் ஏதேனும் காரணங்களால் வழிபடப்படாமல் ஒதுக்கப்படுகின்றன. இதுபோன்ற நேரங்களில் அவை கட்டாயமாகப் பாதுகாக்கப்படவேண்டும் என்ற நிலை ஏற்படுகின்றது. எனவே அவ்வூர் மக்களை வரலாற்றுச் சின்னங்களின் பெருமையை அறியும் வண்ணம் நயமாக எடுத்துரைத்து அப்பொருட்களைச் சேகரித்து அருட்காட்சியகங்களுக்குக் கொண்டு வந்து சேர்க்கும் பேச்சு வல்லுநர்களாகவும் செயல்பட வேண்டும்.

7. திருப்பரங்குன்றம், ஆனைமலை, கொங்குநாடு, புளியங்குளம் போன்ற மலைகளில் மிக உயரமான பகுதிகளில் சமணப் படுக்கைகள் காணப்படுகின்றன. போக்குவரத்து வசதி குறைவாக உள்ள பகுதிகளில் வரலாற்றுச் சின்னங்கள் பரவலாக உள்ளன. அப்படிப்பட்ட பகுதி களுக்கு மனமும், உடலும் ஒத்துழைத்துச் சரியாகச் சென்று ஆய்வு மேற்கொள்ள வேண்டும். பின்னர் தாம் கண்டுபிடித்தவற்றைத்

தொல்லியல் ஆய்வில் ஆர்வம் கொண்டவர்களுக்கு எடுத்து கூறவேண்டும். அரசின் உதவியுடன் அப்பகுதியின் வரலாற்றின் சிறப்பை எழுதி பலவகைகளில் வைத்தும், வேலிகள் அமைத்தும் பலவகையில் பாதுகாக்கவும் ஏற்பாடு செய்வது முக்கிய பணியாகும்.

8. கவிபாடும் சிற்பங்கள் (Sculptures) செப்பு திருமேனிகள் உலகிலேயே நம் பாரத்தில்தான் அதிகம். அப்படிப்பட்ட கவின்மிகு கலைப் பொருட்கள் வடிக்கும் சிற்பிகள் காலத்திற்கு காலம் வேறுபட்ட கலை நயங்களைப் புகுத்தி உள்ளனர். ஆகவே தொல்லியல் வல்லுநர்கள் சிற்பங்கள் அணிந்துள்ள ஆடை, ஆபரணங்களின் வகைகள், சிகை அலங்காரம், ஆசனங்கள் ஆகியவற்றை தெளிவாகக் கூறும் (Iconography) திறன் கொண்டு செயல்படுபவர்களாக இருக்க வேண்டும்.

9. கலைப் பொருட்கள் தொல்லியல் வல்லுநர்களால் மட்டுமே பாதுகாக்க முடியாது. ஆகவே ஆங்காங்கே செயல்படும் உழவாரப் பணி, ஆன்மீக அமைப்புகள், மடாலயங்கள், ஊர் பெரியோர்கள், செல்வந்தர்கள், கல்வி நிறுவனங்கள் சங்கங்கள் இவர்களின் உதவியும், நட்பும், பெறும் குணநலன்கள் உடையவராக இருக்க வேண்டும்.

10. ஒரு சிறந்த உழைப்பாளியாக, ஆய்வாளராக, அறிவியல் ஆர்வம் கொண்டவராக வழி நடத்துபவராக, கூட்டு உழைப்பில் நம்பிக்கை உள்ளவராக, புவியியல் மண்ணியல் அகழ்வாய்வில் தேர்ச்சி பெற்றவராக, அருங்காட்சிய அமைப்பாளராக என இன்னும் எண்ணிலடங்காப் பணிகள் தொல்லியல் துறை அறிஞர்களை நம்பி உள்ளது.

இயல்-6

தொல்பொருளியலின் பயன்பாடுகள்

தொல்லியல் சான்றுகளை உபயோகித்து வரலாறு எழுதுவது என்பது தனிக் கலை. நம்பகமான வரலாறு எழுதுவதற்குச் சான்றுகளை அறிவியல் பூர்வமாகத் தேடி ஆராய்ந்து கலை நுட்பத்துடன் படைக்கும் ஆற்றல் அவசியம். ஆதாரம் இல்லாத வரலாறு உயிரற்ற உடலைப் போன்றது. வரலாற்றுக்கு முற்பட்ட காலத்தில் வாழ்ந்த மக்களைப் பற்றிக்கூட நாம் தொல்லியல் கண்டுபிடிப்புகளின் மூலம் உணரலாம். தொல்லியல் சான்றுகள் முதன்மையானதும் கற்பனைத் திறன் அற்றதாகவும், நம்பகத்தன்மை வாய்ந்ததாகவும் இருக்கின்றன. வரலாற்றுக்கு முற்பட்ட காலத்தில் வசித்த நம் முன்னோர்களைப் பற்றி அறிந்துகொள்ள தொல்லியல் சான்றுகளே உதவுகின்றன. தொல்லியலாளர்களின் முயற்சியால்தான் 500 ஆயிரம் ஆண்டுகளுக்கு முற்பட்ட மனித சமூக வரலாற்றை நாம் அறிய முடிகின்றது. தொல்லியலின் வளர்ச்சியைக் கொண்டு மனித நாகரிகத்தின் பரிணாம வளர்ச்சியைத் தெரிந்துகொள்ளலாம். பல்வேறு நாடுகளின் வரலாற்றுக்கு முற்பட்ட காலத்தில் வாழ்ந்த மனிதனின் பண்பாட்டு பரிமாணத்தை அறிந்துகொள்ள தொல்லியல் சான்றுகள் மட்டுமே உதவுகின்றன என்று கூறினால் மிகையாகாது.

ஒரு நாட்டின் நாகரிகத்தைப் பிறநாட்டு நாகரிக வளர்ச்சிகளுடன் ஒப்பிட்டுப் பார்க்கத் தொல்பொருளியல் உதவுகின்றது. வரலாற்றுக்கு முற்பட்ட காலத்திய சுற்றுச்சூழலில் வாழ்ந்த மனிதனைப் பற்றியும் அக்காலத் தட்பவெப்ப நிலை அவனைச் சுற்றி வாழ்ந்த பறவைகள், விலங்குகள், தாவரங்கள் போன்றவற்றைப் பற்றி நவீன காலக்கணிப்பு முறைகளான C^{14} முறை, காந்தவியல் முறை, வெப்ப ஒளி உமிழ் முறை போன்ற விஞ்ஞான உபகரணங்களின் உதவி கொண்டு அறிய முடியும். தொல்பொருளியல் கலாசாரம் மற்றும் காலவரன்முறைகளின் அமைப்புகளை முறையாக அறிந்துகொள்வதற்குப் பெரிதும் பயன்படுகின்றது. எனவே கலாசாரத்தின் தோற்றம், நாகரிக வளர்ச்சி போன்ற புரட்சிகரமான பரிமாணங்களைக் கொண்ட மனித வரலாற்றை அறிந்துகொள்ள உதவும் ஒரு முக்கிய துறையாகும்.

முதன்மைச் சான்றுகள்:

வரலாற்றுக்கு முந்தைய கால மக்களின் நிலையை அவன் விட்டுச் சென்ற பொருட்களை வைத்து முழுமையாக நிரூபிக்க உள்ளதால் இலக்கியச் சான்றுகளைவிட தொல்லியல் சான்றுகளே முதன்மை ஆதாரமாகத் திகழ்கின்றன. தொல்பொருளியலை முறையாகப் பயிலுவதோடு, தொல்லியலின் முக்கிய அம்சங்களான மண்ணியல், புதைபடிவ இயல், நதிகளின் போக்கு போன்றவற்றை ஆராய்வதின் மூலம் நாம் பண்டைய மனிதனின் வசிப்பிடங்கள், ஆயுதங்கள், கருவிகள் மற்றும் அவனது வாழ்க்கை முறை போன்றவற்றை அறிந்துகொள்ள முடிகின்றது.

முழுமையான வரலாற்றை அறிதல்:

வரலாற்றுக் காலத்தை நாம் ஆவணங்களைக் கொண்டு அறிய முடியும். ஆனால் அவ்வாறு எழுத்துக்களின் ஆதாரங்களுடன் வரலாற்று நிகழ்ச்சிகளை முழுமையாகப் பூர்த்தி செய்ய இயலாத இடங்களில் பரப்பாய்வு, அகழ்வாய்வு இவற்றில் கிடைத்த பொருட்கள், கல்வெட்டுச் செய்திகள் ஆகியவற்றின் மூலம் முழுமையாகச் சொல்ல இயலுகின்றது. மேலும் இலக்கியங்களையும் புராணங்களையும் ஆதாரமாகக்கொண்டு வரலாறு எழுதப்படும் பொழுது கவிஞனின் கற்பனை அல்லது நடுநிலையின்மை காரணமாக உயர்வு நவிற்ச்சிகள் காணப்படலாம். இவற்றை அகற்றி விட்டு வரலாறு எழுத முனைபவர் தொல்லியல் சான்றுகளோடு ஒப்பிட்டு எழுதும் பொழுது எந்தவிதத் தவறும் நேர வாய்ப்பில்லை.

மிகத் தொன்மையான நாகரிகங்களைக் கண்டறிதல்:

தொல்பொருளியல் வரலாற்றுக்கு முற்பட்ட காலத்தைச் சேர்ந்த பல உண்மைகளைக் கண்டறியப் பெரிதும் உதவுகின்றது. மிகப் பழமையான நாகரிகங்கள் எங்கெல்லாம் பரவி இருந்தது என்பதைப் பல அகழ்வாய்வுகள் பகர்கின்றன. மினோவன் நாகரிகம் மைசீனோவில் பரவியிருந்தது என்பதைச் சீலிமென் அகழ்வாய்வும், கிரீட்டில் பரவி யிருந்தது என்பதை ஆர்தர் ஈவான்ஸின் அகழ்வாய்வும் உறுதி படுத்தும்வரை இந்நாகரிகம் இவ்வளவு தூரம் பரவி இருக்கும் என்று யாரும் அறிந்திருக்கவில்லை. இவர்களது கண்டுபிடிப்புகள் மைசேனிய நாகரிகத்தின் தொன்மையையும், பெருமையையும் உணர்த்தியதோடு எகிப்திய நாகரிகம் பெரும் பரப்பளவில் பரவி இருந்ததையும் அறியச் செய்தது. இதன் காரணமாக சர் லியோனார்ட் உல்லி என்பவர் (Sir Leonard Woolley) "தொல்லியல் ஆய்வுகள் எகிப்திய வரலாற்றிக்குப் புதிய பரிணாமங்களையும் தடயங்களையும், வியத்தகு செய்திகளையும்

திரட்டித்தருகிறது. தொல்லியல் ஆய்வுகளின் மூலம் கிறிஸ்துவ சகாப்தத்திற்கு 1400 ஆண்டுகள் முற்பட்ட இங்கிலாந்து நாட்டை விட எகிப்து நாட்டைப் பற்றி அதிக அளவில் அறிந்துகொள்ள முடிகின்றது" என்கிறார். மேலும் சுமேரிய நாகரிகம் ஹிட்டைட்ஸ் நாகரிகம், பாபிலோனிய அசீரிய நாகரிகம் போன்றவற்றைத் தொல்லியல் அகழ்வாய்வுகளின் மூலம் சிறப்பாகத் தெரிந்து கொள்கிறோம்.

வரலாற்றுக்கு முற்பட்ட காலம் மற்றும் வரலாற்றுக் காலத்திய மறைந்துவிட்ட நாகரிகங்களை வெளிச்சத்திற்குக் கொண்டு வந்து, அழிந்துவிட்ட நகரங்களின் கட்டிட அமைப்புகள், புதைவிடங்கள், கோயில்கள், எழுத்துக்கள், கலைப் பொருட்கள், மட்பாண்டங்கள், வேளாண்மை, வர்த்தகப் பொருட்கள் போன்றவற்றை ஒரு வரலாற்று மாணவனுக்கு நேரடியாகப் பார்த்து அறிந்துகொள்ள தொல்லியல் பயன்படுகின்றது. ஒரு நாகரிகத்தை முழுமையாகத் தெரிந்துகொள்ளச் சான்றுகள் கிடைக்காத பொழுது அந்த நாகரிகத்தின் கூறுகள் ஒத்த பிற பகுதிகளின் பொருட்களைக் கொண்டு அதை முழுமைபெறச் செய்ய முடிகின்றது. மேலும் புத்தகங்களில் கிடைக்கும் ஆதாரங்களில் சில நேரங்களில் மாறுபட்ட கருத்துக்கள் காணப்படும் பொழுது உண்மையான நிலைகளை அறிந்துகொள்ள தொல்பொருட்களே உதவுகின்றன.

சிந்துச் சமவெளி நாகரிகம்:

சிந்துச் சமவெளி அகழ்வாய்வுகள் இந்திய நாகரிகத்தின் தொன்மையை எகிப்திய சுமேரிய நாகரிகங்களின் காலத்திற்கு முன்பே எடுத்துச் செல்ல உதவுகின்றது. சிந்துச் சமவெளி நாகரிகம் கண்டறிவதற்கு முன்னால் வேதகால நாகரிகமே இந்திய நாகரிக காலத்தின் தோற்றம் என்று நம்பப்பட்டு வந்தது. ஆனால் 1920 - ல் சிந்துவெளி நாகரிகம் கண்டுபிடிக்கப்பட்ட பொழுது இந்தியாவின் புராதனப் பெருமையும் தொன்மையும் வெளிப்பட்டது. எகிப்திய நாகரிகங்களைவிட சிந்துவெளி நாகரிகம் தற்போதைய இந்தியா பாகிஸ்தான் போன்ற நாடுகளின் பெரும் பகுதிகளில் பரவி இருந்தது. இந்தியாவின் பெருமையை உலகிற்குப் பறை சாற்றியது. மேலும் சிந்துவெளி நாகரிக மறைவிற்குப் பின்னர் என்ன ஏற்பட்டது என்பது இருண்ட ரகசியமாகவே இருந்தது. ஆனால் தொல்லியல் ஆய்வுகளின் மூலம் தாமிர காலம் வளர்ந்திருந்ததையும், கங்கை, யமுனை பகுதியில் வாழ்ந்த உலோகக் கால மக்களைப் பற்றியும் அறிய முடிகின்றது. மேலும் இக்கலாசாரம் மத்திய இந்தியாவிலிருந்து இராஜஸ்தான், வட தக்காணம், தென் இந்தியா போன்ற பகுதிகளிலும் பரவி இருந்ததை அறியலாம். பண்டைய மனிதனிடம் விவசாயம் தோன்றிய

காலத்தைப் பற்றியும், அவன் பயன்படுத்திய மட்கலன்கள், தாமிர, இரும்பு உலோகங்கள், வீட்டின் அமைப்பு முறை, இறைந்தவர்களை அடக்கம் செய்யும் முறை, வளர்ப்புப் பிராணிகள் போன்றவற்றையும், தொல்லியல் மூலம் அறிந்துகொள்ள முடிகின்றது.

தமிழகப் பண்பாட்டைக் கண்டறிதல்:

தமிழகத்தில் மத்தியத் தொல்பொருள் துறையினரும், மாநிலத் தொல்பொருள் துறையினரும் இணைந்து அகழ்வாய்வுகள் மேற்கொண்டு பல வரலாற்று உண்மைகளை வெளியிட்டனர். சங்க இலக்கியங்களில் காணப்படும் நகரங்களான மதுரை, பூம்புகார், உறையூர், தொண்டி முசிறி, கொற்கை, கரூர், கொடுமணல் போன்ற இடங்களில் நடத்தப்பட்ட அகழ்வாய்வுகள் தமிழகத்தின் புராதனப் பெருமைகளைப் பறை சாற்றுகின்றன. S.R. ராவ் (மத்தியத் தொல் பொருளியல்), R. நாகசாமி (தமிழக இயக்குநர், கரூர் அகழ்வாய்வு), H. சுப்பராயலு (கொடுமணல் அகழ்வாய்வு. தமிழ் பல்கலை, தஞ்சை) செங்கம் நடுகற்கள் பற்றிய ஆய்வு மேற்கொண்ட ராஜன், வெள்ளலூர், பேரூர் அகழ்வாய்வு மேற்கொண்ட பூங்குன்றன், பூம்புகாரில் ஆழ்கடல் அகழ்வாய்வு மேற்கொண்ட நடன. காசிநாதன் போன்றோர் தமிழகத்தின் மறைந்த நாகரிகங்களைத் தமது அயராத பணிகளின் காரணமாக உலகிற்கு வெளிக்காட்டியுள்ளனர்.

வரலாற்றுலகிற்குத் தொல்லியலின் பங்கு:

தொல்லியல் துறை தமிழ்நாட்டிலும், பிற மாநிலங்களிலும் முழு மூச்சுடன் செயல்படத் துவங்கிய சுமார் 30 ஆண்டுகளுக்குள் வரலாற்றில் மிகப்பெரிய மாற்றங்கள் ஏற்பட்டுள்ளன என்றே கூறலாம். குறிப்பாக அகழ்வாய்வின் பங்கு அதிகம் என்றே கூற வேண்டும். இலக்கியங்களாலும், ஆவணங்களாலும் தீர்க்கப்படாத சிக்கல்களுக்குத் தொல்லியல் சான்றுகளே தீர்வு கொடுத்துள்ளன. ஆந்திராவில் நாகர்ஜுன கொண்டா அகழ்வாய்வு, பீகாரில் பாட்னா, தமிழ்நாட்டில் அரிக்கமேடு (1945), பூம்புகார் (1942), கொடுமணல் (1992) போன்ற இடங்களில் மேற்கொள்ளப்பட்ட அகழ்வாய்வில் முறையே நம் நாட்டின் உயரிய நாகரிகத்தையும், கலாசாரத்தையும், பலவிதச் சமயங்கள் எவ்வாறு சங்கமித்தது எனவும், மௌரியப் பேரரசின் சிறப்பும், இந்திய - ரோமானிய வணிக உறவைப் பற்றியும் பல அரிய செய்திகளையும் தந்துள்ளது.

அயல்நாட்டு அறிஞர்களான பிளினி, டாலமி ஆகியோர் நூல்களில் காணப்படும் குறிப்புகள் அகழ்வாய்வின் மூலம் மெய் பிக்கப்பட்டுள்ளன. டாலமி குறிப்பிடும் காபேரிஸ் எம்போரியம்

(Kaberis Emporiom) என்பது சர்வதேச சந்தையாக விளங்கிய காவிரிப் பூம்பட்டினத் துறைமுகமே என்பதை அகழ்வாய்வு நிரூபிக்கின்றது. மேலும் சங்க இலக்கியங்களில் காணப்படும் மருங்கூர்பட்டினம் என்பது மதுரைக்கு அருகில் உள்ள அழகன்குளம் என்பதும், பாண்டியர்களின் புகழ்பெற்ற துறைமுகமாக விளங்கிய கொற்கை இன்றைக்குத் தூத்துக்குடி மாவட்டம் ஏரல் பகுதிக்கு அருகில் உள்ள மாறமங்களம் என்னும் சிற்றூர் என்பதும் அகழ்வாய்வின் மூலம் தெளிவுப்படுத்தப்பட்டுள்ளன. அதேபோல் கிறிஸ்து பிறப்புக்கு 200 ஆண்டுகளுக்கு முன்பு செங்கோலாச்சிய இஷ்வாகு வம்சத்தைப் பற்றியும் அவர்களின் தலைநகரான விஜயபுரி பற்றியும் தொல்லியல் அகழ்வாய்வுதான் சான்றுகளை அள்ளித் தருகின்றது. இதற்கு முன்னர் அவர்கள் வம்சத்தைப் பற்றிய மிக குறைந்த குறிப்புகளே கிடைத்துள்ளன. அவகழ்வாய்வின் மூலம் இஷ்வாகு வம்சத்தினரின் மாட மாளிகைகள், ஆலயங்கள், பொதுக்கட்டிடங்கள், புத்த விகாரங்கள், சைத்தியங்கள், எழுத்துப் பொறிப்புகள், அழகிய சிற்பங்கள், தங்க நகைகள், நாணயங்கள் போன்றவை வரலாற்று உலகிற்கு வந்துள்ளன.

சிறப்பு அகழ்வாய்வுகள்:

தென் இந்தியாவில் அரிக்கமேடு, காவிரிப் பூம்பட்டினம் போன்ற இடங்களில் நடைபெற்ற அகழ்வாய்வுகள் தமிழர்களின் உயரிய நாகரிகத்தையும் திரைகடலோடி வியாபாரம் புரிந்து அவர்கள் செழிப்பாக வாழ்ந்த வாழ்க்கையையும் படம் பிடித்துக் காட்டுகின்றது. சங்க இலக்கியங்களில் கூறப்படும் யவனர்கள் (கிரேக்க - ரோமானியர்கள்) இங்கு வந்து தங்கியிருந்து தமிழர் களோடு வியாபாரம் செய்த செய்தியினை அறிகின்றோம். இதனை அயல்நாட்டார் குறிப்புகளும் அகழ்வாய்வுகளும் தெளிவுப்படுத்து கின்றன. தமிழர்களும் வியாபார நிமித்தமாக அயல்நாடு சென்று வந்ததையும் யவனர்கள் தமிழகத்தில் தங்கி வாழ்ந்ததையும் அவர்கள் பயன்படுத்திய ரௌலட்டட் அரட்டின், ஆம்போரா வகை மட்பாண்டங்கள், சாடிகள், ரோமானிய தங்க நாணயங்கள் மூலம் அறிகின்றோம். சோழர்களின் புகழ்பெற்ற துறைமுகத் தலைநகராகத் திகழ்ந்த காவிரிப் பூம்பட்டினம் தமிழகத்தின் மிகச் சிறந்த வியாபாரத் தலமாகத் திகழ்ந்ததையும் அறிகின்றோம். இத்துறைமுகம் கடலுள் மூழ்கிய செய்தியினை இலக்கியங்கள் கூறுகின்றன. இச்செய்தியினைக் காவிரிப் பூம்பட்டினத்தில் நிகழ்த்தப்பட்ட கடல் அகழ்வாய்வும் மெய்ப்பிக்கின்றது. அதே போல் அரிக்கமேட்டின் உயரிய நாகரிகமும் பண்பாடும் தமிழர்களின் நகர நாகரிகத்திற்குச் சான்றாய்த் திகழ்கின்றது. எனவே தொல்பொருளியல் என்பது கடந்த கால

வரலாற்றைத் தெளிவாக அறிய உதவும் கலங்கரை விளக்கமாகத் திகழ்கின்றது.

தொல்லியல் துறையும் அகழ்வாய்வின் பயன்களும்:

அகழ்வாய்வு மேற்கொள்ளப்பட்ட உதயகிரி, ரத்னகிரி, தேவனோமோரி, அமராவதி, சாலி குண்டம், சாரநாத், கபிலவஸ்து, ராஜகிரகா, புத்தகயா, நாளந்தா, பூம்புகார் போன்ற இடங்களில் பௌத்த விகாரங்கள், ஸ்தூபிகள் கண்டுபிடிக்கப்பட்டதில் வரலாற்றுக்குப் பல புதிய கருத்துக்கள் கிடைத்துள்ளன. நாளந்தா பல்கலைக்கழகத்தின் பெருமையை உலகிற்கு எடுத்து உணர்த்திய உயரிய நிகழ்வு தொல் பொருளியல் ஆராய்ச்சியால்தான் முடிந்தது என்றால் மிகையாகாது. எனவே வரலாற்று உலகிற்குத் தொல்லியல் சான்றுகள் மிகவும் இன்றியமையாதது. உலகெங்கும் தொல்லியல் சான்றுகள் நிறைந்த அளவில் உறங்கிக் கிடக்கின்றன. அவற்றை வெளியே எடுத்து பழங்கால மக்களின் பண்பாட்டையும் நாகரிகத்தையும் வெளிச்சத்திற்குக் கொண்டு வருவது தொல்பொருளியல் மீது பற்றுக் கொண்ட அனைவரின் கடமையாகும். பழங்கால நாகரிகங்கள் ஒவ்வொரு நாட்டிற்கும் பெருமையைத் தருகின்றது. அவர்களின் சிறந்த ஆலயங்கள், மடாலயங்கள், சமயக்கூடங்கள், வழிபாட்டுமுறைகள், கட்டிடக் கலைகள், சிற்பங்கள் இவை அனைத்தையும் தொல் பொருளியல் நம்மை அறியச் செய்கின்றது. நம் பாரதநாடு பழம் பெரும் நாடு. பாரதத்தில் கலையும் கலாசாரமும் கைகோர்த்து ஓங்கி வளர்ந்திருந்தது என்பதைத் தொல்லியல் கண்டுபிடிப்புகளும் நிரூபிக்கின்றன. இவை அனைத்தும் இந்திய கலாசார வரலாற்றுக்குப் பெரும் புகழ் சேர்க்கின்றன. இவ்வாறு வரலாறு என்பதே தொல்லியலின் அரிய கருத்துகளை உள்ளடக்கியதாக இருக்க வேண்டும் என்பதே அறிஞர்களின் கூற்றாக உள்ளது.

பொதுமனிதனின் வாழ்க்கை முறையைப் பிரதிபலிக்கும் தொல்லியல்:

தொல்லியல் அகழ்வாய்வுகள் மூலம் கிடைக்கும் கலை நுட்பப் பொருட்களைக் கொண்டு நாம் அக்கால மக்களின் சமூகப் பண்பாட்டு வாழ்க்கை முறையை அறிந்துகொள்ள முடிகின்றது. இலக்கியங்கள் காலத்தைக் காட்டும் கண்ணாடி என்று கூறுவார்கள். ஆனால் தொல் பொருளியல் நம்மை அக்காலத்திற்கே அழைத்துச் சென்று விடுகின்றது. மேலும் இலக்கியம் மற்றும் கல்வெட்டுச் சான்றுகள் உயர்குடியினரின் வாழ்க்கையை மட்டுமே பிரதிபலிக்கின்றன. ஆனால் தொல்லியல் சான்றுகள்தான் சாதாரணக் குடிமகனின் வாழ்க்கைத்தரத்தை அறிந்துகொள்ள உதவுகின்றது. குறிப்பாகக்

கிராமப்புறங்களில் வெற்றிகரமாக நடத்தப்பட்ட அகழ்வாய்வின் மூலம் கிடைக்கும் தொல்லியல் சான்றுகள் கிராமிய மக்களின் எளிய வாழ்க்கை முறையையும் அவர்களது வாழிடங்கள், கருவிகள், வழிபாட்டுத் தலங்கள், சிறுதொழிற்கூடங்கள், சுதை சிற்பங்கள். கைவினைப் பொருட்கள் போன்றவற்றை அறிந்துகொள்ள உதவுகின்றது.

மொஹஞ்சதாரோ, ஹரப்பா போன்ற இடங்களில் நடைபெற்ற அகழ்வாய்வுகள் உயர்குடியினர் வாழ்க்கைமுறையை மட்டுமல்ல பொதுமனிதனின் வாழ்க்கைமுறையை அவர்கள் பயன்படுத்திய பொருட்கள், தொழிற்கூடங்கள், கைவினைகள், இறந்தவர்களின் அடக்கம் செய்யும்முறை போன்றவற்றையும் தெரிந்துகொள்ள உதவுகின்றது. லோதல், கொடுமணல் பகுதிகளில் பாசிமணிகள் தயாரிக்கும் தொழில் சிறந்து இருந்தது என்பதை ஆய்வுகள் தெளிவு படுத்துகின்றன. மேலும் நாகார்ஜுன கொண்டாவில் 2200 ஆண்டுகளுக்கு முன் பொற்கொல்லர்கள் அணிகலன்கள் செய்வதற்குப் பயன்படுத்திய கருவிகள் கிடைத்துள்ளன. எனவே தொல்லியல் பொது மனிதனின் சமுதாய வாழ்க்கையைத் தெளிவாக உணர்த்துவதாக உள்ளது என்பது தெரிய வருகிறது.

தொல்லியலும் வரலாற்றுச் சின்னங்களைப் பாதுகாக்கிறது:

பெருகிவரும் மக்கள் தொகை, சுற்றுச்சூழல் பாதிப்பு மிகுந்த இன்றைய நவீன உலகில் தொல்லியல் முக்கியத்துவம் வாய்ந்த பகுதிகளையும் வரலாற்றுச் சின்னங்களையும் பாதுகாப்பது இன்றியமையாத கடமையாகும். பொதுவாக அணை கட்டுதல், மனைகட்டுதல், தொழிற்சாலைகள் ஏற்படுத்துதல், கோயில்கள் சீர்படுத்துதல் போன்றவை தொல்லியல் சான்றுகளின் பாதுகாப்பிற்கு ஊறுவிளைப்பதாக உள்ளது. வரலாற்றுப் பிரசித்த பெற்ற பல பகுதிகள் ஏற்கனவே போர் மற்றும் சூழல் பொருட்களைப் பாதுகாத்து வரும் சந்ததியினர் கண்டு அகமகிழச் செய்வது நம் அனைவரின் கடமையாகும்.

எனவே வரலாற்று முக்கியத்துவம் வாய்ந்த இடங்களுக்கு அழிவு ஏற்படும் நிலை ஏற்பட்டால் உடனடியாகத் தொல்லியல் துறைக்கு தெரிவித்தால் அச்சின்னங்களையும், இடங்களையும் பாதுகாப்பதில் தொல்லியல் துறை உடனடியாக முழுக்கவனம் செலுத்தும், கட்டிடங்கள் அதிகமாகக் கட்டப்படும் இன்றைய நாட்களில் தொல்லியல் முக்கியத்துவம் பெற்ற பகுதிகளுக்கு அதிக பாதுகாப்புத் தேவைப்படுகின்றது. தொல்பொருளியலாளர்கள்

அகழ்வாய்வு மேற்கொண்டு அறிக்கை வெளியிடுவதில் மட்டுமல்ல முக்கிய வரலாற்றுக் களங்களையும் கலை நுட்பப் பொருட்களையும் அருங்காட்சியகம் ஏற்படுத்திப் பாதுகாப்பதிலும் முக்கிய பங்கு வகிக்கின்றார்கள்.

தொல்லியல் துறையின் அறிவியல் நோக்கு :

கற்பனை கலந்த காவியங்களை அடிப்படையாகக் கொண்டு ஆரம்பத்தில் பழைய வரலாறுகள் படைக்கப்பட்டன. எனவே தவறுகளும், நடுநிலையின்மையும் மலிந்து காணப்பட்டன. ஆனால் வரலாற்றில் அறிவியல் அணுகுமுறையின் முக்கியத்துவம் உணர்த்தப்பட்ட பொழுது வரலாற்றுக்கு முற்பட்ட காலத்தையும் பிற காலங்களையும் அறிவியல்பூர்வமாக அறிந்துகொள்ள தொல்லியல் சான்றுகளே உதவுகின்றன. மண் அடுக்குகளின் எப்பகுதியிலிருந்த அரிய பொருட்கள் கிடைக்கின்றன என்பதை அறியும் பொழுது தெளிவாகக் கணிக்க இயலுகின்றது. அகழ்வாய்வின் பொழுது கிடைக்கும் பொருட்களை அறிவியல் பூர்வமாகக் காலக்கணிப்பீடு செய்யப்படும் பொழுது அவற்றின் உண்மையான காலங்களையும் தொழில்நுட்ப வளர்ச்சியையும் அக்காலத்தின் பண்பாட்டையும் தெளிவாக உணர முடிகின்றது. தொல்லியல் சான்றுகளில் கற்பனைக்கோ மிகைப்படுத்தும் தன்மைக்கோ இடமில்லை. உள்ளதை உள்ளபடியே எடுத்துக்காட்டுவதுதான் தொல்பொருளி யல். ஆனால் மனிதனின் ஆன்மீக தாகத்தையும் அறிவுப்பூர்வமான குறிக்கோள்களையும் அல்லது அவனது சாதனைகளையும் திரும்பக் காட்ட இயலாது என்பதைத் தொல்பொருளியலின் குறைபாடாகக் கருதலாம். என்றாலும் அதே நேரத்தில் அகழ்வாய்வின் மூலம் கண்டுபிடிக்கப்பட்ட பொருட்களை வைத்து அவனது சாதனைகள் வாழ்க்கை முறைகள், சடங்குகள், சம்பிரதாயங்கள் போன்றவற்றை அறிந்துகொள்ள முடிகின்றது. இச்சான்றுகளை எப்பொழுது வேண்டுமானாலும் நாம் சென்று பார்த்துத் தெரிந்து கொள்ளலாம்.

தொல்லியல் நம் பாரம்பரியப் பெருமைகளை உணர்த்துகிறது:

தொல்லியல் நம் கலாசாரப் பாரம்பரியப் பெருமைகளையும், சமுதாய பழக்க வழக்கங்களையும் அறிந்துகொள்ளப் பெரிதும் உதவுகிறது. தொல்பொருளியல் கண்டுபிடிப்புகள் நம் வாழ்க்கையை முழு அர்த்தத்திற்கு உள்ளாக்குகிறது. புராதனப் பெருமையை அறிந்துகொள்ளும் ஒவ்வொரு மனிதனும் தன் முன்னோர்களின் சிறப்பான சாதனையை வியப்புடன் பார்த்துப் பெருமிதம்

கொள்கின்றான். கடந்த காலம் என்பது “இறந்து விடுவதில்லை” அதை நாம் தோண்டி எடுத்து அகழ்வாய்வின் மூலம் அறிந்து கொள்ளலாம் என்பதைத் தொல்லியலே நமக்கு உணர்த்துகிறது. சென்ற காலம் திரும்புவதில்லை. ஆனால் கடந்த காலத்தில் வாழ்ந்த மக்களின் பழக்க வழக்கங்கள் சமுதாய வாழ்க்கை போன்றவற்றைத் தெரியப்படுத்துவதில் தொல்லியல் சீரிய பங்கு வகிக்கிறது. இக்கண்டுபிடிப்புகள் மனித நேயமும் சமுதாய முன்னேற்றம் ஏற்படுத்துவதற்குக் காரணமாக இருக்கிறது.

தொல்பொருளியல் என்பது குறுகிய காலத்தினாலான ஒரு குறிப்பிட்ட பகுதியின் தொன்மை நாகரிகத்தைக் குறிப்பிட முயலுவதில்லை. பல நாடுகளை இணைக்கும் பாலமாகவும் பல நாடுகளின் நாகரிகங்களை ஒப்பிட்டு ஒருமைப்பாடு காணும் கடமையைத்தான் செய்து வருகிறது. ஆகவே கல்வெட்டு, இலக்கியச் சான்றுகளுடன், பழைய கற்கால, புதிய கற்கால, உலோகக் கால, வரலாற்றுக் கால, இடைக்கால, நவீன கால என்று ஒவ்வொரு காலக்கட்டத்திலும் மனிதனின் நாகரிக, அரசியல், நிர்வாக வாழ்க்கையை அறிய உதவுகிறது. இதைத்தான் மார்ட்டிமர் வீலர் “ஒவ்வொரு காலக்கட்டங்களிலும் மனிதன் போராடும் போராட்டம், சாதனைகள் இவைதான் நாம் காணும் சமுதாய நாகரிகமாக என்பதைத் தொல்பொருள் துறை காட்டுகிறது” என்கிறார்.

இவ்வாறாகத் தொல்லியல் துறை ஒரு முதன்மை ஆதாரமாக வரலாற்றிற்கு மெருகேற்றும் கருவியாகத் திகழ்கின்றது. மேலும் பழமையைப் புத்துணர்வு பெற செய்து, மனிதனின் கடந்த கால நாகரிகத்தின் தொடர்ச்சியே இன்றைய மனிதனின் வளர்ச்சியடைந்த நிலை என்பதையும் நமக்குத் தெளிவாகக் கூறுகின்றது.

இயல்-7
தொல்பொருளியலின் வரலாறு

தனது முன்னோர்களின் வாழ்க்கையை அறிந்துகொள்ளும் ஆர்வம் மனிதனின் உள்மனதில் இயற்கையாகவே காணப்படுகின்றது. முன்னோர்கள் விட்டுச் சென்ற தடயங்களின் வாயிலாகவே அக்காலத்திய அரசியல் சமூக பண்பாட்டு வரலாற்றை அறிவியல்பூர்வமாக அறிந்துகொள்ள தொல்பொருளியல் துணை செய்கின்றது. அறிவியல் வளர்ச்சியாலும் விஞ்ஞான அணுகு முறையாலும் கற்பனைக்கெட்டா காலத்தில் வாழ்ந்த மக்களின் கலாசாரம், நாகரிகம் பற்றி அறிந்து கொள்ள முடிகின்றது. தொல்பொருளியல் ஆர்வலர்களும் அதிக அக்கறையுடன் புராதானப் பொருட்களைக் காணும் வேட்கையில் ஈடுபட்டுப் புதிய கண்டுபிடிப்புகளை நாளும் வெளிக்கொண்டுவந்து துறையின் வளர்ச்சிக்கு அருந்தொண்டாற்றுகின்றனர்.

தொல்பொருளியலின் துவக்கம் :

தொல்பொருளியின் ஆர்வம் கிரேக்கர்களிடம் மிகவும் அதிகமாகக் காணப்பட்டது. அவர்கள் பழங்கால மக்களின் நாகரிக வாழ்வைக் கண்டறிவதில் நாட்டம் காட்டினர். குறிப்பாக எகிப்திய மற்றும் பாரசீக மக்களின் வாழ்க்கை முறை அவர்களை வெகுவாகக் கவர்ந்தது. பல்வேறு காலங்களில் வாழ்ந்த மக்கள் பயன்படுத்திய உலோகங்களின் அடிப்படையில் நாகரிகங்களின் காலங்களை (1) பொற்காலம், 2) வெள்ளிக் காலம், 3) பித்தளைக் காலம், 4) புராண நாயகர்களின் காலம், 5) இரும்புக் காலம் என ஐந்து வகையாகப் பிரித்தார்கள். பொதுவாக நாகரிக வளர்ச்சி அடைந்த நம் முன்னோர்கள் சிறப்பாக வாழ்ந்ததாகக் கருதப்படும் வரலாற்றுக் காலம் பொற்காலம் என அழைக்கப்படுகிறது. இக்காலத்தின் பெருமை மிகுந்த வரலாற்றை அறிந்துகொள்ள புராணங்களும், இதிகாசங்களும், பிற இலக்கியங்களுமே துணைநிற்கின்றன. பிளாட்டோ, அரிஸ்டாட்டில் ஆகியோரின் நூல்களில் மனிதக் கலாசாரப் பண்பாட்டின் பரிமாணத்தைக் குறித்து சில அனுமானங்களின் அடிப்படையிலான கோட்பாடுகள் காணப்படுகின்றன. ஆனால் அவை அனைத்தும்

அனுமானங்களே தவிர உண்மை என நிரூபிக்கப்பட்டவையல்ல. எனினும் இத்தகைய அனுமானங்களே பிற்காலத்தில் தொல்பொருள் துறையின் வளர்ச்சிக்குத் துணைநின்றது என்றால் அது மிகையாகாது.

நெபோண்டியஸ் :

கி.மு. 2-ம் நூற்றாண்டில் வாழ்ந்த சீனர்கள், பழங்கால மக்களைப் பற்றியும் அவர்கள் பண்பாட்டைப் பற்றியும், அவர்கள் பயன்படுத்திய கருவிகளைப் பற்றியும், அறிய முற்பட்டனர். எனினும் அவர்களுக்கு முன்பே கி.மு.6-ம் நூற்றாண்டில் வாழ்ந்த நெபோண்டியஸ் எனும் பாபிலோனிய மன்னர் புராதனப் பொருட்களைச் சேகரிப்பதில் ஆர்வம் காட்டினார். பாபிலோனியாவின் பண்டைய கலாசாரத்தை வெளிக்கொணர ஷாமாஸ் (Shamash) எனும் ஆரிய கடவுள் ஆலயத்திலும், சிபீர் என்னுமிடத்திலும் அகழ்வாய்வுகள் நடத்தி அங்குத் தாம் சேகரித்த கலைப் பொருட்களைக் கொண்டு அருங்காட்சியகமும் ஏற்படுத்தினார். இத்தகைய புராதனப் பொருட்களின் தேடுதல் வேட்டை பண்டைய புகழ்பெற்ற நகரங்களான எகிப்திலும், ஊர் (ஹிக்ஷீ) நாட்டிலும் ஏற்பட்டது. எனினும் மறுமலர்ச்சி காலம் வரை தொல்லியல் துறையில் ஒரு தேக்க நிலையே காணப்பட்டது.

மறுமலர்ச்சிக் கால மேற்போக்கிகள்:

ஐரோப்பாவின் மறுமலர்ச்சிக் காலமான 15 மற்றும் 16ம் நூற்றாண்டுகளில் பழமையின் பெருமையை வெளிக்கொணரும் புதிய அலை தோன்கிறது. தொன்மை மிக்க கிரேக்க ரோமானிய நாகரிகங்கள் பழமை விரும்பிகளைக் கவர்ந்திருந்தது. மக்கள் தங்கள் இல்லங்களைப் பழம்பெருமை வாய்ந்த கலைப் பொருட்களைக் கொண்டு அலங்கரிப்பதில் அலாதி ஆனந்தம் அடைந்தனர். இந்நாடுகளின் பல பகுதிகளில் அகழ்வாய்வும் நடத்தப்பட்டது. எனினும் நுண்கலைப் பொருட்களை மட்டுமே சேகரிப்பதில் நாட்டமுள்ள இவர்கள் மேற்போக்கிகள் என அழைக்கப்பட்டார்கள். ஏனெனில் இவர்கள் புதையல் வேட்டையிலும் கலைப் பொருட்கள் மீது மட்டுமே ஆர்வம் காட்டி பிற தொல்லியல் பொருட்களை ஒதுக்கித் தள்ளினர். இவர்களால் வெளிக்கொணரப்பட்ட கலைப் பொக்கிஷங்களே பிற்காலத்தில் ஐரோப்பாவின் அருட்காட்சியகங்களை அலங்கரித்தன. இத்தகைய கலை ஆர்வத்துடன் செயலாற்றிய மேற்போக்கிகளே தொல்பொருளியலாரின் முன்னோடிகளாத் திகழ்ந்தார்கள்.

பதினேழாம் நூற்றாண்டு:

இத்தாலியில் ஏற்பட்ட மறுமலர்ச்சியின் தாக்கம் பழமை விரும்பிகளான இங்கிலாந்து மக்களையும் பற்றிக் கொள்ளத்

தொடங்கியது. சில செல்வந்தர்கள் கிரிஸ் மற்றும் ரோமுக்குச் சென்று புராதனப் பொருட்களைச் சேகரிக்கும் பணியில் ஈடுபட்டனர். இந்த அரிய ஆர்வமே பழம்பொருள் ஆய்வியல் (Antiquarianism) என்று அழைக்கப்பட்டது. இவர்கள் மேற்போக்கிகளை விட அதிக ஆர்வத்துடன் செயலாற்றினார். இங்கிலாந்து நாட்டின் ஜான் லீலண்ட மற்றும் வில்லியம் கேம்டன் போன்றோர் சிறந்த தொல்லியல் நிபுணர்களாகத் திகழ்ந்தனர். புராதனச் சின்னங்களின் பெருமைகளை அறிந்த கேம்டன் 1585-ல் பிரிட்டானியா (Brittannia) எனும் நூலை எழுதினார். ஜான் லீலண்ட் இங்கிலாந்தின் எட்டாம் ஹென்றி மன்னரால் பழம்பொருள் பாதுகாவலராகவும் நியமிக்கப்பட்டார்.

பதினெட்டாம் நூற்றாண்டு:

இக்காலகட்டத்தில் மனிதனின் தோற்றம் குறித்து அறியும் முயற்சியும் விவாதமும் ஐரோப்பிய அறிஞர்களிடையே ஏற்பட்டது. இதன் காரணமாகப் பண்டைய மனிதன் பயன்படுத்திய கற்கருவிகள் முதல் அழிந்துவிட்ட மிருக இனங்களின் எலும்புகள்வரை ஆராய வேண்டுமெனத் தொல்பொருளியாலாரின் பார்வை விரிவடைந்தது. மனித குலம் பல்லாயிரம் ஆண்டுகளுக்கு முன்பே தோன்றியிருக்க வேண்டும் என்பதை உணர்ந்தார்கள். ஆனால் அவர்களால் எப்பொழுது தோன்றியிருக்கும் என உறுதிபட கூற இயலவில்லை. மேலும் இந்நூற்றாண்டில் ஆங்கிலேய ஆய்வாளர்களே கிரேக்க, ரோமானிய புராதனப் பெருமைகளை வெளிக்கொணர்வதில் அதிக ஆர்வம் காட்டினார்கள், இவர்கள் கிரேக்க மொழிகளைக் கற்றுப் பல இடங்களுக்குச் சென்று அகழ்வாய்வு நடத்திக் குறிப்புகள் எடுத்தார்கள்.

ஜேம்ஸ் ஸ்டூவர்ட்டும் நிக்கோலஸ்ரிவெட்டும்:

ஜேம்ஸ் ஸ்டூவர்ட் என்ற ஓவியக் கலைஞரும் நிக்கோலஸ்ரிவெட் என்ற கட்டிட கலைஞரும் பல ஆண்டுகள் இம்முயற்சியில் ஈடுபட்டு ஏதென்ஸின் புராதனச் சின்னங்கள் என்னும் அரிய நூலை 1762-ல் வெளியிட்டனர். இதே போல் இவர்கள் ஆசியா மைனர், எகிப்து, சிரியா போன்ற நாடுகளில் ஆய்வுகள் நடத்தி அயோனியாவின் புராதனச் சின்னங்கள் என்னும் நூலை 1769-ல் வெளியிட்டனர். இவர்கள் 1762 முதல் 1830க்கு இடைப்பட்ட காலத்தில் ஐந்து தொல்லியல் தொகுதிகளில் தங்கள் கண்டுபிடிப்புகளையும், படங்களையும் வெளியிட்டனர். ஸ்டுவர்ட் மற்றும் ரிவெட் ஆகியோர் விஞ்ஞானப்பூர்வமான தொல்லியல் அணுகுமுறைக்கு வித்திட்டனர் என்று கிளார்க் என்னும் அறிஞர் குறிப்பிடுகின்றார். இவர்களின் அரிய கண்டுபிடிப்புகள் இங்கிலாந்தின் பல அருங்

காட்சியகங்களை அலங்கரித்தன. இங்கிலாந்து நாட்டுத் தொல் பொருளியலாளர்களிடையே தனது நாட்டுப் பாரம்பரிய பொருட்களை வெளிக்கொணரும் ஆர்வமும் ஏற்பட்டது. இங்கிலாந்தின் பல இடங்களில் அகழ்வாய்வுகள் நடத்தப்பட்டன. கி.பி.1717-ல் லண்டனில் புராதனச் சின்னங்களின் சங்கம் என்ற அமைப்பு ஏற்படுத்தப்பட்டது. கி.பி.1778-ல் ஆர்க்கிலாஜியா தொல்லியல் ஆர்வத்தை ஊக்குவித்து மேலும் பல அரிய கண்டுபிடிப்புக்களை அறிய உதவின.

பத்தொன்பதாம் நூற்றாண்டு :

தொல்பொருளியலில் நவீனத் தொழில்நுட்பங்கள் பயன் படுத்தப்பட்டு விஞ்ஞானப் பூர்வமாக ஆய்வுகள் மேற்கொள்ளப் பட்டன. மண்ணியலும், உயிரியலும் மனிதனின் பரிணாம வளர்ச்சியை அறிந்துகொள்ள உதவும் முக்கிய சான்றுகளாக ஏற்றுக்கொள்ளப் பட்டன. பாறைகள் உருவான காலத்தை வைத்து மண்ணியலாளர்கள் பூமியின் காலத்தைக் கணிக்க முற்பட்டனர். மனிதன் தான் எண்ணியதைவிட பூமியின் காலம் தொன்மையானது என்பதைக் கண்டான்.

வில்லியம் ஸ்மித் மற்றம் சார்லெஸ் லையெல் போன்ற மண்ணியல் அறிஞர்கள் அடுக்கியற்படிவாய்வு முறையின் முக்கியத்துவத்தினை எடுத்துரைத்தனர். பாறைகள் உருவான காலத்தைக் கணக்கிட்டு கி.மு. 4004-ல் பூமி தோற்றுவிக்கப்பட்டது என்னும் விவிலியக் (Bible) கருத்துக்களை அறிவியல்பூர்வமாக மறுத்துரைத்தனர். மனிதகுல தோற்றம் பற்றிய கருத்துக்களை பரிணாம வளர்ச்சியின் தந்தை என அழைக்கப்படும் சார்லஸ் டார்வின் தனது கப்பற் பயணத்தின்போது தாம் சேகரித்த மாதிரிகளைக் கொண்டு இனங்களின் தோற்றம் மற்றும் பரிணாம வளர்ச்சித் தத்துவம் குறித்த தெளிவான கொள்கையை வகுத்துக் கொடுத்தார். இக்கண்டுபிடிப்புகள் எல்லாம் மனித இனமும் பூமியும் பல்லாயிரம் ஆண்டுகளுக்கு முன்னரே உருவாகியிருக்க வேண்டும் என்ற கூற்றுக்களை மெய்பித்தன.

நெப்போலியனின் எகிப்திய படைப்புகள்:

விஞ்ஞானிகளின் இவ்வரிய கண்டுபிடிப்புகளோடு மாவீரன் நெப்போலியனின் எகிப்தியப் படையெடுப்புகளும் தொல்லியல் வளர்ச்சிக்குத் துணைநின்றது என்றால் மிகையாகாது. எகிப்து மீது 1798-ல் படையெடுத்த நெப்போலியன் அங்கிருந்த புராதனச் சின்னங்களைக் கண்டு வியந்தார். அவற்றின் பெருமைகளை அறிந்து

கொள்ள தம்முடன் அறிஞர்களையும் தொல்பொருளியல் வல்லுநர்களையும் அழைத்துச் சென்றார், இவர்களது ஆய்வின் பயனாக "எகிப்து பற்றிய விபரங்கள்" (Descriptionde Egypt) என்னும் நூல் வெளியிடப்பட்டது. பிராஸ்கோ சேம்போலியன் என்பவர் எகிப்தியர்களின் ஹிரோகிளிப்பிக் எழுத்து முறையை கற்றுத் தேர்ந்து விளக்கமளித்தார். இவ்வெழுத்து முறைக்கு அகராதியும் இலக்கணமும் வகுத்துக் கொடுத்தார். எகிப்தின் புராதான பொருட்களைச் சேகரித்த அக்ஸ்ட்டே மரீயம் என்பவர் தலைநகர் கெய்ரோவில் அருட்காட்சியகம் ஒன்றை ஏற்படுத்தினார். இங்ஙனம் கிரேக்க, ரோமானிய நாகரிகங்களைத் தொடர்ந்து எகிப்திய நாகரிகம் முக்கியத்துவம் பெற்றது.

கன்சுல் ஹென்ரி ராவின்சன்:

பாக்தாத் நாட்டில் 1844-ல் ஹென்ரிராவின்சன் என்ற ஆங்கிலேயர் கான்சலாக (Consul) நியமனம் செய்யப்பட்டார். தளபதி பொறுப் பேற்ற இவர் பாரசீக வரலாறு குறித்த ஆராய்ச்சியிலும் ஆர்வம் காட்டினார். பாரசீகர்களின் கியூனிபார்ம் எழுத்து முறையைக் கண்டறிந்து விளக்கினார். இந்நூற்றாண்டில் ஆதிக்கம் செலுத்துவதில் மட்டுமல்ல அகழ்வாய்வுகள் மேற்கொள்வதிலும், ஆங்கிலேயர்களுக்கும் பிரெஞ்சுக்காரர்களுக்கு மிடையே கடும் போட்டிகள் ஏற்பட்டதன் காரணமாகப் பல புராதனச் சின்னங்கள் பாழ்படுத்தப் பட்டன என்பது வேதனைக்குரிய செய்தி ஆகும். குறுகிய காலத்தில் பல புராதன பொக்கிஷங்களைக் கண்டுபிடித்த இவர்கள் அவற்றை பாதுகாக்க அறிவியல் பூர்வமான அணுகுமுறையைப் பின்பற்ற வில்லை என்பது வருத்தப்பட வேண்டிய செயலாகும்.

எனினும் பத்தொன்பதாம் நூற்றாண்டின் நடுப்பகுதியில் தொல்பொருளியல் ஒரு தனித்துறையாகச் செயல்படத்துவங்கியது. சுவிட்சர்லாந்தின் ஏரிகளில் வீடுகட்டி வாழ்ந்த பண்டைய மனிதனைப் பற்றிக் கண்டுபிடித்ததும் பிரான்ஸ் மற்றும் ஸ்பெயின் நாடுகளின் குகை ஓவியங்களைக் கண்டுபிடித்ததும், பண்டைய மனிதனின் மண்டை யோட்டைக் கண்டுபிடித்ததும் இக்காலகட்டத் தின் அரிய சாதனை களாகும்.

இருபதாம் நூற்றாண்டு:

இருபதாம் நூற்றாண்டில் தொல்பொருள் துறையில் மாபெரும் வளர்ச்சியும் முன்னேற்றம் ஏற்படத் தொடங்கியது. ஹோவர்ட் கார்ட்டர் என்பவர் 1922-ல் தூட்டன்கேகென் என்னும் இடத்தில் கண்டுபிடித்த கல்லறை தொல்லியல் மேலும் வளர்ச்சி காண வழிவகுத்தது. இக்கண்டுபிடிப்பு தொல்லியலாளர்களை மத்திய தென்

அமெரிக்கா, சீனா, ஜப்பான், தென்கிழக்கு ஆசியா போன்ற பல நாடுகளில் புதையுண்ட நாகரிகங்களையும், கலைச் செல்வங் களையும், உலகின் பார்வைக்கு கொண்டுவர ஊக்கமளித்தது.

இந்தியாவின் 1922-ல் சர் ஜான் மார்ஷல் என்ற ஆங்கிலேயத் தொல்லியலாளர் சிந்துவெளி நாகரிகத்தை வெளிகொண்டு வந்தார். இந்தியத் தொல்லியல் ஆய்வகத்தின் (Indian Archacological Survey) தலைமை பொறுப்பேற்ற அவர் ஹரப்பா (தற்போது பாக்கிஸ்தானில் உள்ளது) மற்றும் மொகஞ்சதாரோ பகுதிகளில் ஆய்வுகள் மேற் கொண்டு இந்தியாவின் பெருமை மிக்க புராதன நாகரிகத்தை உலகம் அறியச் செய்தார். இதன் காரணமாக கி.மு.3500 ஆண்டுகளுக்கு முன்பே இந்தியத் துணைக்கண்டத்தில் மக்கள் நாகரிகத்துடன் வசித்த செய்தியினை அறிய முடிந்தது.

தொல்பொருளியல் அறிவியல்பூர்வமான துறையாக வளர்ச்சி கண்டது. அகழ்வாய்வுகள் நிலத்திற்கடியில் மட்டுமல்ல நீருக்கடியிலும் மேற்கொள்ளப்பட்டது. நீருக்கடியில் மேற்கொள்ளப்பட்ட அகழ் வாய்வுகளைக் கண்டுபிடிப்பதில் செலவுகள் அதிகமானாலும் கடலுள் மூழ்கிய பல வரலாற்றுப் புராதனச் சின்னங்களைக் கண்டறியப் பெரிதும் உதவின. கி.பி.1940-ல் கண்டுபிடிக்க அக்குவாலங் (Aqualung) என்ற மூச்சுவிடும் சாதனமும் நீரடி ஆய்வுகள் மேற்கொள்ளப் பெரிதும் துணைபுரிந்தன. தொல்பொருளியலாளர்கள் மண்ணியல், இயற்பியல், தாவரவியல், போன்ற பல்வேறு அறிவியலின் நுட்பங்களைப் பின்பற்றத் தொடங்கினர். நீருக்கடியில் புகைப்படம் எடுக்கும் கருவிகளும், விண்வெளி புகைப்படத் தொழில் நுட்பமும் தொல்லியல் துறை சிறந்து விளங்கவும் புதிய பரிமாணங்களை ஏற்படுத்தவும் உதவின. தொல்பொருட்களின் காலத்தைக் கணிக்கும் முறையும் கண்டறியப்பட்டன.

தற்காலத் தொல்பொருளியலாளர்கள் புதிய வெற்றிகரமான தொழில்நுட்பங்களைப் பின்பற்றி ஆராய்ச்சிகள் மேற்கொள்கிற கள். புள்ளியலும் அனுமானங்களும் முக்கிய கண்டுபிடிப்புகளுக்கு வழி வகுக்கின்றன. புதிய விஞ்ஞான சாதனங்கள் நிலத்திற்கடியில் மறைந்திருக்கும் பொருட்களை அறிய உதவுகின்றன. உதாரணமாக மேக்னடோ மீட்டர் (Magneto Meter) என்னும் சாதனத்தைப் கொண்டு பூமியில் 4.6 மீட்டருக்குக் கீழே மறைந்திருக்கும், புரதானப் பொருட்களைக் கண்டறிய முடியும். இத்தாலியில் இம்முயற்சி வெற்றியைக் கொடுத்தது.

இன்னும் கண்டறியப்படாத ஆராய்ச்சியாளர்கள் அணுகாத பல தொல்பொருளியல் சான்றுகள் பற்றி வெளிச்சமிட்டுக் காட்ட

வேண்டும் என்பதே இன்றைய தொல்லியளாளர்களின் கடமையாக இருக்கின்றது. ஆனால் இத்தகைய பழம் பெருமை வாய்ந்த இடங்கள் ஆய்வாளர்களின் பார்வைக்குத் தப்பி கட்டிடங்களாக உருவெடுத்துவிடுமோ என்பதும் ஆய்வாளர்களின் ஐயமாக உள்ளது. பல நாடுகள் தொல்பொருளியல் ஆராய்ச்சிக்குரிய பகுதிகளைக் கண்டறிந்து அவற்றைப் பாதுகாக்கச் சட்டங்களை இயற்றி உள்ளது.

சர்வதேச அளவில் தொல்லியலாளர்கள் சட்டத்திற்கு புறம்பாக நாட்டின் கலைச் செல்வங்களை விற்பதற்கு தடை கோருகின்றனர். முன்னேறிய நாடுகளின் பழம் பொருள் விருப்ப ஆர்வலர்கள் எந்த ஒரு பொருளையும் பிற நாட்டினரிடமிருந்து பெறும்போது அரசாங்க அனுமதி உள்ளதா என்றும் அது எந்த நாட்டிற்குரியது என்றும் கண்டறிந்து பிற நாடுகள் அவற்றை அபகரிப்பதைத் தடை செய்ய வேண்டும். அதே போன்று தொல்பொருளியலாளர்களும் புதையல் வேட்டையின் காரணமாகத் தொல்பொருளியல் சின்னங்கள் அழியாமல் பாதுகாக்க வேண்டும்.

இவ்வாறு பழமை ஆர்வலர்களின் ஆர்வத்தில் வளர்ந்த தொல்பொருளியல் காலப் போக்கில் தனித்தன்மை வாய்ந்த சீரிய துறையாக வளர்ந்து உள்ளது. அறிவியல் அணுகுமுறையும், அறிவியல் வளர்ச்சியும் பல புதிர்களுக்கு விடைகள் தருவதுடன் பழமைக்கும் பழமையாய் புதுமைக்கும் புதுமையாய் பல அரிய கண்டுபிடிப்புகளை நாளும் அளித்து புதிய சாதனைகள் படைக் கின்றன. பல்வேறு துறையினருக்கும் பயனளிக்கும் இத்தொல் பொருளியல் உலகின் பல்வேறு நாடுகளிலும் சிறப்பான பாடப் பிரிவாக ஏற்றுக்கொள்ளப்பட்டு புதிய ஆய்வாளர்களை உருவாக்கிச் சாதனை படைத்து வெற்றி நடை போடுகிறது.

இயல்-8

மண்ணியல் புரட்சி

தொல்பொருளியலும் மண்ணியலும் :

மண்ணியல் என்பது மண்ணின் பரப்பு, மண்ணின் தன்மை பற்றிய அறிவியல் ஆகும். மண், பாறை கனிமங்கள் ஆறுகளின் போக்கு போன்றவற்றை விவரிக்கிறது. மண்ணியல் பற்றிய அறிவு தொல்லியலின் பல புரட்சிகரமான கண்டுபிடிப்புகளுக்குக் காரணமாயிற்று, பல வரலாற்றுப் புதிர்களுக்கு விடை தருவதாய் மண்ணியல் கல்வி உள்ளது.

அடுக்கமைவு:

மண்ணியலில் அடுக்கமைவு என்பது ஒரு பகுதி. இது, தொல்லியலில் பெரும்பங்கு வகிக்கிறது. மனித இனம் குறிப்பிட்ட சில இடங்களில் மட்டுமே தொடர்ச்சியாக வாழ்ந்து வந்து இருக்கின்றன. இதனால் ஏற்படுகின்ற மண் படிவங்களைத்தான் அடுக்கமைவு என்றும் அல்லது தொல்லியல் மண்ணடுக்குகள் என்றும் கூறுகின்றோம். அடுக்கமைவைப் பயன்படுத்தி ஒரு அரிய புராதனப் பொருள் மண்ணின் எந்த அடுக்கிலிருந்து பெறப்பட்டது என்பதைக் கண்டு அதன் காலத்தை நிர்ணயிக்க முடியும்.

முந்திய அகழ்வாய்வின் குறைகள் நீக்கப்படல்:

மேற்போக்கிகள் மற்றும் பிற 18-ம் நூற்றாண்டு ஆய்வாளர்கள் மண்ணியலுக்கு முக்கியத்தும் தரவில்லை. ஆனால் 19-ம் நூற்றாண்டில் மண்ணியலின் அவசியம் அறிந்து ஹெய்ன்ரிச் சீலிமென் அதன் மகத்துவத்தை டிராய் நகர கண்டுபிடிப்பின்போது, வெளிப்படுத்தினார். வரலாற்றுக்கு முற்பட்ட காலத்தை அறிய விரும்பும் ஒவ்வொரு ஆய்வாளர்களுக்கும் மண்ணியல்தான் ஆய்வில் வெற்றி பெற கை கொடுக்கின்றது. டிதோரா (Deterra) பேட்டர்சன் (Patterson) ஆகியோர் கற்கால மனிதனைப் பற்றியும், பனிகட்டிக் காலத்தைப் பற்றிச் சோகன் சமவெளியில் ஆய்வுகள் நடத்திய பொழுது மண் அடுக்கமைவு முறையைப் பின்பற்றினார் இந்திய நதிக்கரையோரங்களில் வாழ்ந்த

நம் கற்கால முன்னோர்களைப் பற்றியும் ஆசியா, ஆப்பிரிக்கா, ஐரோப்பா போன்ற நாடுகளில் வாழ்ந்த கற்கால மனிதர்களைப் பற்றியும் தெரிந்துகொள்ள மண்ணடுக்குகள் உதவுகின்றன.

மண்ணடுக்குகள் ஏற்படும் முறை:

சில நதிகள் தோன்றிய விதம், அதன் போக்கில் ஏற்பட்ட மாற்றங்கள், வானியல் மாற்றங்கள் போன்றவற்றையும், கடல் மட்டத்தால் ஏற்பட்ட மாற்றங்கள், மண்அரிப்பு மற்றும் இயற்கை சீற்றத்தால் புராதன நகரங்கள் புதையுண்டு போனதும், அடுக்கடுக்காகப் பூமியில் புதைந்து காணப்படுகிறது. ஒவ்வொரு அடுக்கும் அதன் காலத்தை உணர்த்துகின்றது. ஒரு தொல்பொருளியலாளர் பனிக்கட்டிக் காலம், நாகரிகக் காலம் மற்றும் வானியல் மாற்றங்கள் ஏற்பட்ட காலங்களைப் பற்றி எல்லாம் அறிந்துகொள்ள மண்ணியல் உதவுகின்றது. இந்த அடுக் கமைவுகளைக் கொண்டு தொல்பொருளியலாளர்தான் சேகரிக்கும் புராதனப் பொருட்களின் காலத்தை நிர்ணயிக்கலாம். மண் அடுக்கமைவின் மூலம் தூர்ந்துபோன நதிகளையும், நதிக் கரைகளில் செழிந்திருந்த நாகரிகங்களின் தடயங்களையும் காணலாம். இந்திய - பாகிஸ்தான் தொல்லியலாளர்கள் இலக்கியங்களில் காணப்படும் நதிகளான சரஸ்வதி, பத்மா, போன்ற நதிகளைக் கண்டறியும் முயற்சியில் இணைந்து செயல்பட்டு வருகின்றனர்.

மண்ணடுக்குகளின் வேறுபாடுகள் :

மண்ணடுக்குகளின் மூலம் பாறைகள், கனிமங்கள் மற்றும் கலை நுட்பப் பொருட்கள், இருக்கும் இடங்களைக் காண இயலும். இம்மண் அடுக்குகள் நிறம், கடினத் தன்மை, மண்ணின் தன்மை போன்றவை களால் வேறுபடுகின்றன. இந்த அடுக்குகள் செம்மண், களிமண், மணல், உவரி மண் போன்ற பல்வேறு வகையான மணல்களால் உருவாகி இருக்கின்றன. அவ்வேறுபாட்டினைக் கொண்டு மண் அடுக்குகளின் காலங்களை நிர்ணயம் செய்யலாம். அப்போது அங்கே கிடைக்கும் பொருட்களையும் பிரித்து ஒப்பீடு செய்ய வேண்டும். மேலும் மண்ணடுக்குகளின் தன்மையும், அதன் அமைப்புகளும், பல்வேறு காலங்களைக் குறிப்பதாக அமைந்திருக் கின்றன. அகழ்வாய்வில் கண்டறிய முடியாதவற்றை ஒரு உத்தேசமாகக் கணிக்கலாம். மேலும் இந்த அடுக்குகளில் மக்கள் சிறுசிறுகுழாய்களைத் தோண்டியிருக்கலாம். கழிவுப் பொருட்களைக் கொட்டி வைக்கவோ அல்லது பல பொருட்களை மறைத்து வைக்கவோ, இத்தகைய குழாய்களைத் தோண்டியிருக்கலாம். அந்த மாதிரியான நிலங்களை மண் அடுக்கிலிருந்து தனியாகத் தெரியும்படி கோடிட்டுக் காட்டலாம். எனவே அகழ்வாய்வு மேற்கொள்ளும்

தொல்பொருளியலாளர்கள் ஆய்வுத் தன்மையை அறிய வேண்டும். அதற்கு மண்ணியல் வல்லுநர்களின் உதவியைக் கொண்டு மண்ணின் தன்மைக்கேற்பசெயல்பட வேண்டும்.

காலநிர்ணயம் காணல்:

அகழ்வாய்வு மூலம் கிடைக்கும் பொருட்களின் காலத்தை கணிப்பது தொல்பொருளியலாளர்களின் இன்றியமையாத பணியாகும். ஒரு பொருள் எந்தக் காலத்தைச் சேர்ந்தது என்பதை அறிய முடிந்தால்தான் அதன் தொன்மையை உணர்ந்து போற்ற முடியும். அவ்வாறு வரலாற்றுக்கு முறபட்ட காலம் முதல் உள்ள பொருட்களுக்குக் காலத்தைக் கணக்கிடுவதற்கு மண்ணியல் பெரிதும் உதவுகிறது. இயற்கை சீற்றத்தால் கடல் மட்டத்தில் ஏற்படும் மாற்றங்கள், கடல்நீர் வற்றுதல், துறைமுகங்கள், அழிவுகள், புராதன நகரங்கள் புதையுண்டு போதல் போன்றவை பொருட்களின் காலத்தையும் கணக்கிட உதவுகின்றது. மண்ணியல் இதற்கு உதவியாய் உள்ளது.

கற்கள் பற்றிய அளிவு:

பழங்காலத்தில் வாழ்ந்த மக்கள் வேட்டையாடவும் மிருகங் களிடமிருந்து தங்களை பாதுகாத்துக்கொள்ளவும், கற்களினால் ஆன ஆயுதங்களையே பயன்படுத்தினார்கள். கூரிய முனை தீட்டப்பட்ட கற்கள் கத்திகள், கல் கோடாலிகள், பிற கற்கருவிகளை ஆயுதங் களாகப் பயன்படுத்தினார்கள். பெரும்பாலும் இக்கருவிகள் குவார்ட்சைட் எனும் பளபளப்பான கற்களால் செய்யப்பட்டிருந்தது. இத்தகைய கருவிகள் எத்தகைய பாறைகளால் ஆனது எந்தெந்த இடங்களில் அதிகம் காணப்படுகிறது என்பதை அறிந்து அதன் அடிப்படையில் தொன்மைக்கால மக்களைப் பற்றியும், வாழ் விடங்களைப் பற்றியும் அறியலாம். மேலும் இக்கருவிகள் செய்யப் பயன்படும் பாறைகள் இருப்பிடத்தை அறியும்போது அம்மக்கள் பயன்படும் வியாபாரத் தடங்கள், பெரு வழிகள், சிறு வழிகள், கடல் போக்குவரத்து நதிப் போக்குவரத்து போன்றவற்றையும் அறியலாம். அத்தோடு கற்களலான கலைநுட்பப் பொருட்களை வைத்து அவை எந்த இடத்திலிருந்த கற்பாறைகளைக் கொண்டு செய்யப்பட்டிருக்கும் என்பதையும் அறியலாம்.

படிமண் அடுக்கு கால வரிசை முறை:

ஜெரால்டு டி கீர் (Jerakd De Geer) என்பவர் படிமண் அடுக்குகளைக் கொண்டு காலத்தை நிர்ணயிக்கும் மண்ணியல் முறையைக் கண்டறிந்தார். இவரது கால நிர்ணய முறை தண்ணீரைச் சார்ந்துள்ளது. பனிப்பாறைகள் நிறைந்த பகுதிகளில் இருந்து

வருகின்ற நீர் ஏரிகளில் கலக்கும் போது பல பொருட்களையும் தன்னுடன் கொண்டு வருகிறது.

பருவகால மாற்றத்தால் அந்தப் பொருட்களில் பல உதிர்ந்து மண்ணின் பரப்பில் படிமண் அடுக்குகளாக மாறுகின்றன. ஒவ்வொரு ஆண்டுக்கு ஒரு முறை இவ்வாறு நிகழும் பொழுது, ஒரு படிமண் அடுக்கு உருவாகின்றது. பலவகைப்பட்ட தெளிந்த களிமண்கள் இவ்வாறு ஒதுங்கி அடுக்குகளாகப் படிகின்றன. அந்த அடுக்குகளைக் கொண்டு காலவரிசையை நிர்ணயிக்கின்றனர். இவ்வாறு பல்வேறு இடங்களில் காணப்படும் படிமண் அடுக்குகளை ஒப்பாய்வு செய்து அவற்றின் கால வரிசையையும் கணிக்கலாம். இந்த முறையைப் பயன்படுத்தி, டி கீர் (De Geer) வட ஐரோப்பாவின் பனி உறை காலத்தை 12 ஆயிரம் ஆண்டுகளுக்கு முற்பட்டது எனக் கணித்தார், வட அமெரிக்கா மற்றும் ஸ்காண்டி நேவியாவில் இவ்வாறு பனிப் பாறைகள் உருகி வடிந்ததால் ஏற்பட்ட படிமண் அடுக்குகளைக் கொண்டு அவற்றின் காலவரிசை கணக்கிடப்பட்டது.

மண்வகை அறிவியல்:

சூயூனர் மற்றும் கார்வெல் போன்றோர் தொல்பொருளியலில் மண்வகை ஆய்வின் முக்கியத்துவத்தினை Soil for Archaeologist எனும் நூலில் விளக்கியுள்ளனர். சிலவகை மண்கள் தட்ப வெப்ப நிலைகளால் மாற்றங்கள் அடைந்து அழுகிய தாவரங்கள் அழிந்து விட்ட பூச்சிகள் மற்றும் விலங்கினங்கள் ஆகியவற்றை தன்னுள்ளே இழுத்துக் கொள்ளும் தன்மை உடையது. இது போல் உடைந்த கல்கருவிகளின் பகுதிகளும், மட்பாண்டங்களும் மண்ணில் புதைந்து மங்கிய மண்மட்டத்திற்குக் கீழே சென்று விடுகின்றன. தொல் பொருளியலாளர்கள் தோண்டி ஆய்வு செய்யும் பொழுது அவை சிதைந்த நிலையிலோ அல்லது புதைபடிவங்களாகவோ காட்சி தருகின்றன. இக்கண்டுபிடிப்புகள் மண்ணின் அப்பகுதி தாவரங்கள் வளர்ச்சி ஏற்றதாய் இருந்தது என்பதைக் காட்டுகிறது. அத்துடன் எந்தச் சூழ்நிலை காரணமாக இத்தாவரங்கள் அழிய நேர்ந்தன என்பதையும் விளக்குகிறது. தொல்லியலாளர்களுக்கு மண் வகைகளில் காணப்படும் அடுக்குகளை விளக்கி அவர் தம் ஆய்வுப் பணி செவ்வனே நடக்க மண் வகை ஆய்வாளர்களும் துணை புரிகின்றார்கள். மண்களை வகைப்படுத்தி பாஸ்பேட் (Phosphate) போன்ற ரசாயனங்களைக் கொண்டு மண் வகைகளை ஆய்வு செய்கின்றனர்.

ஆகவே தொன்மைக் காலம் மற்றும் வரலாற்றுக்கு முற்பட்ட காலத்தில் மனிதர்களின் தடயங்களைக் கணிப்பதற்கு மண்ணியல் சிறப்பாக உதவுகின்றது.

மண்ணியல் தான் மனிதன் தோற்றுவதற்கு முன் டினோசர் போன்ற கொடிய விலங்கினங்கள் வாழ்ந்த காலம் பனிக்கட்டிக் காலம், உயிரினங்கள் வாழ்ந்த காலம் பனிக்கட்டிக் காலம், உயிரினங்களின் தோற்றம் மனிதனின் பரிணாம வளர்ச்சி, பூமியின் தோற்றம் போன்ற பல்வேறு கூறுகளையும், காலங்களையும் அறிந்துகொள்ள உதவுகின்றது. இத்தகைய மண்ணியல் 18-ம் நூற்றாண்டுவரை அவ்வளவு முக்கியமாகக் கருதப்படவில்லை. ஆனால் அவற்றின் அவசியம் உணரப்பட்ட பின் மண்ணியல் தொல்லியல் ஆய்வில் கண்டுபிடிக்கப்பட்ட புரட்சிகரமான பல கண்டுபிடிப்புகள் உருவாகக் காரணமாக அமைந்தது. இதுவரை 4004-ம் ஆண்டில் உலகம் தோன்றியது என நம்பியிருந்த அறிஞர்கள் மண்ணியல் நோக்கில் ஆய்வு மேற்கொண்ட பொழுது பூமியின் வயது மிகவும் தொன்மை யானது என உறுதிபடக் கூறுனர். எனவே புரட்சிகரமான மண்ணியியலால் தொல்பொருளியல் கண்டுபிடிப்புக்களின் காலத்தைக் கணிக்கும் பொழுது வியத்தகு விடைகள் கிடைக்கின்றன.

இயல்-9

பத்தொன்பதாம் நூற்றாண்டின் புரட்சிகரக் கண்டுபிடிப்புகள்

பத்தொன்பதாம் நூற்றாண்டில் தொல்லியல் விஞ்ஞானத்தின் துணைகொண்டு வெற்றி நடைபோடத் துவங்கியது. இதன் காரணமாக 1) மண்ணியல் புரட்சியும், 2) பழம்பொருள் ஆர்வலர்களின் புரட்சியும் 3) பரிணாம வளர்ச்சிக் கோட்டபாடு களும் வளர்ச்சியடையத் தொடங்கின.

பழம்பொருள் ஆர்வலர்கள் புரட்சி:

தொல்லியல் ஆய்வின் மூலம் கிடைக்கும் பழம்பொருட்களைக் கண்டெடுக்கும் ஆர்வம் 14,15-ம் நூற்றாண்டுகளில் தோன்றி 19-ம் நூற்றாண்டில் முழு வளர்ச்சி அடைந்தது ஆரம்ப காலத்தில் தொல் பொருட்கள் மீது ஆர்வம்கொண்டவர்கள் அதனைச் சேகரிக்கத் தொடங்கினர். பின்னர் பல தொல்லியல் களங்கள் புதையலுக்காக வேட்டையாடப்பட்டன எனினும் இவர்கள் ஆர்வத்தின் காரணமாகப் பல பொருட்கள் வெளிக்கொணரப்பட்டன.

இத்தகைய பழம்பொருள் ஆர்வலர்களுள் குறிப்பிடத்தக்கவர் "C.J. தாம்சன்" என்பவர் ஆவார். இவர் டென்மார்க் தேசிய அருங்காட்சியகத்தில் காணப்படும் கலைநுட்பப் பொருட்களை ஆராய்ந்து அவற்றின் கால அமைப்புகளை மூன்று பெரும் பிரிவுகளாகப் பிரித்தார். அவை முறையே கற்காலம், பித்தளைக் காலம், இரும்புக் காலம் என்று அழைக்கப்பட்டன. இவருக்குப் பின் இத்தகைய பணியை மேற்கொண்ட வோர்சே (Worsar) என்பவர் டென்மார்க் நாட்டிலுள்ள மண்ணியல் அடுக்கமைவைக் கொண்டு தாம்சனின் கருத்துக்களுக்கு விளக்கம் அளித்து தமது ஆதரவையும் தெரிவித்தார். மேலும் சுவிட்சர்லாந்து நாட்டின் ஏரி வசிப்பிடங்களும் மனித நாகரிகத்தின் தொழில்நுட்ப வளர்ச்சியின் கட்டத்தைக் காட்டுவதாய் அமைந்துள்ளன. இதனையே "பழம்பொருள் ஆர்வலர்களின் புரட்சி" என்று கிளெயின் டேனில் என்னும் அறிஞர் வருணிக்கிறார்.

பரிணாமத்தின் வரலாறு:

இவ்வுலகில் எண்ணிறைந்த பல வகையான உயிரினங்களை நாம் காண்கிறோம். அவற்றுள் சில பெரியவை சில மிகவும் சிறியவை, சில நீரில் வாழும், சில நிலத்தில் வாழும், மற்றும் சில காற்றில் கலந்திருக்கும். இவ்வகையான உயிரினங்கள் எவ்வாறு தோன்றின. எவ்வாறு பலவாறாகப் பிரிந்தன என்றெல்லாம் மனிதன் தன் எண்ணம் தோன்றிய நாள் முதல் எண்ணி வந்துள்ளான். இதன் காரணமாகவே பல பரிணாமக் கொள்கைகள் (Evolutionary Theories) காலந்தோறும், நாடுதோறும் தோன்றின. இவற்றிற்கிடையே பல்வேறு மாறுபட்ட பரிணாமக் கொள்கைகள் தோன்றுகின்றன. இவற்றை இனிக் காண்போம்.

பரிணாமக் கொள்கைள்:

பரிணாமத்தின் வரலாறு எவ்வாறு தோன்றியது என்ற பல்வேறு கருத்து வேறுபாடுகள் அறிஞர்களிடையே நிலவி வருகிறன.

ஹட்டன் என்பவரின் கொள்கை:

"என்றும் அழியாத தன்மைக் கொள்கை" (Theroy of Eternity of Present Conditions) அதாவது இவ்வுலகமும், இதில் உள்ள உயிரினங்களும் எவ்விதமான மாற்றமும் அடையாமல், அன்றும், இன்றும், என்றும் ஒரு விதமாக ஒரே நிலையில் இருந்தன என்பது இக்கொள்கையின் கருத்தாகும்.

உயிரிலிப் பிறப்புக் கொள்கை (Theroy of Ablegenesis):

உயிரற்ற பொருள்களிலிருந்து உயிரினங்கள் தோன்றுகின்றன என்பது உயிரிலிப் பிறப்புக் கொள்கை எனப்படும். இதை கிரேக்க நாட்டு அறிஞர்களான தேல்ஸ் (Thales), அனாக்ஸிமாண்டர் (Anaximander), ஸீனோஃபான்ஸ் (Xebnophane), அரிஸ்டாட்டில் (Aristotle) முதலியவர்களும் பிற்கால அறிவியலறிஞர்களான தாமஸ் ஹார்வி (Thomas Harvey), சர் ஐஸக் நியூட்டன் (Sir Isaac Newton), டெஸ்கார்டிஸ் (Descartes), பாராஸெல்ஸஸ் (Paracelsus) ஆகியோரும் ஆதரித்தார்கள்.

உயிரினத் தோற்றம் (Origin Life):

உலகில் உயிர் எவ்வாறு தோன்றியிருக்கக் கூடும் என்பதற்கு ஏ.ஐ ஒபாரின் (A.I. Oparin) என்ற ரஷ்ய நாட்டு அறிவியல் அறிஞர் தரும் விளக்கம் கவனிக்கத்தக்கது. இவருடைய கருத்துப்படி உலகம் தோன்றிய பொழுது எவ்விதமான உயிரினமும், உயிர்ப்பொருளும் கிடையாது. அன்றைய சூழலில் காணப்பட்ட எளிய தனிமங்களின்

(Elements) சேர்க்கையினால் பல புதிய பொருள்கள் ஏற்பட்டன. இவற்றின் சேர்க்கையினால் ஒரு கட்டத்தில் தோன்றிய சிக்கலான புரதந்தான் உலகில் தோன்றிய முதல் உயிர்ப்பொருள். எனவே குறிப்பிட்ட வரிசையான மாறுதல்களின் தவிர்க்க முடியாத விளைவின் ஒரு கட்டத்தில் தோன்றியதே உயிர்ப்பொருள் என்றும் ஒபாரின் கருதுகிறார்.

20-ம் நூற்றாண்டில் செய்த ஆய்வுகளிலிருந்து உயிரின் ஆதாரம் என்று சொல்லப்படும் அமிலமும், ஸிழிகி என்ற ரிபோ நியூக்ளிக் அமிலமும் கண்டுபிடிக்கப்பட்டன. தற்பொழுது மிகச் சிறிய உயிரினம் என்று கருதப்படும் வைரஸில் ஞிழிகி மூலக்கூறு ஒன்றும், அதைச் சுற்றி ஒரு புரத உறையும் உள்ளன. இவ்வாறு தோன்றிய முதல் உயிரினம் மிகவும் எளிய அமைப்புடையது. இஃது அதைச் சூழ்ந்துள்ள அங்கப் பொருள்களிலிருந்து ஆற்றலைப் பெற்றுக் கொண்டு, மட்குண்ணியாக (Saprophyte) உயிர் வாழ்கிறது. இந்த எளிய அமைப்புடைய உயிரினம் காற்றிலிச் சுவாசியாகச் (Anaerobe) சுவாசித்து, மிகச் சிறிய அளவில் வளர்ச்சி மாற்றங்களை நிகழ்த்திப் பிறகு தன்னையொத்த மற்றோர் உயிரினத்தை உண்டாக்குகிறது. இது இனப்பெருக்கம் எனப்படும். இத்தகைய எளிய உயிரினம் காலப் போக்கில் நிறமிகளைப் பெற்று உணவு தயாரித்துச் சுயஜீவிகளாக (autotrophs) வாழ ஆரம்பிக்கின்றன. உணவு தயாரிக்கும் பொழுது தான் ஆக்ஸிஜன் உண்டாகிறது. பிறகு இந்த உயிரினங்கள் காற்றுச் சுவாசிகளாக (aerobes) மாறுகின்றன. இத்தகைய எளிய உயிரினங்களில் காலப்போக்கில் பல வகையான வேறுபாடுகள் குவிந்தும் மிகுந்தும் சிக்கலான அமைப்புடைய பல உயிரினங்கள் உண்டாகின்றன. இதனை விளக்கும் கொள்கையே அங்கப்பரிணாமக் கொள்கை (Theory of Organic Evolution) எனப்படும்.

சார்லஸ் டார்வின்:

1809-ம் ஆண்டில் இங்கிலாந்து நாட்டில் பிறந்த டார்வின் தனது 16ம் வயதில் மருத்துவப் பள்ளிக்கு அனுப்பப்பட்டார். இவர் மருத்துவத்தில் தம் கருத்தைச் செலுத்தாதது கண்டு, இவருடைய தந்தை இவரைப் பாதிரியாராக்கும் முயற்சியில் ஈடுட்டார். அங்கும் இவர் இயற்கை வரலாற்றிலும், உயிரினங்களிலும் தம் கருத்தைச் செலுத்தினார். இவர் அங்குத் தாவர விலங்குகளைப் பற்றிய செய்திகளை அறிந்த நிபுணராக விளங்கினார்.

அறிவியல் ஆய்வுக்கென இங்கிலாந்து நாட்டிலிருந்து பயணம் புறப்பட்ட எச்.எம்.எஸ்.பீகில் (H.M.S.Beagle) என்னும் கப்பலில் இவர் இயற்கையியலறிஞராகச் (Naturalist) சேர்த்துக் கொள்ளப்பட்டார்.

இக்கப்பல் இங்கிலாந்து நாட்டைவிட்டு, 1831-ம் ஆண்டு டிசம்பர் மாதம் 27-ம் தேதி புறப்பட்டு, பிளைமவுத் சென்று அங்கிருந்து தென் அமெரிக்காவிற்கருகில் உள்ள காலபாகோஸ் தீவுக் கூட்டங் களுக்குச் சென்றது. அத்தீவுக் கூட்டங்களில் தொல்லுயிர்ப் படிமங் களையும், பல வகையான தாவரங்களையும், விலங்குகளையும் டார்வின் சேகரம் செய்துகொண்டார். 1837ம் ஆண்டில் மால்துஸ் (Malthus) என்பவர் எழுதிய "மக்கள் தொகை" (Population) என்ற கட்டுரையைப் படித்தார்; 1859ம் ஆண்டில் தாம் ஆராய்ந்த ஆராய்ச்சிகளின் முடிவுகளை "இயற்கைத் தேர்வினால் இனங்களின் தோற்றம்" (On lthe Origin of Species by means of Natural Selection) என்ற ஆய்வு நூலின் வாயிலாக வெளியிட்டார் - டார்வினுடைய இயற்கைத் தேர்வுக் கொள்கையின் சிறப்பான கருத்து அவைகளாவன:

1. மிதமிஞ்சிய இனப்பெருக்கம் (Over production)
2. வாழ்க்கைப் போர் (Struggle for existence)
3. வேறுபாடுகள் (Variation)
4. தக்கன வாழ்தலும் இயற்கைத் தேர்வும் (Survival of the fifttest and natural selection)

மிதமிஞ்சிய இனப்பெருக்கம்:

உயிரினங்களின் நடைபெறும் இனப்பெருக்கம் அவற்றின் முக்கியமான பண்புகளில் ஒன்று. ஆனால் அவை மிதமிஞ்சிய இனப் பெருக்கத்தினால் தேவைக்கு மிகுதியாகத் தங்களினத்தை விருத்தி செய்து கொள்கின்றன. உதாரணமாக, ஒரு சிப்பி ஒரே சமயத்தில் 6 கோடி முட்டைகளை இடுகின்றது. யானை தன் ஆயுளில் 6-முறைகள்தான் குட்டி போடும். இரண்டு யானைகள் குட்டி போட்டு 750 ஆண்டுகளுக்குப் பிறகு அவற்றின் சந்ததிகள் 1 கோடியே 90 இலட்சமாகப் பெருகிவிடும். இவ்வாறு உயிரினங்களின் எண்ணிக்கை தேவைக்குமேல் அதிகரித்துச் செல்வதை வாழ்க்கைப் போர் கட்டுப்படுத்துகிறது என்று டார்வினும், வாலஸும் கருதினார்கள்.

வாழ்க்கை போர்:

தொடர்ந்த இனப்பெருக்கத்தினால் உயிரினங்களின் எண்ணிக்கை பெருக்கி வடிவ விகிதத்தில் (geometric ratio) அதிகமாகின்றன. ஊட்டப் பொருள்கள், இடம் சூரியவெளிச்சம், காற்றில் கலந்திருக்கும் வாயுக்கள் முதலியன இயல் கணித விகிதத்தில் (algebroic ratio) அதிகமாகின்றன என்று மால்துஸ் கூறுகிறார். தேவைப் பொருள்களுக்காக உயிரினங் களுக்கிடையே நிகழும் போட்டியே வாழ்க்கை போர் எனப்படும்.

வேறுபாடுகள் :

உயிரினங்களில் பலவிதமான வேறுபாடுகள் உள்ளன. இவ் வேறுபாடுகளில் நடுநிலையான (Neutral), தீங்கிழைக்கும் (Harmful), பயன்படும் (Useful) என்ற மூன்று வகைகள் உள்ளன. இரு இனங்களுக் கிடையேயுள்ள இலைகளின் உருவம், தண்டுக்கிளைகள் (mode of branching), கனிகளின் உருவம் ஆகியவை நடுநிலையான வேறுபாடு களைச் சேர்ந்தவையாகும்.

தீங்கிழைக்கும் வேறுபாடுகளைச் சேர்ந்தவையாகும். போருக்கு முட்டுக்கட்டையாக உள்ளன. உதாரணமாக, குறைந்த பச்சயத்தோடு கூடிய இலைகள் உள்ள தாவரங்கள் நம்மிடையே உள்ள குறைந்த ஆற்றலினால் குறைந்த அளவு உணவு தயாரிக்கின்றன. வறண்ட நிலத்தாவரங்களில் (xerophytes) நீர் வீணாகாமல் தடுக்க அமைந்த தகவமைவுகளும் (adaptations) மூடுபனித் (Mist) தடுப்பாற்றலுக்குரிய தகவமைவுகளும், மகரந்தச் சேர்க்கை, கனிவிதை பரவுதலுக்குரிய (dispersal of fruits and seeds) ஏற்பாடுகளும் நன்மை பயப்பன. விலங்குகளின் வேகம், உணர்திறன் (sensitiveness) பார்க்கும் கேட்கும் ஆற்றல் முதலியன நன்மை பயக்கும் வேறுபாடுகள் ஆகும்.

தக்கன வாழ்ந்தலும் இயற்கைத் தேர்வும்:

பயன் தரும் வேறுபாடுகளுடைய உயிரினங்கள் உயிர் வாழ்கின்றன. இவ்வாறு வாழ்க்கைப் போர் தக்கன வாழ்தலுக்கு வழிகாட்டி, குறைந்த தகுதியுடைய அல்லது தகுதியற்ற உயிரினங்களின் அழிவிற்குக் காரணமாகின்றன. எடுத்துக்காட்டாக அதிக ரோம வளர்ச்சியுடைய ஆடுகள் தப்பிப் பிழைக்கின்றன. தக்கன வாழ்தல் என்பது ஓசையின்றிக் காண முடியாத அளவிற்கு இயற்கை செய்யும் தேர்வு ஆகும். சிறிய சிற்றலைவு வேறுபாடுகளே பரிணாமம் நிகழ்வதற்கு அடிப்படையானது என்று டார்வின் கருதினார்.

டார்வினுடைய இயற்கைத் தேர்வுக் கொள்கைக்கு கூறப்பட்ட மறுப்புகள்:

டார்வினுடைய இயற்கைத் தேர்வுக் கொள்கையைப் பொதுவாகப் பல அறிஞர்களும் ஏற்றுக்கொண்ட போதிலும் அவருடைய கொள்கைகளுக்குப் பல மறுப்புகள் கூறப்பட்டன. அவையாவன:

a) உயிரினங்களில் காணப்படும் சிற்றலைவு வேறுபாடுகளுக்கு உயிரினங்களைக் காக்கும் ஆற்றல் இருந்திருக்க முடியாது.
b) டார்வினுடைய இயற்கைத் தேர்வுக் கொள்கைப்படி, தாயினத்தில் ஏற்படும் சிற்றலைவு வேறுபாடுகளை ஏற்றுப்

புதிய இனம் உண்டாகும் பல உறுப்புகள் (Intermedaries) இயற்கையில் இருக்க வேண்டும்.

c) இயற்கை தேர்வுக் கொள்கையினால் உயிரினங்கள் இடையே காணப்படும் எலும்பு, தசை நார்கள் போன்ற சிக்கலான உறுப்புகள் தோன்றுவதை விளக்க முடியாது.

d) இத்தகைய மீண்டும் உண்டாகும் ஆற்றலை இயற்கைத் தேர்வுக் கொள்கையினால் விளக்க முடியாது.

e) இயற்கைத் தேர்வு என்பது படைக்கும் புதிதாக உண்டாக்கும் ஆற்றல் (Creative force) அல்ல

டார்வினுடைய கொள்கையினால் ஏற்பட்ட விளைவுகள்:

டார்வின் எழுதிய இயற்கைத் தேர்வினால் இனத்தோற்றம் என்ற நூல் பலராலும் விரும்பிப் படிக்கப்பட்டது. அறிவியல் உலகில் ஒரு புத்துணர்ச்சியினையும் பரபரப்பையும் டார்வினுடைய கொள்கை ஏற்படுத்தியது. உயிரியலறிஞர்களிடையே டார்வின் கொள்கை புதிய விழிப்புணர்ச்சியை ஏற்படுத்தியது.

பரிணமாமக் கருத்தின் தற்கால நிலை:

டார்வின் இயற்கைத் தேர்வுக் கொள்கையின் தத்துவங்களோடு இன்றைய இயற்கைத் தேர்வுக் கொள்கையின் தத்துவங்களும் இன்றைய செல்லியல் மரபியல் கருத்துகளும் இணைந்தது. எனவே இஃது "இயற்கைத் தேர்வின் மரபியல் கொள்கை" அல்லது "நியோ - டார்வினிஸம்" என்று கூறப்படுகிறது. உயிரினங்களில் சடுதி மாற்றத்தினால் வேறுபாடுகள் ஏற்பட்டு அவற்றின் பயன்தரத்தக்கன வகையை இயற்கை தேர்ந்தெடுத்து அது குவிந்து, பாரம்பரியமாக்கப் பெற்றுப் புதிய இனமாகிறதென்பதுதான் அறிய டார்வின் கொள்கை ஆகும்.

ஜீன் கூட்டக் கொள்கை:

பரிணாமம் நிகழ்வதற்குத் தனிப்பட்டதொரு ஜீவனைவிட ஜீன்கள் பல ஒன்றாகச் சேர்ந்த ஜீன் தொகுதிகள் அல்லது ஜீன் கூட்டங்களே ஆதாரமானவையாகும். உயிரினக் கூட்டத்தைப் பல உயிரினங்கள் சேர்ந்த தொகுதியாகக் கருதாமல் பல ஜீன்கள் அமைந்த ஜீன் கூட்டங்களாகவும் அவற்றிலிருந்து பரம்பரைப் பண்புகளைத் தனி உயிரினங்கள் எடுத்து அடுத்த சந்ததிக்குக் கொடுக்கின்றன என்று கருதப்படுகிறது. இதற்கு ஜீன் கூட்டக் கொள்கை என்று பெயர்.

ஹார்டி - வீய்ன் பெர்க் சமன்பாடு:

உயிரினக்கூட்டத்தில் தேர்வு சடுதி மாற்றம் ஆகிய பரிணாம ஆற்றல்கள் நிகழாமலிருந்தால், தராதர ஜீன்களின் நிகழ்விரைவு

சந்ததிகள் தோறும் மாறாமல் ஒரே நிலையில் இருக்கும் என்பதற்கு ஹார்டி வியன் பெர்க் சமன்பாடு என்று பெயர்.

இனத்தோற்றம் (Origin of Species):

இனம் என்பதற்குப் பல அறிஞர்கள் பலவிதமான விளக்கங்களைத் தந்துள்ளார்கள். உயிரினக் கூட்டங்களுக்கிடையே ஜீன் பரிமாற்றம் (exchange of genes) ஒன்று அல்லது பலவும் சேர்ந்த இனப்பெருக்கு ஒதுக்கீட்டுச் செயல் முறைகளினால் (reproductive isolating mechanisms) வரம்பிற்குட்பட்டு அல்லது தடுக்கப்பட்டுள்ளவையே இனம் எனப்படும். சுருங்கக்கூறின், இனம் என்பது மெண்டெலியன் கூட்டமாகும். உயிரினங்களுக்கிடையே இனப்பெருக்கு ஒதுக்கீட்டினால் இனம் என்ற நிலையினை அமைவது உயிரியல் முக்கியத்துவம் வாய்ந்ததாகும் இந்த நிலையில் தான் பரிணாம விரிவு (evolutionary divergence) மீளாத்தன்மை (irrecersisve) பெறுகிறது. எனவே இனம் என்பது நிலைத்தோர் அலகு (Permanent unit) அல்ல; ஆனால் அது பரிணாம விரிவின் ஒரு நிலையே ஆகும். இனப்பெருக்கு ஒதுக்கீட்டின் வளர்ச்சியே இனம் உண்டாவதற்குரிய அடிப்படைக் காரணம் என்று போட்ஸ் (Bees 1949), பார் டிமஃபீஃப் - ரெஸ்ஸோவங்கி (Bnur and Timofeet - Ressowsky, 1943), டார்லிங்டன் மாரதஸ் (Darlington and Mathes), ஹக்ஸ்லி, Huxuy, 1942), ஸ்டெப்பின்ஸ் 1950 முதலிய அறிஞர்கள் கருதுகிறார்கள். மேற்கண்ட விளக்கங்களை ஆராய்ந்து பார்க்கும் பொழுது இனம் என்பதற்குக் கீழ்க்காணும் பொதுப் பண்புகள் அமைந்திருக்க வேண்டும் என்பது தெளிவாகிறது.

1. இனம் என்பது ஒரே தோற்றமுடைய புவியியல் வியாபகத் தினைக் (geographical distrisution) கொண்டிருக்க வேண்டும்
2. தொடர்புடைய தகுதிகளிடையே குறிப்பிட்ட புற அமைப்பியல் பாரம்பரிய வேற்றுமைகளை உடையவை.
3. தொடர்புடைய தொகுதிகளிடையே படிமுறை வரிசை (intergradation) இல்லாதிருத்தல் வேண்டும்.

இனம் என்பது பெரும் உயிரினக் கூட்டங்களிலிருந்து படிப்படியாக வேறுபாடுகள் விரிவடைவதால் உண்டாகிறது.

மரபியல் அமைப்பின் பரிணாமம் (evolution of Genetic system):

உயிரினங்களில் பரிணாமம் நிகழ்கிறது அதே மாதிரியாக உயிரினங்களுக்கு அடிப்படையாக உள்ள மரபுவழி அமைப்பிலும் பரிணாமம் நிகழ்கிறது.

பாலிலி இனப்பெருக்கம் (asexual reproduction) ஒரு குறிப்பிட்ட ஜீனோடைப்யை (genotype) சீக்கிரத்தில் இரட்டிக்கச் செய்ய உதவுகிறது. ஒரு குறிப்பிட்ட இடத்தில் மிக விரைவில் பல உயிரினங்களை உண்டாக்கப் பாலிலி இனப்பெருக்கம் உதவுகிறது. மரபுவழி மாறுபாடுகள் வெளியாவது குறிப்பிடத்தக்க கட்டுப் பாட்டிற்குள் அடங்குவது ஒர் உயிரினத்தின் தோற்றமும், நடவடிக்கையும், அதன் உயிர்வாழ்வினைப் பாதிப்பதோடு நில்லாமல் மற்ற உயிரினங்களின் நடவடிக்கை, பிழைத்தல் (Survival) இனப் பெருக்கம் ஆகியவற்றைப் பாதிக்கின்றன. எனவே டார்வினுடைய தேர்வுக் கொள்கை குறைபாடு உடைதாயினும் அதைப் பற்றி இன்னமும் ஆராய்ச்சிகள் செய்து முடிவு எடுக்க வேண்டும் என்பது தெளிவாகிறது.

இவ்வாறு டார்வினுடைய பரிணாமக் கொள்கை கோட்பாடு மிகவும் சிறப்பு வாய்ந்ததாக அமைகிறது. இவரின் இக்கொள்கை கோட்பாடு பெரும்பாலும் அனைத்து அறிஞர்களாலும் ஏற்றுக் கொள்ளப்படுகிறது. அவரின் கோட்பாட்டைப் பின்பற்றி பல்வேறு புதிய கண்டுபிடிப்புகள் உருவாக்கப்பட்டு மானுடம் பயன் பெறுகின்றது.

இயல்-10
பத்தொன்பதாம் நூற்றாண்டின் புகழ்பெற்ற தொல்பொருளியல் முன்னோடிகள்

தொல்பொருளியல் சிறப்பான தனித் துறையாக உருவெடுக்கக் காரணமாக இருந்தவர்கள் தொன்மைப் பொருட்கள் மீதும், கலாசாரத்தின் மீதும் தன் முன்னோர்கள் மிகச் சிறப்பான நாகரிகம் உள்ள மக்களாக வாழ்ந்திருக்க வேண்டும் என்று எண்ணிச் செயலாற்றிய ஆர்வலர்களே என்றால் மிகையாகாது. நவீன காலத்தில் தொல்லியல் வளர்வதற்கு அயராது அருந்தொண்டு புரிந்த சில சாதனையாளர்களை இங்குக் காண்போம்.

ஹெய்னரிச் சிலீமென் (Heinrich Schilieman 1882-1890):

தொல்பொருளியல் துறைக்குப் புத்துணர்வும் புத்தொளியும் புகுத்தியவர் சிலீமென் ஆவார். இவர் ஜெர்மனியில் ஒரு சாதாரண ஏழை விவசாயியின் மைந்தனாகப் பிறந்தார். சிறுவயதிலேயே இலியட், ஒடிசி போன்ற இதிகாசங்களைக் கற்ற இவர் அவற்றின் உண்மையை உணர்ந்து கொள்வதில் ஆர்வம் காட்டினார். டிராய் நகரின் தங்கப் புதையல்களும், தங்கத் தொட்டில்களும் அவரின் நினைவில் தோன்றிய வண்ணம் இருந்தது. அவர் அடிக்கடி, "நான் டிராய் நகரைத் தோண்டி கண்டுபிடிப்பேன்" என்று கூறி வந்தார். பசுமரத்தாணி போல் இளமையில் பதிந்த இந்த எண்ணம் இவரின் வாழ்வில் மங்காத புகழைத் தேடித் தந்தது. வணிகத்திலும் வங்கித் தொழிலும் ஈடுபட்ட இவர் பெரும் பொருள் ஈட்டினார். தனது 41-வது வயதில் தனது பணிகளை எல்லாம் ஒதுக்கிவிட்டு ஓமரின் டிராய் நகரைக் கண்டுபிடிக்கும் அரிய பணியை மேற்கொண்டார். இதற்காகக் கிரீக், லத்தின் உட்பட 18 மொழிகளைக் கற்றார். ஓமரின் இலியட் - ஒடிசி, காவியங்களில் காணப்படும் பாத்திரங்கள் அனைத்தும் உண்மையே என்றும், அது கற்பனை காவியம் அல்ல

என்று நிரூபிக்க வேண்டும் எனவும் விரும்பினார். இவ்வாறு இலக்கியங்களில் காணப்படும் குறிப்புகளை வைத்து அகழ்வாய்வு செய்தல் சாலச் சிறந்தது என்பதில் ஒரு முன்னோடியாகவும் திகழ்ந்தார்.

டிராய் நகரக் கண்டுபிடிப்பு:

பூமிக்குள் புதையுண்டு போன டிராய் நகரம், ஆய்வாளர்கள் பலருக்கும் புரியாத புதிராகவே இருந்துவந்தது. இலியட்டில் காணப்படும் குறிப்புகளை வைத்து ஆசியா மைனரில் துருக்கியில் புனர்பாஷி என்னும் கிராமத்தில் டிராயின் இடிபாடுகள் காணப் படலாம் என்றும் பலரும் எண்ணினர். ஏனெனில் ஓமரின் இலியிட்டில் காணப்படும் சுடுநீர், குளிர்நீர் ஓடைகள், புனர்பாசிக் கருகில் காணப்பட்டன. இதை வைத்து இங்குதான் டிராய் இருந்திருக்க வேண்டும் என்று ஆய்வாளர்கள் நம்பினர். ஆனால் சிலீமென் புனர்பாஷி கடற்கரைக்கு வெகுதொலைவில் அமைந்திருந்த காரணத்தால் தனது கனவுநகர் அங்கு அமைந்திருக்க வாய்ப்பில்லை என்று முழுமையாக நம்பினார். டிரோஜன்கள் ஒரே நாளில் பலமுறை கடற்பயணம் போய்வந்த செய்தி இலியட்டில் காணப்பட்டதால் தனது தேடுதல் வேட்டையைக் கடற்கரைப் பகுதியில் செலுத்தினார். அங்குக் கம்பீரமாகக் காட்சியளித்த ஹிசார்லிக் குன்றுப் பகுதிகள் இவரின் கவனத்தைக் கவர்ந்தன. இக்குன்றுகளே டிராய் நாட்டின் இயற்கை அரண்களாக இருந்திருக்க வேண்டும் என்று முடிவு செய்தார். துருக்கி அரசரிடம் 1870-ல் அனுமதி பெற்று தன் அகழ்வாய்வு பணிகளைத் தொடங்கினார். இவர் எதிர்பார்த்தது போலவே அங்கு குன்று ஒன்றின் மீது ஒன்றாக ஒன்பது நகரங்கள் இருப்பதைப் பிரம்மிப்புடன் கண்டார். வியத்தக்க அளவில் கலைப் பொக்கிசங்களும், செல்வக் குவியல்களும் இருப்பதைக் கண்டார். ஒட்டுமொத்த தொல்லியல் உலகமும் தன் பார்வையை ஹிசார்லிக் மீது செலுத்தத் தொடங்கியது.

இவர் இரண்டாம் அடுக்கில் டிராய் நகரம் இருந்திருக்க வேண்டும் என எண்ணினார். (ஆனால் இவர் மறைந்த மூன்று ஆண்டுகளுக்குப் பிறகு மூன்றாவது அடுக்கில் டிராய் நகர் இருந்தது இவரது நண்பரால் உறுதி செய்யப்பட்டது.) இவரது அயராத முயற்சியாலும், தினமும் 150 பணியாளர்கள் தொடர்ந்து மேற்கொண்ட பணியாலும், 1873-ல் பொற்குவியல் கண்டுபிடிக்கப்பட்டது. அதில் 90 வடச்சங்கிலிகளும், 12,271 மோதிரங்களும், 4066 இதயவடிவ டாலர்களும், 16 சிலைகளும், 24 தங்க கழுத்தணிகளும் மற்றும் டாலர்களும், 16 சிலைகளும், 24 தங்க கழுத்தணிகளும் மற்றும் பிற 8700 தங்கப் பொருட்களும்

கிடைத்தன. ஆனாலும் இந்த வெற்றிகரமான ஆய்வு அவருக்கு மன நிறைவைத் தரவில்லை. மேலும் தொடர்ந்து தனது ஆய்வினை மேற்கொண்டார்.

மைசேனிய நாகரிகம் கண்டுபிடிப்பு :

டிராய்க்கும் மைசேனிய நகருக்கும் இடையே நடைபெற்ற வியாபாரத்தின் காரணமாகச் செல்வ செழிப்பில் சிறந்த விளங்கிய மைசேனிய அரசன் அகெம்னான் அரண்மனையின் தங்கப் புதையல் களை உலகிற்கு வெளிக்கொணரும் ஆர்வமும் ஏற்பட்டது. கிரேக்க நாட்டிற்குச் சென்று அங்கு மைசெனே நகரில் 113 சதுர அடியில் பெரிய குழி தோண்டி ஆகழ்வாய்வு பணியைத் தொடங்கினார். அங்கு 23 அடிக்கு கீழே 5 கல்லறைகள் இருப்பதைக் கண்டார். அவரும், அவரது துணைவியாருமான சோபியாவும் அளவற்ற ஆனந்தத்துடன் அக்கல்லறைகளை ஆராய முற்பட்டனர். அக்கல்லறைகளில் கண்கவர் தங்க நகைகளும், தங்கக் கவசங்கள் அணிந்த எலும்புக் கூடுகளும் மற்றும் வாள்கள், கத்திகள், கோடாரிகள் போன்ற பொருட்கள் இருப்பதைக் கண்டு மெய் சிலிர்த்துப் போயினர். இவை அனைத்தும் The Times பத்திரிகையில் பெருமையுடன் பிரசுரிக்கப்பட்டது. சிலீமெனின் இந்தச் சிறந்த கண்டுபிடிப்புகள் அவருக்குப் பெரும் புகழை ஈட்டித் தந்தது. சிலீமென் தான் கண்டுபிடித்த கல்லறைகள் அனைத்தும் அகெம்னான் காலத்தைச் சேர்ந்தது என்று கருதினார். பிற்காலத்தில் அவர் கண்டுபிடித்த அனைத்தும் மைசேனிய நாகரிக காலத்தைச் சேர்ந்தது என்றும், இந்நாகரிகம் கிரேக்க நாகரிகத்திற்கு 400 ஆண்டுகட்கு முற்பட்டது. என்பது தொல்பொருளியலாளர்களால் கண்டறியப்பட்டது. சிலீமெனின் இக்கண்டுபிடிப்புகள் தொல் பொருளியல் துறையினருக்கு புதிய வேகத்தையும் ஆர்வத்தையும் தந்தது.

பிட் ரிவர்ஸ் (Pitt Rivers 1827-1900):

பத்தொன்பதாம் நூற்றாண்டில் நவீன தொழில்நுட்ப கருவிகளைக் கொண்டு, நவீன முறைகளைக் கையாண்டும் தொல்பொருளியல் துறையில் அரிய சேவைகள் புரிந்தவர் பிட் ரிவர்ஸ் ஆவார். இங்கிலாந்தில் ராணுவ ஜெனரலாகப் பணியாற்றிய இவர் உலகின் பல நாடுகளிலிருந்து கிடைத்த விலை மதிப்பற்ற கலைநுட்பப் பொருட்களைச் சேகரிக்கும் ஆர்வம்கொண்டவராய் இருந்தார். இந்த ராணுவ அதிகாரிக்கு மானிடவியல் தொல்பொருளியல் மற்றும் மனித இனங்களின் பரிணாம வளர்ச்சித் தத்துவம் போன்றவற்றை அறிந்து

கொள்வதில் ஆர்வம் ஏற்பட்டது. களஆய்வு, சுற்றாய்வு போன்ற முறைகளைக் கையாண்டு தொல்பொருளியலில் ஆய்வுகளை மேற்கொண்டார். இருபது ஆண்டுகள் அயராது இவர் ஆய்வுகள் நடத்தியதன் பயனாகப் பல புதிர்களுக்கு விடைகள் கிடைத்தன. தனது கண்டுபிடிப்புகளைப் பல பரிமாணங்களில் ஆய்வு செய்தும் பதிவு செய்து வைத்தார். அகழ்வாய்வு நடைபெறும் இடங்களுக்குத் தானே நேரில் சென்று மேற்பார்வை செய்து தோண்டும்போது கிடைத்த பொருட்களைச் சேகரித்தார். எத்தகைய தொல்லியல் பொருட்களையும் சேகரித்து படி மாதிரி ஆய்வு முறைகளைப் பின்பற்றி வகைப்பாடு செய்தார். தொன்மை காலப் பொருட்களை அண்மை காலப் பொருட்களோடு ஒப்பிட்டு பார்த்து அவற்றின் ஒற்றுமை வேற்றுமைகளைக் கண்டார். இவரின் தொல்லியல் பணி செம்மையாகவும், நேர்த்தியாகவும், தெளிவாகவும் காணப்பட்டது. இனவியல், சமூகவியல் அடிப்படையில் வரலாற்றுக்கு முற்பட்ட காலத்தின் கலைநுட்ப பொருட்களை ஆராய்ந்து குறிப்புகளை எழுதினார். இவரின் பல கண்டுபிடிப்புப் பொருட்கள் ஆக்ஸ்போர்டு அருங்காட்சியகத்தை அலங்கரித்து உள்ளன. பிற பொருட்கள் கொண்டு தானே சொந்தமாக பார்ன்ஹைம் (Farnham) என்னும் இடத்தில் அருங்காட்சியகம் ஒன்றை ஏற்படுத்தினார்.

சர் பிளிண்டர்ஸ் பெட்ரிக்:

சர் பிளிண்டர்ஸ் பெட்ரிக் என்ற ஆங்கிலேய நாட்டு தொல் பொருளியலாளர் எகிப்திய மொழியலுக்கும், தொல்பொருளியலுக்கும் அருந்தொண்டாற்றியவர் ஆவார். சிறந்த உழைப்பாளராகவும், கற்பனை திறன் மிக்கவராகவும் செயலாற்றிய இவர் தொல்லியலுக்கு நான்கு முக்கிய வழிமுறைகளை வகுத்துக் கொடுத்தார்.

1. புராதனச் சின்னங்களைப் பாதுகாத்தல்.
2. அகழ்வாய்வில் தெளிவாகத் திட்டமிட்டுக் கவனம் செலுத்துதல்.
3. பொருட்களைச் சேகரித்தல், சேகரித்த பொருட்களுக்கு விளக்கம் அளித்தல்.
4. கண்டுபிடித்த உண்மைகளை வெளியிடுதல்

போன்ற இந்தக் கொள்கைகளைத் தனது "தொல்பொருளியலின் வழிமுறைகளும் நோக்கங்களும்" (Methods and Aims in Archaeology) என்ற நூலில் தெளிவாகவும் விரிவாகவும் வெளியிட்டார். மண் பாண்டங்களின் முக்கியத்துவத்தை அறிந்த சில தொல்பொருளிய

லாளர்களின் இவரும் ஒருவர் என்பது குறிப்பிடத்தக்கது. தாம் கண்டறிந்த பொருட்களின் காலத்தை கணக்கிட படிப்படியான காலக்கணிப்பு முறையை (Sequence dating) கையாண்டார். இவர் தாம் கணக்கிட்ட பொருட்களோடு ஒத்திருந்த அதுவரை கணக்கிடப் படாத பொருட்களின் காலங்களைக் கணிப்பதிலும் வெற்றி கண்டார். 19-ம் நூற்றாண்டில் ஹென்ரிச் சிலீமென், பிட் ரிவர்ஸ் சர் பிளின்டர்ஸ் பெட்ரிக் ஆகிய மூன்று அறிஞர்களாலும், அவர்களின் இந்த அரும் பணிகளாலும் தொல்லியல் துறை வளர்ச்சியைக் கண்டது. 20-ம் நூற்றாண்டு தொல்பொருளியலார்க்கு இவர்கள் மிகச் சிறந்த முன்னோடிகளாகத் திகழ்ந்தார்கள்.

இயல்-11

சிந்துச் சமவெளி அகழ்வாய்வு

பழம்பெரும் நாகரிக தொட்டில்களாக விளங்கும் மொகஞ்சதாரோ, ஹரப்பா, நகரங்கள் சிந்துச் சமவெளி நாகரிகத்தின் உன்னத நிலையை உணர்த்துகின்றன. இங்குக் காணப்படும் மண்மேடுகள் தொல்லியல் ஆய்வாளர்களால் பாங்குடன் ஆராயப்பட்டதால் இன்று இந்நாகரிகத் தொன்மை நமக்குத் தெரியவருகின்றது. இந்நாகரிகங்களின் எச்சங்களைக் கொண்டு அதன் பெருமையை நாம் அறியலாம்.

சிந்துச் சமவெளி நாகரிக அமைவிடம்:

சிந்து என்பது இந்தியாவின் வடமேற்கே உள்ள ஆறு. சிந்து ஆற்றின் வடகரையில் மொகஞ்சதாரோ நகரமும், சிந்துவின் உபநதியான ரவி நதிக்கரையில் ஹரப்பாவும் உள்ளன. சிந்து ஆற்றின் முகத்துவாரப் பகுதியில் பல இடிபாடுகள் காணப்படு கின்றன. இவை புதையுண்ட மண்மேடுகளாகக் காணப்படுகின்றன. இதற்குக் காரணம் சிந்து ஆறு பலமுறை தன் போக்கை மாற்றிக் கொண்டதாகவும் இருக்கலாம் எனத் தொல்லியல் ஆய்வாளர்கள் கருதுகின்றனர்.

சிந்துச் சமவெளி நாகரிகம் கண்டுபிடிப்பதற்கு முன் மெசபடோமியா, எகிப்து, சுமேரியா, நாகரிகங்கள் காலத்தால் தொன்மையானவை என அறியப்பட்டன. ஆனால் தொல்லியல் ஆய்வாளர்கள் சிந்துச் சமவெளி நாகரிகம்தான் அவைகளில் காலத்தால் முற்பட்டது எனக் கண்டுபிடித்தனர்.

சிந்துச் சமவெளி நாகரிக காலம்:

ஆரியர்கள் கி.மு.2500-ல் இந்தியாவிற்கு வந்தனர் என்றும் கி.மு.2500-கி.மு.1500 இடையில் காலம் ரிக் வேதக் காலத்தை சிந்துச் சமவெளி பகுதிகளில் நிறுவினர் எனவும் சிலர் கருதுகின்றனர். ஆரியர் சிந்து வெளியில் குடியேறுவதற்கு முன் சிந்துச்சமவெளி நாகரிகமும் சிறப்புற்று விளங்கியது என்பது தெளிவாகிறது. இதன்படி பார்த்தால் இதன் காலம் கி.மு.3250-கி.மு.2750க்கு உட்பட்ட காலமாக இருக்கலாம் என அறிஞர்கள் கருதுகின்றனர்.

சர் மார்ட்டிமர் வீலர் என்பவர் கருத்துபடி மொகஞ்சதாரோ அழிவுகளின் அடிப்படையில் இதன் காலம் கி.மு. 2500 - கி.மு. 1600 இடைப்பட்டது எனக் கணிக்கிறார்.

சிந்துச் சமவெளி மக்கள் எந்த இனத்தைச் சார்ந்தவர்கள்:

உயரிய நாகரிகத்தை உடைய சிந்துவெளி மக்கள் எந்த இனத்தை சேர்ந்தவர்கள் என்ற சர்ச்சை இன்றுவரை தீரவில்லை.

(i) இந்தியாவின் பழங்குடியினராக நிக்கிட்டோ இனத்தவராக இருக்கலாம். இவர்கள் குட்டையாகவும், கருநிறமாகவும் இருந்தார்கள்.

(ii) முண்டர், சோமீலியர், சொண்டர் முதலியவர்கள் ஆஸ்திரேலிய பகுதி மற்றும் பலுசிஸ்தானப் பகுதியில் இருந்து வந்தவர் களாகவும் கருதப்படுகிறார்கள்.

(iii) இவ்விரு இனத்தவர்களின் கலப்பால் தோன்றிய மெலனேசியர் இந்தியாவில் வாழ்ந்தனர். இவர்களின் நேரடி சந்ததியினர் அசாம்பர் பகுதியில் இருந்து ஆஸ்திரேலியர்களின் கலப் பால் வந்தவர்கள் என்பது இவர்களின் மண்டை ஓட்டை வைத்து ஆராயந்த பார்த்ததில் உண்மை வெளிபட்டது. மொழி அறிஞர் பண்டித ஞா.தேவநேய பாவாணர் தென்னகத்தில் தோன்றிய திராவிடர்களே சிந்து நாகரிகத்தின் முதாதையர்கள் என்று குறிப்பிடுகின்றார்.

அமுர்தி - ரின் சோட் - கருத்துபடி தென்னகத் திராவிடர்களே சிந்து மக்கள். ஆனால் சிந்து ஏன் அழிவுற்றது? எப்படி அழிவுற்றது? என்ன காரணத்தால் அழிந்தது? என்பது இன்னும் அவிழ்க்கப்படாத மர்ம முடிச்சு ஆகும். ஆர்.டி. பானர்ஜி, இ.ஜே.மேகே, சர்மார்டிமர் வீலர், முதலியோர் இதைப் பற்றி அரிய செய்திகளை வெளியிட்டு இந்நாகரிகத்திற்குப் பெருமை சேர்த்தனர்.

சிந்துச் சமவெளி நாகரிகம் பரவியிருந்த இடங்கள்:

அரபிக்கடலில் சிந்து நதி கடலில் கலக்கும் இடம் தொடங்கி டெல்லியை உள்ளடக்கிய பரந்த சமவெளியில் இந்நாகரிகம் பரவி இருந்தது. இது ஏறத்தாழ ஐந்து லட்சம் சதுர மைல் பரப்புள்ளது. இவற்றுள் மொகஞ்சதாரோ, ஹரப்பா, கலிபங்கன் சான்ஹீதாரோ, லோதல் போன்றவை முக்கிய நகரங்களாகும். மொகஞ்சதாரோவில் பத்தில் ஒரு பகுதியில் மட்டுமே அகழ்வாய்வு நடத்துள்ளது. நீர்மட்ட உயர்வு காரணமாகக் கீழ் உள்ள அடுக்குகளில் ஆய்வுகள் நடத்த இயலவில்லை. அதே போல் ஹரப்பா எச்சங்களில் பெரும்பகுதி அழிந்துவிட்டது. எஞ்சிய பகுதிகளிலேயே அகழ்வாய்வு மேற்

கொள்ளப்பட்டது என்பது குறிப்பிடத்தக்கது. மொகஞ்சதாரோ, ஹரப்பா பகுதிகள் பாகிஸ்தானில் இருந்தாலும் அவற்றுக்கு ஒப்ப முக்கியமான சிந்துவெளி நாகரிகத் தலமான தோலாவிரா குஜராத்தில் கச் பகுதியில் 1969ல் கண்டுபிடிக்கப்பட்டது. தோலாவிராவில் அணைக்கட்டும் இல்லங்களும் கண்டெடுக்கப்பட்டுள்ளன.

கராச்சி மாவட்டத்தில் சிந்து ஆற்றின் கரையிலுள்ள அம்ரியுஸ் ஆராய்ச்சியின்போது செங்கற்கல்லான கட்டடச் சிதைகளும், கற்சுவர்களும் காணப்படுகின்றன. இதைத் தவிர சிந்துவின் ஆற்றுப் படுகையில். பல்வேறு மண்மேடுகள் இன்னும் ஆராய்ச்சி செய்யும் வகையில் இருக்கின்றன. பல அரிய இரகசியங்களை உள்ளடக்கி சிந்துப் பகுதி காணப்படுகின்றது.

சிந்து மக்களின் வாழ்க்கை, சமூக அமைப்பு:

சிந்து மக்கள் நகர வாழ்க்கை வாழ்ந்தனர், 70க்கு மேற்பட்ட நகரங்கள் கண்டுபிடிக்கப்பட்டுள்ளன. மொகஞ்சதாரோ கட்டிடங்கள், உலர்ந்த செங்கற்களாலும், சுட்ட செங்கற்களாலும் கட்டப்பட்டவை. சுவர்களும், தரை, கூரை ஆகியவைகளும் களிமண் சாந்தால் பூசப் பட்டுள்ளன. மேற்குப் பக்கத்தில் ஒரு கோட்டைப் பகுதியும் கிழக்கே பொதுமக்கள் குடியிருப்புப் பகுதிகளும் இருந்தன. கோட்டை சுடாத செங்கற்களைக் கொண்டு 30-50 அடி உயரமும் 1200 X 600 அடி பரப்பும் உள்ள மேடையின் மீது கட்டப்பட்டு இருந்தது.

வரிசை வரிசையாகக் கட்டப்பட்ட இல்லங்கள் மாட மாளிகைகள், நீராடும் குளம், கழிவு நீர் பாதைகள் ஆகியவற்றைக் கண்டு வரலாற்று உலகமே அதிசியக்கிறது. இரண்டு அடுக்கு முதல் பல அடுக்குகளை உடைய மாடி வீடுகளும், முற்றங்களை உடைய அடுக்கு வீடுகளும் உண்டு. விரிவான வடிகால் வசதிகளும் உண்டு.

30 அடி நீளமும் 27 அடி அகலமும் உள்ள கட்டிடம் 4, 5, அறைகளுடன் உள்ளன. சிறிய இல்லமும் இவற்றின் நடுவே முற்றம் உண்டு. அறைகளில் காற்றோட்ட வசதி உண்டு. வாயிற்படிகள் 5 அடிக்கும் குறைவாகவே இருக்கிறது. இதுவே சிந்து நாகரிக மக்கள் குட்டையான உருவ அமைப்பை உடையவர்கள் என்பதை நமக்கு உணர்த்துகின்றன. வீடுகளில் நிலவறை பெட்டிகள் உண்டு. மொகஞ்சதாரோவில் மிகப்பெரிய அடுக்குகளைக் கொண்ட வீடுகள் காணப்படுகின்றன. இவை அந்நகரின் அரசன், அமைச்சன் போன்றோரின் வீடுகளாக இருந்திருக்கலாம்.

இல்லங்களில் கால்நடை கட்டுவதற்கும், தானியம் சேமிப்பதற்கும் தனி இடம் இருந்தது. கழிவுநீர் தெரு வாய்க்காலோடு இணைக்கப்

பட்டுள்ளது. ஒவ்வொரு வீட்டிலும் நீராடும் அறையும் பெண்களுக்கு என தனி அறையும் உண்டு.

தெருக்கள்:

இந்நகரத்தின் தெருக்கள், கிழக்கு மேற்காகவும், தெற்கு வடக்காகவும் அமைந்துள்ளன. முக்கிய தெருக்களுக்கு வந்து சேரும் வண்ணம், சிறிய குறுக்குத் தெருக்கள் அமைந்துள்ளது. இந்தத் தெருக்களின் அமைப்பைப் பார்க்கும்போது பாபிலோனிய நகரங் களையும் விஞ்சி நிற்கிறது. இது சுமேரிய நகரங்களை ஒத்துள்ளது. ஒரு பெருந்தெரு 33 அடி அகலமும், முக்கால் கல் நீளமுடையது. இதன் இரு பக்கம் பொதுமக்கள் நடக்கும் நடை பாதைகள் உள்ளன. 9 அடி அகலமும், 12 அடி நீளமும் உள்ள தெருக்களும் உண்டு.

கிணறுகள்:

மொஞ்சதாரோவில் ஒவ்வொரு வீட்டிலும் கிணறு உண்டு. இக்கிணறுகள் பல்வேறு அடுக்குகளைக் கொண்டு உயரமாக உள்ளது. கலிபங்கனில் சுட்ட செங்கற்கள் பெரும்பாலும் கிணறு மற்றும் கழிவுநீர்க் குழாய் அமைக்கப் பயன்படுத்தப் பட்டிருக்கின்றன.

நீராடும் குளம் :

30 அடி நீளமும் 23 அடி அகலமும் 8 அடி ஆழமும் கொண்டு 3 அடிதளம் கொண்ட வழவழப்பான இக்குளத்திற்கு வடக்கில் 8 அறைகள் உண்டு. படிக்கட்டுகளோடு அறைகள் இணைக்கப் பட்டுள்ளது. தளத்தில் நீலக்கிலை (Bitumen) பயன்படுத்தி நீர்க் கசிவைத் தடுத்து இருந்தனர். தற்கால நீச்சல் குளத்தின் முன்னோடியாகத் தொன்மை நாகரிகத்தின் சிறப்பை நமக்கு விளக்குகிறது.

உணவுப் பழக்கவழக்கங்கள் வாழ்க்கை முறை:

இம்மக்கள் கோதுமை, பார்லி, பேரிச்சம்பழம், அரிசி, இவற்றை உண்ணும் சைவர்களும், மீன் இறைச்சியை உண்ணும் அசைவ காரர்களும் இருந்தனர். அங்குக் கிடைத்த எலும்புக் கூடுகளை அறியும்போது ஆடு, மாடு, செம்மறியாடு, பன்றி, ஆமைகளை வளர்த்த இவர்கள் குதிரையின் பலனை அறியவில்லை என்பது புலனாகின்றது.

மிகப்பெரிய தானிய களஞ்சியமும், கட்டிடமும்:

ஹரப்பாவில் 169 அடி நீளமும் 135 அடி அகலமும் உள்ள தானியக் களஞ்சியமொன்று காணப்படுகிறது. ஆடவர் இடது தோளுக்கு மேலாக வந்து இடது புயத்துக்கு செல்லும்படி போர்வை

அணிந்திருந்தனர். இன்று ஆண்கள் உடுத்தும் வேட்டி போன்ற முழு உடையே அணிந்திருந்தனர். ஊசிகள் காணப்படுவதால் தைக்கப் பட்ட உடைகளையே இம்மக்கள் பயன்படுத்தினர்.

ஆண்கள் தலையில் முடியை குறுக வெட்டியிருந்தார்கள். சில பெண்களின் தலைமுடி நீண்டு காணப்படுகிறது.

அணிகலன்கள்:

மொகஞ்சதாரோவில் நெற்றிச் சுட்டி, குழாய்கள், வளையல்கள், குமிழ்கள் ஆகியவை காணப்படுகின்றன. ஆண், பெண் அனைவரும் அணிகலன்கள் அணிந்திருந்தனர்.

இப்பகுதியில் கிடைத்த முக்கிய சிலைகள் அவர்களின் அணிகலன் பற்றிய ஆர்வத்தை நமக்குத் தெரிவிக்கின்றன. வெண்கலத்திலான நாட்டிய பெண் வடிவம் கை மூட்டுவரை வளையல் அணிந்திருந்து காணப்பட்டது. கழுத்தணி, தலை கட்டும் நாடா (இதே பின்னாளில் கிரீடமாக மாறியிருக்கலாம்) இதைத் தவிர வங்கி, தலையணி, மோதிரம், மூக்கு வளையம், போன்றவைகள் பொன், வெள்ளி, செம்பு, சங்கு, எலும்பு, சலவை கற்கள், ஆகியவற்றால் செய்யப்பட்டிருந்தன. பெண்கள் தங்கம், எலும்பினாலான கொண்டை ஊசிகளைப் பயன்படுத்தினர்.

விளையாட்டுகள்:

சதுரங்கம், சோலி, வேட்டையாடுதல், கோழி சண்டை ஆடும் காய்கள், பொம்மைகள் போன்றவை களிமண்ணால் செய்யப் பட்டிருந்தன, தலையாட்டும் விலங்கு, கோழி, புறா, சூழல், பொம்மைகள் மண்ணால் செய்யப்பட்டவை ஆகும்.

போர் ஆயுதங்கள்:

கோடாரி, ஈட்டி, வேல், வில், அம்பு, தண்டு, வாள், கேடயம் முதலியன பயன்படுத்தினார்கள். வாள் செம்பினால் செய்யப்பட்டு இருந்தது. இருபுறமும் அலகு இருந்தது.

தொழில்கள்:

மீன் பிடித்தல், பறவை பிடித்தல், ஆடு மாடு மேய்த்தல், எனப் பல தரப்பட்ட தொழிலாளர்கள் வாழ்ந்து வந்தனர்.

முத்திரைகள்:

முத்திரை எழுத்துக்களைப் பயன்படுத்தினர், ஹரப்பாவில் உள்ள ஒரு முத்திரையில் ஓர் ஆடவன் உடற்பயிற்சி செய்வது போல் பொறிக்கப்பட்டுள்ளது.

மற்றொரு முத்திரையில் 2 காட்டுக் கோழிகள் சண்டையிடுவது போல் பொறிக்கப்பட்டுள்ளது. இவர்கள் முத்திரைகளைப் போன்ற எழுத்து குறிகளையும் பயன்படுத்தினார். எழுத்துகளின் முத்திரை களை கொண்டு இவர்கள் பெரும்பாலும் பயணங்களில் பயன் படுத்தினார்கள் என்று அறியலாம். சிந்துப் பகுதியில் கண்டெடுக்கப் பட்ட முத்திரைகளில் பெரும்பாலனவை பெண் உருவங்கள் ஆகும்.

வாணிபம்:

சிந்து சமவெளி மக்கள் உள்நாட்டு வாணிபம் மேற்கொண்டு உள்ளனர். இங்குக் கிடைத்துள்ள முத்திரைகள் எழுத்துகள், செம்மறி ஆட்டின் கொம்பு ஓவியம், மட்பாண்டம், முதலியன. சுமேரியா, மெசபடோமியா. எகிப்து, நாடுகளில் காணப்படும் சின்னங்களோடு ஒத்து இருக்கிறது. சுமேரியாவில் காணப்பட்ட ஒரு பச்சை பாத்திரத்திலுள்ள ஓவியம் தொழுவத்தில் கட்டப்பட்ட எருது போன்ற இது சிந்து மக்களுக்கே உரிய நந்தி வழிபாட்டைக் குறிக்கும். இது சுமேரியாவில் காணப்படுவதால் இவர்கள் சிந்து மக்களோடு வாணிபத் தொடர்புகொண்டிருந்தனர். சிந்து ஆற்றின் மூலமே வாணிபத்தில் ஈடுபட்டனர். கப்பல்களில் காணப்படும் முத்திரையைக் கொண்டு இவற்றை அறியலாம்.

தெய்வ வழிபாடும், இறந்தவர் வழிபாடும்:

தி.மார்கன் கருத்துபடி பெண் தெய்வத்தை இவர்கள் வழிபட்டனர். இதை டசர் மார்ஷலும் ஒத்துக் கொண்டு உள்ளார். சைவ வழிபாடும் இருந்திருக்கலாம் எனத் தெரிகிறது. முத்திரையில் உள்ள எழுத்து களைக் கொண்டு நந்தி வழிபாடும் இருந்திருக்கும் இதை தவிர கொம்புள்ள தெய்வம், ஆறு தலை உள்ள விலங்கு மரங்கள், பாம்பு, வேங்கை, மான், காண்டாமிருகம் முதலியவற்றை வழிப்பட்டனர். நரபலி, உயிர்பலி இந்த வழக்கமெல்லாம் இருந்தது. கோயில்கள் இருந்தற்கான அடையாளம் எதுவும் இல்லை.

இறந்தவர் வழிபாடு:

இறந்தவுடன் பிணத்தைச் சுடுதல், புதைத்தல், முறைகளைப் பின்பற்றினர்.

உடலில் சில பாகங்களை மட்டும் மட்பாண்டங்களில் இட்டுப் புதைத்து முதுமக்கள் தாழி, ஹரப்பாவில் கிடைத்துள்ளது. ஹரப்பாவில் கண்டுபிடிக்கப்பட்ட ஒரு சவக்குழியில் இறந்தவர்கள் பயன்படுத்திய கோப்பை, மட்பாண்டம், மற்றப் பிற பொருள்கள், காணப்படுகின்றன. இந்த அமைப்பு சுமேரியாவிலும், எகிப்திலும், தமிழகத்தில் புதுக்கோட்டை மற்றும் ஆதிச்ச நல்லூரிலும் காணப்

படுகிறது. மேலும் அவர்கள் இரும்பின் பயனை அறியவில்லை எனத் தெரிகிறது. உடல் கவசம் தோலினால் செய்யப்பட்டு உள்ளது.

சிந்து மக்களின் எழுத்து:

இவர்களின் எழுத்து முறை ஒரு ஓவியக் குறிகளை ஒத்தே உள்ளது. இன்று வரை இவற்றை தெளிவாகப் படிக்க இயலவில்லை. சில எழுத்துக்கள் மேலிருந்து கீழ், வலமிருந்து இடம், இடமிருந்து வலம் என உள்ளன.

இவற்றில் ஒலி குறிப்பு எழுத்துகளும் காணப்படுகின்றன. கி.மு.3-ம் நூற்றாண்டில் அசோகரின் பிரமி எழுத்துகள் சிந்துச் சமவெளி எழுத்துகளில் இருந்து வந்து இருக்க வேண்டும். வரலாற்று ஆசிரியர்கள் கணிப்புப்படி ஒவ்வொரு எழுத்துகளும் கி.மு.4000 ஆண்டு முன்பே தோன்றியிருக்க வேண்டும் எனத் தெரிகிறது. இதிலிருந்து சுமேரியர், எகிப்தியர்கள் எழுதக் கற்றிருந்திருக்கலாம் என தெரிகிறது. ஹெராஸ் பாதிரியார் இவை தமிழ் சார்ந்த திராவிட எழுத்துகளே என்கிறார். பிர் பிரானநாத் பிர்வேடல், என்பவர் சுமேரியர்களிடமிருந்து சிந்து மக்கள் எழுதக் கற்றனர் என்கிறார். எனினும் இவை தெளிவாகப் பழக்கப்பட்ட பின்னரே இதைப் பற்றிய சர்ச்சை தீரும்.

சிந்து மக்களின் அழிவு:

இவ்வாறு உன்னத நிலையில் இருந்த இந்நாகரிகம் அழிவிற்கான காரணம் இன்று வரை தெளிவாக அறியப்படவில்லை. ஆனால் வரலாற்று அறிஞர்கள் அழிவிற்கான காரணங்களை ஊகித்து உள்ளனர்.

(i) சிந்து நதியின் கட்டுக்கடங்காப் போக்கும் இந்நாகரிக அழிவுக்குக் காரணமாக இருக்கலாம். சிந்து நதி இதுவரை பதினெட்டு முறை தன் போக்கை மாற்றிக் கொண்டிருக்கிறது.

(ii) சிந்துவெளி பகுதி மழை பொய்த்தது போய் இப்பகுதி வறண்டு போய் இருக்கலாம் எனச் சிலர் கருதுகின்றனர். ஆனால் வற்றாத ஜீவநதிகள் சிந்து, ராவி இவைகளின் நதிக்கரையில் உள்ள நகரங்கள் வறண்ட பாலைவனமாக மாற வாய்ப்பு இல்லை எனவும் சிலர் கூறுகின்றனர்.

(iii) இயற்கையின் சீற்றமான வெள்ளம், புயல் பூகம்பம் போன்ற காரணங்களாலும் இந்நாகரிகம் அழிந்து இருக்கலாம்.

(iv) ஆரியரின் முரட்டு தாக்குதலினால் இம்மக்கள் இடம்பெயர்ந்து இருக்கலாம் எனவும் தொல்லியல் ஆய்வாளர்கள்

கருதுகின்றனர், ஆனால் இவையாவும் அனுமானங்களே, தீர்மானம் அல்ல. எனினும் இது மிக பழமையான சிறப்பு மிக்க வியந்து போற்றத்தக்க ஒரு நாகரிகம் என்பதை யராலும் மறுக்க முடியாது. இதை வெளி உலகிற்குக் கொண்டுவந்து உலகிற்கு உணர்த்தியது இப்பெருமை தொல்லியல் ஆய்வாளர்களையே சாரும் என்பதில் ஐயம் இல்லை.

இயல்-12

தொல்பொருளியல் கோட்டுபாடுகள்

தொல்பொருளியல் கண்டுபிடிப்புகளுக்குக் கருத்து விளக்கம் அளிப்பதோடு கோட்பாடுகள் வகுத்து அவற்றை ஆய்வுக்கு உட்படுத்த வேண்டும் என்ற அணுகுமுறை தற்பொழுது நடைமுறையில் உள்ளது. தொல்லியல் துறையில் ஏற்பட்ட இத்தகைய முன்னேற்றம் 19-ம் நூற்றாண்டில் தோன்றி 20-ம் நூற்றாண்டில் விரிவுபடுத்தப்பட்டுத் தற்பொழுது வளர்ச்சி அடைந்து வந்துகொண்டிருந்தது.

மனித கலாசாரத்தின் தடயங்களை வைத்து ஒரு பொதுவான கோட்பாட்டைக் கண்டறிய வேண்டும் என்பதே தொல்பொருளியலாளர்களின் குறிக்கோள். இதற்காக அவர்கள் வகுத்த பல்வேறு அணுகுமுறையே இங்கே காண்போம்.

ஒரே மாதிரியான முன்னேற்றக் கோட்பாடுகள்:

தாம்சன் என்பவர் கற்காலம் (Stone Age), பித்தகைக்காலம் (Bronze Age), இரும்புக்காலம் (Iron Age) என மனிதன் படிப்படியாகப் பயன்படுத்திய கல் மற்றும் உலோகப்பொருட்களின் தன்மையைக் கொண்டு அவர்கள் வாழ்ந்த காலங்களை வகைப்படுத்தினார்.

இக்கோட்பாட்டினை விளக்குவதற்கு மனித தொழில்நுட்ப பரிணாம வளர்ச்சி, கலாசார வளர்ச்சி போன்றவற்றைக் கருத்தில் கொண்டு செயலாற்றினார். இங்குப் பரிணாம வளர்ச்சி என்பது வரலாற்றுக்கு முற்பட்ட காலத்தில் தொடங்கி, கலாசாரம் பல நிலைகளில் பல்வேறு காலகட்டங்களில் மாற்றமும், வளர்ச்சியும் பெற்றதைக் குறிக்கின்றது. இக்கோட்பாட்டின் படி உலகம் முழுவதும் ஒரே மாதிரியான கலாசார படி நிலைகளைச் சகாப்தங்களைத் தாண்டி வந்திருக்கின்றன என்று தாம்சன் கருத்து தெரிவிக்கின்றார். அதாவது கற்காலம் என்று கருதப்படுகின்ற காலகட்டத்தில் உலகின் அனைத்துப் பகுதிகளிலும் வாழ்ந்த மக்கள் கல் ஆயுதங்களைப் பயன்படுத்தினர் என்பதை அறிகின்றோம்.

இவ்வாறு ஒத்த கலாசாரம் பரவி இருந்த காலங்களை அடிப்படையாகக் கொண்டு தாம்சன் "ஒரே மாதிரியான முன்னேற்ற

கோட்பாடுகள்" (Law of similar developments) என்ற கோட்பாட்டினை வகுத்துள்ளார்.

மானுடவியல் விஞ்ஞான அடிப்படையிலான கோட்பாடுகள்:

அமெரிக்க நாட்டைச் சேர்ந்த வழக்கறிஞரான லூயி ஹென்றி மார்கன் என்பவர் தொல்பொருளியலுக்கு மானுடவியல் விஞ்ஞானத்தை அடிப்படையாகக் கொண்டு விளக்கம் அளிக்கும் முயற்சியில் ஈடுபட்டார். இதற்காக அவர் உலகின் பல்வேறு பகுதிகளில் வசித்த நூற்றுக்கணக்கான சமூகங்களின் உறவு முறை மற்றும் குறியீட்டு சொற்களில் உள்ள பழக்க வழக்கங்களை ஒப்பிட்டு ஆராய்ந்தார்.

இவரது ஆய்வும் மனித பரிணாம வளர்ச்சியின் பல்வேறு நிலைகளை ஆராய்ச்சி செய்யும் தன்மையை அடிப்படையாகக் கொண்டு இருந்தது. இவர் 1877-ல் பண்டைய சமுதாயம் (Ancient society) என்னும் நூலை வெளியிட்டார். அதில் எவ்வாறு மனிதன் பண்படாத மிருக வாழ்க்கை வாழ்ந்து காட்டு மிராண்டிகள் நிலையில் இருந்து பின்னர் நாகரிகம் அடைவதற்கு எடுத்து கொண்ட பல்வேறு காலகட்டங்களையும், நிலைகளையும் விவரித்துள்ளார். மேலும் அவர் மனித இன வரலாறு என்பது ஒரே மூல ஆதாரத்தையும் ஒரே அனுபவங்களையும் ஒரே முன்னேற்றத்தையும் அடிப்படையாகக் கொண்டது என்றும் விளக்கினார் (He contended that the History of humanism is one in source one in experience and one in progress).

பண்பாட்டு பரவுதல் தூண்டுகோள் கோட்பாடு:

பண்பாட்டுப் பரிணாம வளர்ச்சிக் கோட்பாடுகளுக்கு எதிராக எலியட்ஸமித் (Elliot smith) பெர்ரி (Perry) ஆகியோர் பண்பாடு பரவுவதற்குத் தூண்டுகோலாக இருந்த காரணங்களை ஆராய்ந்து அதன் அடிப்படையில் இக்கோட்பாட்டினை வகுத்தமைத்தனர். எகிப்து நாட்டுத் தொல்லியலை நேசித்த இவர்கள் எகிப்தைப் பண்பாட்டின் மையமாகக் கொண்டு எகிப்திலிருந்து படையெடுப்புக் காரணமாகவோ, நல்லுறவு காரணமாகவோ எகிப்திய பண்பாடு பல இடங்களுக்கும் பரவி கலாசார வளர்ச்சியை ஏற்படுத்தியது என்று கூறினார்கள். ஏற்கனவே 19-ம் நூற்றாண்டின் பிற்பகுதியில் வாழ்ந்த எலியட்டும், பெர்ரியும் முக்கியத்துவம் கொடுத்தனர், இவர்கள் பண்பாட்டு மையமான எகிப்திலிருந்து பண்பாடு பரவுவதற்குத் தூண்டுகோலாக இருந்த காரணங்களை அடிப்படையாக ஆராய்ந்து "பண்பாடு பரவத் தூண்டிய கோட்பாடு" என்ற கருத்துக்களைத் தெரிவித்தார்கள். ஆனால் எகிப்திய நாகரிகத்திற்கு முற்பட்ட

நாகரிகங்கள் அண்மைக் கிழக்கு நாடுகளில் கண்டுபிடிக்கப்படவே அவர்கள் கோட்பாடு தவறு என்பது நிரூபிக்கப்பட்டது.

19-ம் நூற்றாண்டின் முற்பகுதியில் மனித பண்பாட்டை அறிவதற்குப் புரட்சிகரமான மண்ணியல் ஆய்வு பயன் அளித்தது. அதே நேரத்தில் தொல்லியல் கலைநுட்பப் பொருட்களின் மூலம் கலாசாரத்தை அறியும் புதிய முயற்சியும் மேற்கொள்ளப்பட்டது. இத்தகைய ஆய்வின் மூலம் கலாசார சகாப்தங்கள் உலகின் பல்வேறு இடங்களிலும் ஒரே காலகட்டத்தில் வளர்ச்சி அடைந்திருந்தன என்பது அறியப்பட்டது. இத்தகைய கலாசாரங்களின் பரிணாம வளர்ச்சியைக் கணக்கிடாமல் சமகாலத்திய கலாசாரங்களைக் கருத்தில் கொண்டு அங்குப் பொதுவாக வளர்ச்சி அடைந்த தொழில் நுட்பத்திறன் போன்றவற்றை ஆராய்ந்து கலாசாரம் ஓரிடத்திலிருந்து படிப்படியாகப் பரவவில்லை என்பதைக் கண்டு அறிந்தார்கள்.

இவ்வாறு வரலாற்றுக்கு முற்பட்ட காலத்திய கலாச்சாரத்தை அறிய வரலாறு மற்றும் மானுடவியல் நோக்கில் தெளிவாக விளக்கமளித்தவர் கோர்டன் சைல்ட் என்பவராவார். இவர் தமது கருத்துகளை ஐரோப்பிய நாகரிங்களின் விடியல் (1923) மற்றும் வரலாற்றுக்கு முற்பட்ட காலத்தில் டான்யூப் நதி போன்ற நூல்களில் தெளிவுபடுத்தியுள்ளார்.

சூழ்நிலையில் அணுகுமுறை கோட்பாடு:

அமெரிக்காவைச் சேர்ந்த பிரபலத் தொல்பொருளியல் ஆய்வாளரான ராபர்ட் ஜே.பிரைட்வுட் என்பவர் சூழ்நிலையியல் விஞ்ஞானத்தின் அடிப்படையைக் கொண்டு தொல்பொருளியல் கண்டுபிடிப்புகளுக்கு விளக்கம் அளிக்கும் கோட்பாட்டினை வகுத்தார்.

இவர் மண்ணியல் தாவரவியல் உயிரியல் மட்பாண்டத் தொழில்நுட்ப இயல் போன்றவற்றைக் கற்றுத் தேர்ந்த வல்லுநர்களின் துணைகொண்டு தொல்பொருளியல் சான்றுகளை அதன் சுற்றுச் சூழ்நிலைக்குள் ஆய்வு செய்வதே சிறந்த முறை என்று கருதினார்.

வரலாற்றுக்கு முற்பட்ட காலத்தைச் சேர்ந்த பல தாவரங்கள் மற்றும் மிருகங்கள் வாழ்ந்த தடயங்கள் புதை வடிவிலோ அல்லது சிதைந்த நிலையிலோ கிடைக்கின்றன. அவற்றைப் பிற ஆய்வுத் துறையினர் உதவி கொண்டு எக்காலத்தைச் சேர்ந்தவை என்று அறியலாம் என்று கூறினார்.

இவர் 1954-55 வரை ராக் - ஜார்மோ பகுதிகளில் நடத்திய அகழ்வாய்வில் சுற்றுச்சூழலுக்கு முக்கியத்துவம் கொடுத்து

தாவரங்கள் மற்றும் விலங்குகளின் பூர்வீக இருப்பிடங்களை அறிய முற்பட்டார்.

இவரது கண்டுபிடிப்புகள் பல அரிய கண்டுபிடிப்புகளைக் கண்டறிந்த இவர் அவற்றை குர்திஸ்தான் கண்டுபிடிப்புகள் (Prehistoric Investigations in Irawi Kurdistan) என்னும் பெயரில் 1960-ல் வெளியிட்டார்.

இவரின் கோட்பாடு அமெரிக்கத் தொல்லியலாளர்களிடமும் மானுடவியலாளர்களிடமும் மிகவும் பிரபலம் அடைந்தது இதைப் போல் பிற துறைகளைச் சார்ந்த தொல்லியல் ஆய்வுகளைக் கண்டறியும் முறையை இங்கிலாந்து நாட்டின் மெசோலித்திக் (mesolithic) காலத்தை அறிந்துகொள்வதற்கு J.G.D. கிளர்க் என்பவர் (J.G.D. Clark) பின்பற்றினார். இவர் கால கணிப்பு முறையைக் கடைபிடித்து அதன் மூலம் அக்காலப் பண்பாட்டினை அறிய முற்பட்டார்.

குறைகள்:

இம்மாதிரியான தொல்பொருளியல் கண்டுபிடிப்புகள் சமுதாயத்தில் மனிதனின் வாழ்க்கைக்குத் தரப்படும் முக்கியத்துவத்தைக் குறைவாக மதிப்பீடு செய்து சூழ்நிலைக்கு மட்டும் முக்கியத்துவம் தரக்கூடியதாய் இருக்கின்றன. சூழ்நிலை அணுகுமுறையைக் கவனமாகக் கையாளா விட்டால் சமுதாய வளர்ச்சிக்குத் தேவையான பிற அம்சங்களை அறிந்து ஆராயப்படாத குறைபாடுகள் உள்ள முடிவினைத் தரும்.

நிறைகள்:

1. இந்தச் சூழ்நிலை அணுகுமுறைக் கோட்பாடு வரலாற்றுக்கு முற்பட்ட காலத்திய சமூகப் பொருளாதார நிலை வளர்ச்சி அடைவதற்கு உதவியாய் இருந்த சூழலை அறிந்துகொள்ள உதவுகின்றன.

2. இக்கோட்பாட்டினைப் பின்பற்றுவதன் மூலம் மனிதனுக்கு இயற்கைக்கும் உள்ள சுவாரசியமான உறவைப் புரிந்துகொள்ள முடிகின்றது.

நவீன காலத் தொல்லியலின் போக்கு :

இக்காலத்தில் வளர்ந்து வரும் கலைகளுள் தொல்லியல் ஆய்வு நெறிறைகள் மிக முக்கியமான கலையாகத் திகழ்கின்றது. கடந்த 25 ஆண்டுகளில் இத்துறை பிற விஞ்ஞானத் துறைகளின் உதவி கொண்டு சீரிய வளர்ச்சி அடைந்துள்ளது.

தொல்லியல் கண்டுபிடிப்புகளை நெறிமுறைப்படுத்திக் கோட் பாடுகளுக்கு உட்படுத்த வேண்டும் என்ற எண்ணம் தற்காலத் தொல்

பொருளியலாளர்களிடம் மிகுதியாகக் காணப்படுகிறது. இதுவே புதிய தொல்பொருளியல் என்று தொல்லியல் துறை பரிணாம வளர்ச்சி அடைவதற்குக் காரணமாக அமைந்தது.

இப்புதிய தொல்பொருளியல் லூயிஸ்பின், போர்டு, டேவிட் கிளார்க், K.V. பிளானரி பிராங்கோல் போன்ற பலரின் முயற்சியினால் வளர்ச்சி அடைந்தது.

இவர்கள் முற்றிலும் விஞ்ஞானபூர்வமாக அணுகுமுறையைப் பின்பற்றி பொதுவான கோட்பாடுகளை உருவாக்கி அதன் மூலம் கலாசார வளர்ச்சி மாற்றங்கள், மனிதனின் போக்கு போன்றவற்றை அக்கோட்பாடுகளுக்கு உட்படுத்த வேண்டும் என்று விரும்பினார்கள்.

பின்போர்ட் என்பவர் கூற்றுப்படி தொல்லியளாளர்கள் பழங்கால மக்களின் முக்கிய பொருட்களைக் கண்டறிவதன் மூலம் அவர்களின் பண்பாட்டினையும் மதிப்பீடு செய்ய முடியும் என்று கூறுகின்றார்.

எனவே தொல்லியல் ஆய்வாளர்கள் மறைந்து போன மக்கள் விட்டு சென்ற சான்றுகளைக் கண்டுபிடித்து ஆராய்ச்சி செய்வதின் மூலம் அக்காலகட்டச் சமூகக் கலாசாரத்தை அறிந்துகொள்ள உதவுகின்றார்கள். இத்தகைய சான்றுகள் மனிதன் வசித்த பகுதிகள் எங்கும் பரவிக் கிடைக்கின்றன. மனிதன் செயல்படத் தொடங்கிய காலம் முதல் அவன் விட்டு சென்ற தடயங்களைக் கொண்டு நவீன கருவிகளின் உதவியால் அவன் எத்தகைய வாழ்க்கை வாழ்ந்தான் என்று அறிய டுடிகின்றது.

பழங்கால மக்களைப் பற்றி நாம் முழுமையாக அறிந்து கொள்ள முடியவில்லை என்றால் அது நம் ஆய்வின் குறைபாடே தவிர, தொல்பொருளியல் குறைபாடல்ல. தொல்லியலாளர்கள் துப்பறியும் நிபுணரைப் போல் பணியாற்றினால் தேவையான கருத்துகளைப் பெறலாம்.

அமைப்பு அணுகுமுறைக் கோட்பாடு:

பொது அமைப்புக் கோட்பாடுகளை உருவாக்கும் கருத்தியல் பிரிவினைச் சேர்ந்த சில ஆய்வாளர்கள் கடந்த பத்தாண்டுகளாக விதிகளின் கட்டமைப்புகளையும், முறைகளையும் வடிவமைந்திருக் கிறார்கள். அவற்றை எல்லா வகையான அமைப்புகளைப் பற்றியும் ஒவ்வொரு துறையிலும் ஆய்வாளர்களுக்குப் பயன்படும் வகையிலும் வகுத்தமைத்துத் தந்துள்ளார்கள். சுருங்கக் கூறின் இது எல்லா வகை ஆய்வுக்கும் பொருந்தும் வகையில் உருவாக்கப்பட்ட

கோட்பாடாகும். அவர்களின் அடிப்படையான கருத்துப்படி இயற்கையிலேயே சில அடிப்படை கோட்பாடுகள் அனைத்து துறைகளிலும் செயல் படுகின்றன.

இந்த இயற்கை அமைப்புக் கோட்பாட்டினைப் பின்பற்றி தொல்லியலாளர்கள் வரலாற்றுக்கு முற்பட்ட காலத்தை பற்றி ஆராய்ச்சி மேற்கொள்ளமுடியும் என்று கூறுகின்றனர். இத்தயை ஆய்விற்குத் தொல்பொருளியல் பொருட்களுக்கு முக்கியத்துவம் தருவதற்குப் பதிலாகச் சூழ்நிலைக்குத் தக்கவாறு என்ன அமைப்பு நிலவி இருந்தது என்பதைக் கண்டறிய முற்பட்டார்கள். கோட்பாடு உள் அமைப்புகளுடன் தொடர்பு கொண்டு செயல்புரிகின்றன என்பதே அவர்களின் அடிப்படை எண்ணமாகும்.

ஒரு உள் அமைப்பு மற்றொரு உள்ளமைப்பைத் தூண்டுவதன் மூலமாக ஆக்கப் பின்னூட்டங்கள் (Feed back) தோன்றுகின்றன. இத்தகைய தன்னியல்பான தூண்டுதல் தொடர்பு வளர்ச்சியயையும் மாற்றத்தையும் ஏற்படுத்துகின்றது. பின்போர்டு என்பவர் இந்த முறையை ஆதரித்தார். தொழில்நுட்பரீதியாகவும், அலங்கார ரீதியாகவும், நுண்கலை பொருட்களைத் தனித்தனியாகப் பிரித்து ஆராயலாம் என்றார். இது மாற்றங்களுக்கான பலவகை காரணங்களைக் கண்டுபிடிக்க உதவும் என்றும் கூறினார்.

அமைப்பியல் கொள்கை :

தொல்பொருள் ஆராய்ச்சியின் மனித செயல்பாடுகளை உடைய சோதனை மாதிரிகளை உருவாக்க உதவும் ஒரு ஆராய்ச்சி யாளர் பொருத்தமான மாற்றுகளைத் தேர்ந்தெடுக்கவும் இந்த அமைப்பியல் கொள்கை உதவுகின்றது.

புள்ளியல், தொழில்நுட்பங்கள், தகவல் கணிணி தொடர்பு சாதனங்கள் போன்வற்றின் உதவியுடன் பல்வேறு வகையான மாதிரிகள் ஆராயப்பட்டு பொது கொள்கைகள் உருவாக்கப் படுகின்றன. பெரும்பாலும் சில கணித மாதிரிகளைப் பயன்படுத்திக் குறிப்பிட்ட இடங்கள், பகுதிகள் பற்றி ஆராயலாம். பல இடங்களின் தொகுப்பை (Cluster) அடையாளம் கண்டுபிடிக்கும் பொழுது மனித நடவடிக்கைகளை அறிய முடியும்.

இத்தகைய மாதிரிகள் களத்தின் தன்மை, அமைப்புக் கலை நுட்பம், பரவலாகக் கிடைத்த போன்றவற்றை அறிய உதவுகின்றன. பல களங்களின் தொகுப்புகளின் அடையாளத்தைக் கண்டு எந்தச் சூழ்நிலையில் மனிதன் வாழ்ந்தான் என்றும் அவன் பயன்படுத்திய இயற்கை வளங்களான தண்ணீர், மூலபொருட்கள் மற்றும்

தட்பவெப்பம் போன்றவற்றை வகைப்படுத்தி ஆராய்வதன் மூலம் மனிதனுடைய செயல்பாடுகளையும் வாழ்க்கை தரத்தையும் அறிய முடியும். ஆனால் சூழல் காரணமாகவோ, விபத்துகள் காரண மாகவோ கலைநுட்பப் பொருட்களுக்கும் சேதம் ஏற்பட்டிருக்கலாம். எனவே கவனமாக ஆய்வு மேற்கொள்ள வேண்டும்.

ஒரு உள்ளமைப்பு மற்றொரு உள்ளமைப்பை கட்டுப்படுத்துவதன் மூலமாக எதிர் பின்னூட்டங்கள் (Negative feed back) ஏற்பட்டுப் பொருட்களில் எந்த மாற்றமும் ஏற்படாமல் இருக்கின்றன. கென்ட்-வி-பிளானரி (Kent V.Flannery) என்பவர் பல்வேறு வகையான அமைப்பு முறை கோட்பாடுகளை ஆராய்ந்து கலாசார வளர்ச்சியின் போக்கினை விளக்க முற்பட்டார்.

மனித வாழ்க்கையில் பரிணாம வளர்ச்சியில் எவ்வாறு உணவு தேடி அலைந்தான் விவசாயத்தைக் கற்றுக்கொண்டு சில மிருகங் களையும் தரங்களையும் தனது தேவைக்கேற்ப பாரமரிக்க தொடங்கினான் என்றும் விளக்குவதே Procurement System. அம்முறைப்படி ஓரிடத்தில் நிகழ்த்தப்படும் அகழ்வாய்வு அந்த இடத்தின் கலாசாரத்தை மட்டும் பிரதிபலிக்குமே தவிர பொதுவான முடிவைத் தராது.

பல்வேறு காலகட்டங்களில் வசித்த பலதரப்பட்ட மனிதர் களையும் அவர்களின் வாழ்க்கை முறை மற்றும் நடைமுறை பழக்க வழக்கங்கள் போன்றவற்றையும் அவர்கள் வாழ்ந்த காலகட்டங் களையும் மனதில் கொண்டு ஆய்வுகள் மேற்கொள்ளப்படவேண்டும். அகழ்வாய்வின்போது கிடைக்கின்ற கலைநுட்பப் பொருள்களை வகைப்படுத்தி அவற்றின் பாதுகாப்பு அளிப்பது. பயன் தரும் ஆய்வுமுறையாகும். கலை பொருட்களை வகைப்படுத்துவதற்கு முன்னால் அவற்றின் சம்பந்தப்பட்ட (Variables) மாற்றுகளை அளவிடுதல் பயன் தரும், இது ஒரு ஆராய்ச்சியாளருக்கு நுண் கலைப் பொருளைப் பற்றி அதிகமாக அறிந்துகொள்ள உதவும். சேதம் ஏற்பட்டு இருந்தால் ஆய்வில் தவறுகள் நேர வாய்ப்பு உள்ளது என்ற ஒரு சிறு குறைபாடும் இம்முறையில் இருப்பதாகக் கூறப்படுகின்றது. எனினும் இந்த முறையைப் பின்பற்றி பரவலாக ஆய்வுகள் மேற்கொள்வதன் மூலம் பொதுவான முடிவுகளை எட்ட இயலும், பல களங்களின் படிநிலைகளையும் தன்மைகளையும் பண்பாட்டு மையங்களையும் ஒப்பிட்டு ஆய்வு மேற்கொள்ளும் போது பொதுவான முடிவுகளை எட்ட முடிகின்றது உதாரணமாக:- இத்தகைய ஆய்வு முறையைப் பின்பற்றி ரோமானிய பாணியிலான சுவர்கள் இங்கிலாந்து நாட்டில் இருப்பது கண்டுபிடிக்கப்பட்டு ஆராயப்பட்டது.

இந்த இட அமைவியல் கொள்கையைப் பின்பற்றி இங்கிலாந்து நாட்டில் டி.எல்.கிளார்க் என்பவர் இரும்புக்காலத்தில் பரவலாகக் காணப்பட்ட கட்டிட அமைப்புகளையும், களிமண் தரைகளையும், சேரிகளையும், கலைநுட்பப் பொருட்களையும் ஆராய்ந்தார்.

தனது ஆய்வு தளத்தின் வரலாற்றுத் தன்மைகளை விளக்கு வதற்கு மாதிரிகளை உருவாக்கி அக்களத்திற்கு நிறுவன அமைப்பியல் எந்த அளவிற்குப் பொருந்துகின்றன என்பதையும் விளக்கினார்.

புதிய தொல்லியல் முறை:

பாரம்பரியத் தொல்பொருள் ஆராய்ச்சியாளர்கள் புதிய தொல்லியல் முறையைக் குறை கூறுகின்றார்கள். இந்த முறை மனிதனுடைய பங்கைக் குறைக்கிறது. யுனெஸ்கோ வெளியிட்ட மனித கலாசார வரலாறு (Cultural History of Mankind) என்னும் நூலின் ஆசிரியர்களுள் ஒருவரான திருமதி ஜெக்குட்டா ஹாக்ஸ் (Mrs. Jacquetta Harekes) என்பவர் இந்த தொல்பொருள் ஆராய்ச்சியில் கணிதம், அறிவியல், புள்ளியியல் நுட்பங்களைப் பயன்படுத்தும் போது மனித நோக்கத்தை (Humanity) இழந்துவிடுகிறது என்று குறிப்பிடுகின்றார். புரூஸ் - ஜி - டரிக்ஜர் (Brue G-Trigger) என்பவர் தொல்பொருள் ஆராய்ச்சியானது அறிவியலை அதிகம் சார்ந்திருக் காமல் வரலாற்றுக் கூறுகளை விவரிப்பதற்கு முக்கியத்துவம் கொடுப்பதாக இருக்கவேண்டும் என்கிறார். சில தொல்பொருள் ஆராய்ச்சியாளர்களின் கருத்து என்னவென்றால் ஆராய்ச்சியின் புள்ளி விவரங்களைச் சேகரிக்கவும், அவற்றைப் பற்றி ஆராயவும் அறிவியல் தொழில்நுட்பங்களைப் பின்பற்றலாம் என்றும், ஆனால் பொதுவான சட்டங்களை வகுக்கும் போதும், பின் வருவனவற்றை முன்னரே தெரிவிக்கும் கோட்பாடுகளை உருவாக்கும் போதும் அறிவியல் நுட்பங்களைச் சார்ந்திருக்கக்கூடாது என்றும் கூறுகின்றார். இதைப் பற்றிய விவாதம், தொல்லியல் அறிஞர்களிடையே நடை பெற்று வருகிறது.

அறிவியல் சார்ந்த கூட்டமைப்பு வேலைகள் ஒரு குறிப்பிட்ட நிகழ்ச்சிகளை ஆராய்ச்சி செய்து போதுமான வரலாற்று ரீதியான விளக்கங்களைக் கொடுக்க மட்டுமே அவசியம் தேவை, ஆனால் தொல்லியலுக்கு விளக்கம் அளித்து அறிக்கைத் தயாரித்து வெளியிடும் பொழுது விஞ்ஞானத்தைவிட கலைநுட்பத்தையே அதிகம் பயன்படுத்த வேண்டும் என்று இவர்கள் கூறுகின்றனர்.

எனவே இத்தகைய கருத்து மோதல்கள் தொல்லியலில் உள்ள குறைபாடுகளைக் களைந்து அதனைக் கோட்பாடுகளுக்கு உட்படுத்தப்பட்ட தனித்துவம் வாய்ந்த துறையாக வளர்ச்சியடையத் துணைநிற்கின்றன.

இயல்-13

இந்தியாவில் தொல்லியல் வளர்ச்சி

இந்திய நாடு பாரம்பரிய மிக்க வரலாற்றுச் சின்னங்களையும் கலைப் பொக்கிஷங்களையும் அதிக அளவில் பெற்றுள்ள நாடு. பல்வேறு இனங்களையும், மதங்களையும் கொண்ட மக்கள் தாங்கள் பின்பற்றும் கொள்கைகளுக்கும், கோட்பாடுகளுக்கும் ஏற்ப கலைகளையும் கலாசாரத்தையும் வளர்த்தனர். இமயம் முதல் குமரி வரை எங்கு நோக்கினும் வரலாற்றின் பெருமையைப் பறைசாற்றும் கல்வெட்டுகளும், ஆலயங்களும், கட்டிடங்களும், கலை நுணுக்கம் வாய்ந்த சிற்பங்களும் இங்கு மலிந்து இருக்கின்றன. இவை அறிஞர்களை மட்டுமல்லாமல் நாடு பிடிக்கும் எண்ணத்தில் செயலாற்றிய ஆங்கிலேயரையும் தம்பால் ஈர்க்கும் தன்மை உடையனவாய் அழகுடன் திகழ்ந்தன.

காலம் காலமாய் இந்திய மன்னர்களால் போற்றிப் பாதுகாக்கப்பட்ட இக்கலைச் செல்வங்களின் அருமையை உலகிற்கு அறியச் செய்த பெருமை ஆங்கிலேய அறிஞர்களையே சாரும். இத்தகைய கவின்மிகு கலைகளைப் போற்றி வளர்க்கும் பாங்கு இந்தியரின் இரத்தத்தோடு ஊறிய ஒன்றாகும் ஏனெனில் ஆலயங்களைப் புனரமைக்கும் போது சோழ மன்னர்களும், அரசிகளும் அங்கு உள்ள கல்வெட்டுகளைப் படியெடுத்து வைத்தனர். பின்னர் சீரமைப்புப் பணி முடிந்தவுடன் மிகக் கவனமாக அவற்றை மீண்டும் பொறித்து வைத்துப் பிற்கால சந்ததியினர் வரலாற்றின் பெருமையை அறியும் வண்ணம் விட்டுச் சென்றுள்ளனர். சோழப் பேரரசின் செம்பியன் மாதேவியார் பார் போற்றும் செயலாற்றிய பண்புள்ள பெண்மணி ஆவார். இவர் சைவ சமயத்திற்கு ஆற்றிய தொண்டு அளவிடற்கரியது. தமிழகத்தில் பல திருக்கோயில்களைக் கட்டிய பெருமையும் புனரமைத்த பெருமையும் செம்பியன் மாதேவியாரையும் இராஜராஜனின் தமக்கையான குந்தவை நாச்சியாரையும் சாரும்.

இவர்கள் தாம் திருப்பணி மேற்கொண்ட ஆலயங்களில் காணும் கல்வெட்டுகளைப் படியெடுத்து பணி நிறைவேறிய பின்னர் மீண்டும்

அதே மதில் சுவர்களில் பொரித்து வரலாற்றுச் சின்னங்களைப் போற்றி வளர்த்தனர். புதுக்கோட்டைப் பகுதியில் உள்ள ஒரு கல்வெட்டு ஒரு அரிய செய்தியினைத் தருகின்றது. அக்கல்வெட்டைப் படிக்கவும் பாதுகாக்கவும் இயலாத அதன் சிதைந்த நிலையைக் கண்டவர்கள் சீரமைக்கும் பணியின்போது புதிய கல்வெட்டு ஒன்றை அந்த இடத்தில் பொரித்து வைத்தனர். என்ற செய்தியை அறியும் பொழுது இந்தியர் தம் பாரம்பரியத்தைக் காப்பாற்ற எந்த அளவு அக்கறை காட்டினர் என்ற செய்தி நம்மை வியப்படையச் செய்கின்றது. பொது வான அரிய பல கலைப் பொருட்களைச் சேகரிப்பதும் பாதுகாப்பதும் அரண்மனையில் வசித்து வந்த அரச குடும்பத்தினரிடையே நிலவிய பழக்கமாகும். இந்திய சமஸ்தானத்தைச் சேர்ந்தவர்கள் கலைத்திறன் நிறைந்த ஆபரணங்களையும், சிற்பங்களையும், ஓவியங்களையும் தம் அரண்மனையில் வைத்திருப்பதில் பெருமிதம் கொண்டனர். இச்செயல்பாடுகளில் சிறப்பாக மராத்திய மன்னரான சரபோஜி சற்று வித்தியாசமானவராக இருந்தார். இவர் பழைய ஓலைச்சுவடிகளையும், பிற நூல்களையும் திரட்டி தஞ்சை சரஸ்வதி மகால் என்ற நூலகம் உருவாவதற்குக் காரணமாக இருந்தார்.

மன்னர்களால் போற்றிப் பாதுகாக்கப்பட்ட பொருட்கள் பின்னர் அருங்காட்சியங்கள் அமைவதற்கு உறுதுணையாய் நின்றன. ஹைதராபாத்திலுள்ள சாலர்ஜங் அருங்காட்சியகமும் வாரணாசியிலுள்ள ராம்நகர் அருங்காட்சியகமும் இத்தகைய முறையில் அமைக்கப் பட்டவையே ஆகும். வெளிநாட்டு அரசர்களும், இந்தியாவிற்கு வருகை புரிந்த பல்வேறு நாட்டினரும் இந்தியப் புராதனச் சின்னங்களையும் கலைகளையும் அவற்றின் வரலாற்றுப் பின்னணி தெரியாமலேயே வியந்து போற்றினர். அவற்றின் முழு பரிமாணத்தையும் உணர்ந்து கொள்வதற்காக நம் நாட்டு மொழியைக் கற்கும் அளவிற்கு அவர் களின் ஆர்வம் பெருகியது. சில ஜெஸ்யூட் (Jesuit) பாதிரியார்கள் சமஸ்கிருதத்தையும், வேறு சிலர் அமிழ்தினும் இனிய முதுமொழியான தமிழ் மொழியையும் கற்கத் தொடங்கினர். பதினொட்டாம் நூற்றாண்டின் இறுதிப் பகுதியில் வர்த்தகத்தின் உச்சியிலிருந்த ஆங்கிலக் கிழக்கிந்திய கம்பெனியினர் இந்தியாவின் தொன்மையை அறிந்து கொள்வதில் அதிக ஆர்வம் காட்டினர்.

கல்ஹணர் என்பவர் எழுதிய இராஜதரங்கிணி என்ற நூல் காஷ்மீரின் பழமையான வரலாற்றைப் பறைசாற்றும் அரிய நூலாகும். அல்பரூனி என்பவர் சமயம், தத்துவம் ஆகியவை குறித்து நூல்களை எழுதினார். ஆனால் தொல்லியல் மற்றும் ஆசியாவின் புராதனப் பெருமைகளை வெளிக்கொணர ஒரு அமைப்பை

ஏற்படுத்தி அரிய பணியைச் செய்தவர் சர் வில்லியம் ஜோன்ஸ் என்பவர் ஆவார்.

சர் வில்லியம் ஜோன்ஸ்:

இந்திய உச்ச நீதிமன்றத்தில் வழக்கறிஞராகப் பணிபுரிந்த இவர் பல துறைகளில் நிபுணத்துவம் பெற்றவர். இவர் சமஸ்கிருதம், கவிதை, அரசியல், வரலாறு, தாவரவியல், சமயம், தொல்பொருளியல், வானவியல், மானுடவியல் போன்ற பல்வேறு துறைகளில் தேர்ச்சியும் நல்ல ஆர்வமும் மிக்கவராயிருந்தார். இந்தியாவின் பல்வேறு பெருமைகளை அறிந்த இவருக்கு இந்தியத் தொல்லியலில் ஆர்வம் அதிகரித்தது. இவரது சீரிய முயற்சியின் காரணமாக ஆசியத் தொல்லியல் கழகம் கல்கத்தாவில் 1784-ல் நிறுவப்பட்டது. தொன்மை மிக்க வரலாற்றுச் சின்னங்களையும், கலை, விஞ்ஞானம் போன்ற வற்றையும் போற்றி வளர்க்க இக்கழகம் முன்வந்தது.

வரலாற்றுக் குறிப்புகள்:

மார்க்கோபோலோ, வில்லியம் பின்ஜ் போன்றோர் குவாலியர், லாகூர் போன்ற வளமையான இடங்களைப் பற்றிக் கூறியுள்ளனர். தமிழகத்தைப் பற்றிய மார்க்கோபோலோவின் குறிப்புகள் முக்கியத்துவம் வாய்ந்தவை. பாண்டிய நாட்டில் காயல், புன்னைக் காயல் பகுதிகளில் முத்துக் குளித்தல் வாணிபம் நடைபெற்ற செய்தியினை அவர்தம் நூல்களில் காண்கிறோம். மேலும் பாண்டியரின் துறைமுகம் கொற்கையிலிருந்து காயலுக்கு மாற்றப்பட்ட செய்தியினையும் அவர் நூல் தெளிவாகக் கூறுகின்றது. பாண்டிய நாட்டின் வெண்சுடர் போன்ற முத்துக்கள் உலகை வலம் வந்த செய்தியினையும் அவர் நூலில் காணலாம். சார் வில்லியம் ஜோன்ஸ், சார்லஸ், டெய்லர், அலெக்சாண்டர் வில்கின்ஸ், பெக்கன்ஸ், ஜேம்ஸ் வில்சன், மியாடன்ஸ் கன்னிங்ஹாம், ராபர்ட்ப்ரூஸ்பட், ஜெபர்சன், மார்ஷல் போன்றோர் மிகப் பழமையான பொருட்களை ஆய்வு செய்தனர்.

சார்லஸ் வில்கின்ஸ் (1749-1836):

சமஸ்கிருதத்தில் நன்கு பாண்டித்தியம் பெற்ற இவர் இந்திய புராதனப் பொருட்கள் மீது தீராத ஆர்வம் கொண்டவர். அப்போதைய கவர்னர் ஜெனரலாக இருந்த வாரன் ஹேஸ்டிங்ஸ் ஆசியத் தொல்லியல் ஆய்வுக் கழகத்தின் மூலம், ஆசியாட்டிக் என்ற ஆய்வுப் பத்திரிகைகள், சஞ்சிகைகள் வெளிவருவதற்கு ஆதரவு தந்தார். ஜோன்சும், வில்கின்ஸனும் சிறப்புமிக்க நூல்களான பகவத் கீதை, கீதா உபதேசம், சாகுந்தலம் உட்படப் பல நூல்களை

மொழிபெயர்ந்தனர். சார்லஸ் வில்கின்ஸனின் சீரிய முயற்சியால் இந்தியக் கல்வெட்டு ஆய்வு மையம் நிறுவப்பட்டது. ஐயாயிரத்துக்கும் மேற்பட்ட பழமையான பொருட்களைப் பற்றி ஆய்வுத் தொகுப்பினை இவர் வெளியிட்டார். புராதனப் பொருட்கள் மீது காதல் கொண்ட இவர் அவற்றைத் தேடி குகை, காடு, மேடு எல்லாம் சுற்றித் திரிந்து ஆய்வு பணிகளை மேற்கொண்டார்.

இவருடைய பழமைக் கருத்தில் அதிக ஈடுபாடு கொண்டவர் நாகார்ஜுனர் ஆவார். இவர் குகைக் கோயில் பற்றி முதன்முதலாக வரலாற்றுரீதியில் கற்றவர். வில்கின்ஸ் காலத்தில் கிடைத்த தொல்லியல் சான்றுகள் வரலாற்றுச் சின்னங்களைப் பற்றி அறிந்து கொள்ள சிறிய அளவே உதவின. எனினும் இவருடைய முயற்சியின் காரணமாகக் குப்தர்களின் எழுத்து முறையை அறிந்துகொள்ள முடிந்தது என்பது குறிப்பிடத்தக்கது. மேலும் இவருடைய அருந்தொண்டின் காரணமாக இந்தியாவின் பழம் பெருமைகள் முதன் முதலாக வெளிச்சத்திற்கு வரத்தொடங்கின.

கலோனல் கோயின் மெக்கன்சி :

1853-ல் பழமை ஆர்வமிகுதியால் தொன்மையான பல இடங்களுக்குத் தனியே சென்று ஆய்வு செய்தவர். இந்தியாவின் முக்கியத்துவம் வாய்ந்த தொல்பொருள் அகழ்வாய்வுக்கு ஏற்ற சிறப்பு மிக்க 2636 இடங்களின் வரைபடங்களைத் தயாரித்தவர் இவரே ஆவார். தொல்லியல் ஆய்விற்கான 18 திட்டங்களைத் தீட்டிச் செயல்படுத்தினார். இவருக்குத் தொன்மை பற்றி வில்கின்சைப் போன்று ஆர்வம் அதிகம் இருந்தது என்பதைப் பழம் பொருட்களை இவர் சேகரித்ததின் மூலம் அறிந்துகொள்ளலாம்.

106 சிற்பங்களைக் கண்டுபிடித்தவர் என்ற பெருமையோடு 8096 புதிய கல்வெட்டுகளையும் வெளிக்கொணர்ந்தவர் என்ற பெருமையும் இவரையே சாரும். இந்திய வரலாற்றைத் தெளிவாக உண்மையான ஆதாரங்களுடன் எவ்வாறு எழுத வேண்டும் என்பது பற்றி கூறிய இவர் நமக்கு முன்னோடியாகத் திகழ்ந்தார். மெகாலித்திக் கற்கால வரைபடத்தைத் தயாரித்துக் கொடுத்தார். வரலாற்றை அறிவியல் நோக்கில் அணுகிய பல அறிஞர்களின் கருத்துக்களுக்குச் சிறந்த வழிகாட்டியாகத் திகழ்ந்தார்.

ஜெம்ஸ் பிரின்ஸப் :

கல்கத்தாவில் மிகப் பெரிய அலுவலகத்தில் (1832-1840) பணி புரிந்த இவரைத் தொல்லியல் துறை தன் பக்கம் ஈர்த்தது. ஆசியத் தொல்லியல் கழகத்தின் தலைவராகவும் தேர்ந்தெடுக்கப்பட்டார்.

இவரது காலத்தில் தொல்லியல் துறை வளர்ச்சியும் சீரிய முன்னேற்றமும் கண்டது. திட்டமிடப்பட்டு ஆய்வுகள் மேற்கொள்ளப்பட்டன. இவர் தம் ஆர்வத்தின் காரணமாகக் காசியல் மற்றும் கல்வெட்டியல் துறைகளின் தலைவராகவும் பொறுப்பேற்றார். அதிக இடங்களைக் குறுகிய காலத்தில் கண்டுபிடித்து அதனைப் பற்றிய செய்திகளைத் தொகுத்து வெளியிட்டார். பிராமி, சுரோஷ்டி போன்ற பழமையான எழுத்துக்களைக் கற்று உலகிற்கு அறிமுகப்படுத்தினார். இவரது முயற்சியின் காரணமாக அசோக ஸ்தூபியின் எழுத்துக்களைப் படிக்க இயன்றது. இதன் மூலம் மன்னரின் பெயர், வம்ச பெயர், போன்றவற்றைத் தெரிந்துகொள்ள முடிந்தது. இவரது திடீர் மறைவு தொல்லியல் துறைக்கு மிகப் பெரிய இழப்பாகும்.

கலோனல் மிடோஸ் டைய்லர்:

இவர் ஹைதராபாத் நிஜாமின் அரண்மனை அலுவலராகப் பணிபுரிந்தவராவர். மத்திய மற்றும் தென்இந்தியாவின் பெருங் கற்காலச் சின்னங்களை ஆய்வு செய்வதில் அதிக ஆர்வம் காட்டினார். கிருஷ்ணா பகுதிகளில் ஆய்வுகள் மேற்கொண்டு பல வரலாற்று உண்மைகளை வெளிக்கொணர்ந்தார்.

அஜந்தா குகை ஓவியங்களின் காலம் மற்றும் அவற்றின் உண்மைத் தன்மைகளைப் பற்றியும் இவர் ஆய்வு செய்தார். சில குறிப்பிட்ட இடங்களில் அகழ்வாய்வு மேற்கொண்டு பல செய்திகளை வெளியிட்டார். அடுக்காய்வு முறைக்கு வித்திட்டவர் இவரே ஆவார். மார்டிமர் வீர் இவரை "தொல்லியலை உண்மையான முறையில் ஆராய்ந்து அறிக்கைகளைத் தொகுத்து வெளியிட்ட முதல் மனிதர் டெய்லரே ஆவார்" என்று குறிப்பிடுகின்றனர். தொல்லியல் துறைக்கு இவர் ஆற்றிய பணி மைல் கல்லாக திகழ்கிறது.

மேஜர் கலோனல் அலெக்ஸாண்டர் கன்னிங்ஹாம்:

தொல்லியல் துறையின் தந்தை என்ற போற்றப்படும் இவர் இராணுவப் பொறியாளராகப் பணியாற்றியவர். இவர் காலத்தில் தொல்பொருள் ஆய்வுத்துறை முழுமையான வளர்ச்சி அடைந்தது. ஜேம்ஸ் பிரின்ஸப் என்பவருடன் சேர்ந்து பிராமி எழுத்துக்களைப் படிக்கும் முயற்சியில் ஈடுபட்டதோடு இந்தியாவின் வரலாற்றுச் சிறப்புமிக்க புராதனச் சின்னங்களைப் பற்றிய ஆய்வினையும் மேற்கொண்டார் இவரது ஆர்வத்திற்கு அப்போதைய கவர்னர் ஜெனரல் கானிங் பிரபுவின் ஒத்துழைப்பும் கிடைத்தது. 1861-ம் ஆண்டு கானிங் பிரபு இந்தியத் தொல்லியல் ஆய்வுத்துறை

(Archaeological Survey of India) ஒன்றை ஏற்படுத்தி அதன் தலைவராக கன்னிங் ஹாமை அமர்த்தினார். மிகக் குறுகிய காலத்தில் கயை பகுதியின் வரலாற்றை ஆராய்ந்து வெளிப்படுத்தினார். இவர் ASI (Archaeological Survey of India) என்னும் தொல்லியல் ஆய்வு அறிக்கை நூலினை வெளியிட்டார்.

இவர் 1866 முதல் 1871 வரை இங்கிலாந்தில் இருந்தபோது இந்தியத் தொல்லியலில் சுமார் 5 ஆண்டுகள் ஒரு தேக்கம் நிலவியது. எவரும் இப்பணியில் அதிக ஆர்வம் காட்டவில்லை. மீண்டும் 1871-ல் இவர் இந்தியா வந்தவுடன் தொல்லியல் துறை புத்துயிர் பெற்றது. பல சாதனைகளைச் செய்யத் தொடங்கியது. இந்தியாவின் காசுகளும் கட்டிடங்களும் ஆய்வுக்குட்படுத்தப்பட்டன. இவை தவிர அயல்நாட்டு அறிஞர்களான பாஹியான் அவர்கள் கூறும் இடங்களும் வழிகளும் தொல்லியல் ஆய்வுக்கு ஏற்ற பகுதிகளாகக் கருதப்பட்டன.

இவர் 1873-ல் பஞ்சாப் பகுதியில் உள்ள இந்தோ கிரேக்க சிற்பங்களைக் கண்டறிந்தார். இவர் 1873 முதல் 1877 வரை அயராது பாடுபட்டு குப்தர்கள் காலக் கட்டிடங்கள் பலவற்றைக் கண்டு பிடித்தார். குப்தர்கள் காலக் கோயில்களும், கல்வெட்டுக்களும், ஏர்ரால் உதயகிரி, பில்சார் போன்ற பகுதிகளில் இவரால் கண்டறியப்பட்டன. இவர் 1873-ல் பஞ்சாப் பகுதியில் உள்ள இந்தோ கிரேக்க சிற்பங்களைக் கண்டறிந்தார். இவர் 1873-ல் முதல் 1877 வரை அயராது பாடுபட்டார். 1877-ல் தட்சசீலப் பகுதியில் அலெக்சாண்டர் காலத்திற்கு முற்பட்ட காசுகள் கண்டுபிடிக்கப்பட்டன. 1882 முதல் 1885 வரை அலெக்சாண்டர் படையெடுத்த இடங்களான தட்சசீலம், சஸ்கிகலா போன்ற பகுதிகளையும் கௌதம புத்தர் வாழ்க்கையோடு தொடர்புடைய சங்கிஸா, கௌசாம்பி, சரவஸ்தி போன்ற பகுதிகளையும், அசோகருடன் தொடர்புடைய கல்வெட்டுக்கள், பர்குத் கல்வெட்டு மற்றும் புதிய பாக்டீரிய வகைக் கல்வெட்டுக்கள் போன்றவற்றைப் பற்றியும் ஆராய்ந்து வெளிக்கொணர்ந்தார்.

1885-ல் ஹரப்பா பகுதிகளில் புதைந்து கிடந்த பல பழங்காலப் பொருட்களை வெளிப்படுத்தினார். தாம் கண்டறிந்த வரலாற்று உண்மைகளை வரிசைவரிசையாகத் தொகுத்து “காபஸ்” என்ற தலைப்பில் வெளியிட்டமையே இவரது தலையாயச் சாதனையாகும். ஆய்வுக்கான சாதனங்கள் அதிக வளர்ச்சியுராத காலங்களில் இவரும் இவரைச் சார்ந்தவர்களும் ஊக்கத்துடன் செயலாற்றிப் பற்பல வரலாற்று உண்மைகளைத் தொகுத்து வெளியிட்டனர். தொல்லியல் துறைக்கு ஒரு புதிய பரிணாமத்தை ஏற்படுத்தியிருந்து. எனவே இத்தகைய அரும்பணிகள் புரிந்த இவரை “இந்திய தொல்லியல் தந்தை” என்று கூறினால் மிகையன்று.

ராபர்ட் புரூஸ்பூட்:

வரலாற்றுக்கு முற்பட்ட காலத்தைப் பற்றிப் புதைந்து கிடந்த பல அரிய உண்மைகளை வெளிக்கொணர்ந்தவர் ராபர்ட் புரூஸ்பூட். எனவே இவர் வரலாற்றுக்கு முற்பட்ட காலத்தின் தந்தை என்ற பெருமைக்குரியவர். இவர் 1858 முதல் 1891 வரை இந்திய மண்ணியல் அளவாய்வு துறையில் பணியாற்றினார். இவரது பணிக்காலத்தில் பெரும்பகுதியைச் சென்னை மாகாணத்தில் கழித்தார். கன்னிங்ஹாம் மேற்கொண்ட வரலாற்று ஆய்வுகள் அனைத்தும் வடஇந்தியாவைச் சேர்ந்தவையாகவே அமைந்துவிட்டன. தென்னிந்தியாவில் இத்தகைய ஆய்வினை மேற்கொண்டு இந்திய வரலாற்றினை முழுமை பெறச் செய்த பெருமை ராபர்ட் புரூஸ்பூட்டையே சேரும். மண்ணியலிலும், பல்லாவரம் தொல்லியலிலும் ஆர்வம்மிக்க இவர் 1863-ல் சென்னை யருகே பல்லாவரம் பகுதியில் பல அரிய பழைய கற்காலக் கருவி களைக் கண்டுபிடித்தார். இவரின் இந்தக் கண்டுபிடிப்பு சுமார் 43 ஆண்டுகள் இவரைத் தொல்லியல் ஆய்வில் ஈடுபட ஒரு பிடிப்பினை ஏற்படுத்தி தந்தது. இந்தியாவில் மனிதனின் வரலாற்றை மிகவும் தொன்மையான காலத்திற்குத் தள்ளியது. தொன்மைக் காலத்திலேயே இங்கு மனிதர்கள் வாழ்ந்தார்கள் என்ற உண்மையை இவரது ஆராய்ச்சிகள் உறுதிப்படுத்தின. புதிய கற்காலம் தொடர்பான மையங்களிலும் பெருங்கற் சின்னங்கள் கண்டுபிடிக்கப்பட்டன. பல மையங்களில் அவரால் சேகரிக்கப்பட்ட மண்பாண்டங்கள் வரலாற்றிற்கு முந்திய காலம் தொடர்பான செய்திகளை அறிவதற்கும் ஆய்வதற்கும் பெரிதும் உதவின. நர்மதையாற்றுப் பள்ளத்தாக்கில் அவர் கண்டுபிடித்த புராதனச் சின்னங்கள் அவருக்குப் பெரும்புகழை ஈட்டித் தந்தன. இராபர்ட் புரூஸ் கண்டறிந்த விசயங்கள் வரலாற்றுக்கு முந்திய காலம் தொடர்பான நல்ல துவக்கத்தை உருவாக்கியதில் பெரும்பங்கு வகித்தன. வரலாற்றுக்கு முந்திய கால இந்தியத் தொல்லியல் தந்தை என அழைக்கப்படுகின்றன.

ஜேம்ஸ் பர்கெஸ்:

ஸ்காட்லாந்து நாட்டைச் சேர்ந்த கணிதவியல் நிபுணரான இவர் தமது 23ம் வயதில் இந்தியாவிற்கு வருகை புரிந்தார். அப்போது கல்கத்தாவிலுள்ள டவுட்டன் கல்லூரியில் கணிதவியல் பேராசிரியராகப் பணியில் சேர்ந்தார். பின்னர் பம்பாயிலுள்ள பார்சி கல்வி நிறுவனத்தின் முதல்வராகப் பொறுப்பேற்றார். தமது விடுமுறை நாட்களில் பம்பாய்க்கு அருகிலுள்ள எலிபெண்டா கின்னேரி போன்ற வரலாற்று சிறப்புமிக்க குகைகளைச் சென்று பார்வையிட்ட இவருக்கு, அவற்றைப் பற்றி மேலும் அறிந்துகொள்ளும் ஆர்வம் அதிகரித்தது.

பர்கெஸின் ஆர்வம் அவரை அக்குகைகளைப் பற்றி ஆய்வு மேற்கொள்ளத் தூண்டியது. மிக விரைவிலேயே அதிக சான்றுகளைச் சேகரித்த இவர் 1869ல் சத்ருஞ்ஜயா ஆலயம் (Temple of Saturnjya) என்ற நூலையும் 1872ல் எலிஎண்டாவின் பாறைக் கோயில் என்ற நூலையும் (Rock Temples of Elephanta) எழுதி வெளியிட்டார். இந்த இரண்டு நூல்களும் இவருக்குப் பெரும் புகழை ஈட்டித் தந்தன, இவர் 1872ல் **இந்தியாவின் புராதனச் சின்னங்கள்** என்ற ஆராய்ச்சி இதழைத் தொடங்கி சுமார் 12 ஆண்டுகள் நமது இதழ் இந்திய மக்களின் வாழ்க்கைச் சிந்தனை, கலை அம்சங்களைப் பிரதிபலிப்பதாய் இருந்தது. 1873ல் ஆங்கில அரசு இந்தியாவின் மேற்கு மற்றும் தெற்குப் பகுதிகளில் தொல்லியல் துறைகளைத் தொடங்கிய பொழுது பர்கெஸ் அதற்கு, பொருத்தமான தலைவராக நியமிக்கப்பட்டார். பொறுப்பேற்ற சில காலங்களுக்குள் பெல்காம். குட்டல், கத்தியவார் ஆகிய பகுதி களிலுள்ள நினைவிடங்கள் மற்றும் தக்காணத்திலுள்ள புத்தரின் குகை கோவில்கள் பற்றிய செய்திகளைப் புகைப்படங்களுடன் நான்கு பெரிய தொகுதிகளாக வெளியிட்டார்.

பின்னர் இவருக்கு ராபர்ட் சீவெல் (1877), அலெக்ஸாண்டர்ரே போன்ற புகழ்பெற்ற தொல்லியல் அறிஞர்களின் உதவியும் கிடைத்தது. ராபர்ட் சீவெல் அமராவதி நதிப்படுகையில் ஆய்வுகள் மேற்கொண்டு புகழ் பெற்றவர். அலெக்ஸாண்டர் ரே மகாபலிபுரம் மற்றும் ஹம்பி இடிபாடுகளை ஆராய்ந்து இந்திய வரலாற்றில் சிறப்பான இடத்தைப் பெற்றவர்.

பர்கெஸ் 1885ல் கன்னிங்காம் ஓய்வு பெற்ற பொழுது இந்தியத் தொல்பொருள் துறையின் தலைமை இயங்குநராக (Director - General) பொறுப்பேற்றார். தென்னிந்தியக் கல்வெட்டுக்கள் பற்றி ஆய்வு செய்து வெளியிட திராவிட மொழிகள், பாலி மற்றும் சமஸ்கிருத மொழிகளில் வல்லமை பெற்ற ஜெர்மானிய கல்வெட்டியியலாளரான டாக்டர் ஹூல்ட்ஸ் (Hultzsch) என்பவரை தனக்கு உதவியாக நியமித்து கொண்டார். இவர் உதவியுடன் தென்னிந்தியக் கல்வெட்டுகள் பற்றிய ஆய்வுகளை பர்கெஸ் மேற்கொண்டார். தாம் பணியிலிருந்து 1889ல் ஓய்வு பெற்ற பின்னரும்கூட பர்கெஸ் தமது வாழ்நாள் முழுவதும் தம்மை ஆய்வுப் பணிக்காக அர்ப்பணித்துக் கொண்டார்.

பர்கெசின் அரும்பணிகள்:

1. இந்தியத் தொல்கட்டிடங்களின் ஆய்வுகளை ஊக்குவித்த பர்கெஸ் தம் வாழ்நாளில் 32 தொகுதிகளை வெளியிட்டார். இதில் 13 தொகுதிகளைத் தானே எழுதினார்.

2. ஜேம்ஸ் பர்கூசன் என்பவருடன் இணைந்து இந்தியக் குகைக் கோயில்கள் (Cave Temples of India) என்ற நூலை 1880ல் வெளியிட்டார், 1883ல் தனியாக எல்லோரா குகைக் கோவில்கள் (Ellora Cave Temples) என்ற நூலை வெளியிட்டார். 1887ல் அமராவதி மற்றும் ஜக்கியபட்டாவில் உள்ள புத்த ஸ்தூபிகள் (Buddhist Stupas of Amarvathi and Jaggayyapata) என்ற அரிய நூலை வெளியிட்டார்.

3. 1888ல் தமது தொல்லியல் துறையின் மூலம் எபிகிராபிகா இண்டிகா (Epigraphica Indica) என்ற காலாண்டு இதழை வெளியிட்டார். இதில் பூலர் (Buhler), கீல்ஹார் (Kiclhora) எக்லிங் (Eggling) ஆகிய அறிஞர்களுடன் இணைந்து பல அரிய கட்டுரைகளை வெளியிட்டார். இந்த இதழ் ஆரம்பிக்கப்பட்ட இரண்டு ஆண்டுகளுக்குள் இந்தியக் கல்வெட்டுக்கள் பற்றிய எட்டுக் தொகுதிகளை வெளியிட்டுச் சாதனையை நிகழ்த்தியது.

4. 1881ல் ஜேம்ஸ் பகவன்பால் இந்திராஜி என்பவரின் துணையுடன் இந்தியக் குகைக்கோவில்களில் உள்ள கல்வெட்டுக்கள் என்ற நூலை வெளியிட்டார்.

5. 1886ல் தமிழகத்தின் கல்வெட்டுக்களை டாக்டர் ஹுல்ட்ஸ் என்பவருடன் இணைந்து மூன்று தொகுதிகளாக வெளியிட்டுத் தமிழ் உலகிற்குப் பெருமை சேர்த்தார்.

6. மதுராவில் உள்ள கங்காலி திலா (Kankali Tila) என்ற குன்றில் அகழ்வாய்வு செய்து அங்கிருந்த பல அழகிய சிற்பங்களைக் கண்டுபிடித்தார்.

7. இவரது ஆதரவின் காரணமாக கசின்ஸ் (Cousins) என்பவர் சாளுக்கியர் கலையையும் (Chalukyan Architecture) அலெக்ஸான்டர் ரே என்பவர் பல்லவர் கலையையும் (Palluva Architecture) ஆராய்ச்சி செய்து நூல்கள் வெளியிட்டனர்.

இந்தியாவில் அருந்தொண்டு புரிந்த ஜேம்ஸ் பர்கெஸ் இந்தியத் தொல்லியல் பகுதிகளை மிகவும் நேசித்தார் பழங்காலச் சிற்பங்கள் மற்றும் விலையுயர்ந்த தொல்பொருட்களைத் தவறான வழிகளில் விற்பனை செய்வதைத் தடை செய்யும் முயற்சியிலும் ஈடுபட்டார். இத்தகைய தவறுகளைத் தடுக்க அரசாங்கம் தவிர மற்றவர்கள் அகழ்வாய்வு செய்யக்கூடாது என்ற ஷரத்துக்கள் அடக்கிய புராதனச் சின்னங்களின் பாதுகாப்பு சட்டம் 1909ம் ஆண்டு இயற்றப்படுவதற்கு இவரே காரணமாக இருந்தார்.

இவ்வாறு தொல்லியலில் அதிக ஆர்வம் கொண்ட பர்கெஸ் 1889 தம் பணியிலிருந்து ஓய்வு பெற்ற பின்னரும் ஆராய்ச்சிகளைத்

தொடர்ந்து மேற்கொண்டார். 1901ல் இவர் அல்பர்ட் கிரன்விடல் (Albert Grunwedel) என்பவரின் ஜெர்மன் நூலை ஆங்கிலத்தில் மொழிபெயர்த்து **இந்தியாவில் பௌர்த்தர்களின் கலைகள்** (Buddhist Art of India) என்ற பெயரில் வெளியிட்டார். மேலும் 1901ல் ஜேம்ஸ் பர்கூசனின் நூல்களை **இந்தியாவும் கிழக்கு கட்டிடகலை நுட்பமும்** (India and Eastern Architecture) என்ற பெயரில் திருத்தியும், விரிவுப்படுத்தியும் வெளியிட்டார். இத்தகைய அரும்பணிகள் ஆற்றிய பர்கெஸ் 1917ல் காலமானார். இவரது காலம் கல்வெட்டாய்வு மற்றும் தொல்கட்டிடகலை ஆய்வின் பொற்காலமாகக் கருதப் படுகின்றது.

கர்சன் பிரபு (1899-1905):

இவர் 1859-ல் இங்கிலாந்து நாட்டின் சிறந்த அரசியல் வாதியான பாரன்கர்சன் என்பவருக்கு மூத்த மகனாகப் பிறந்தார். திறமையும் அறிவும்மிக்க இவர் பழமைவாதியாகத் திகழ்ந்தார்.

1899ல் இந்தியாவின் புதிய வைசிராயாகப் பொறுப்பேற்ற கர்சன் இந்தியாவின் புராதனச் சின்னங்களைக் கண்டு மகிழ்ந்தார். ஜேம்ஸ் பர்கெஸ்க்குப் பின் தொல்லியலில் ஏற்பட்ட தேக்க நிலை கர்சனால் நீக்கப்பட்டது. மேற்கத்திய தொழில்நுட்ப முறைகளைப் பயன்படுத்தி இந்தியத் தொல்பொருளியல் கலை மற்றும் இலக்கியங்களைக் கண்டறிந்து வெளிப்படுத்துவதில் ஆர்வம் காட்டினார்.

இந்தியா வருவதற்கு முன்பே கர்சன் இலங்கை ஆப்கானிஸ்தான், பாரசீகம், துருக்கி, சீனா, ஜப்பான், கொரியா, மத்திய ஆசியாவிலுள்ள ருஷ்ய பகுதிகள், போன்ற நாடுகளுக்கு எல்லாம் பயணம் செய்து தமது அனுபவங்களை நூல்களாக எழுதிய பெருமையுடையவர்.

இவர் ஏகாதிபத்திய நோக்கு உடையவராக இருந்தாலும் இந்தியாவின் கலைப் பொக்கிஷங்களைக் கண்டறிவதில் கண்ணும் கருத்துமாகச் செயல்பட்டார். பழம் பெருமை வாய்ந்த பாரம்பரியம் மிக்க பகுதிகளில் தொல்லியல் ஆய்வுகள் மேற்கொள்வதில் நடவடிக்கை எடுத்தார்.

வரலாற்றுப் புதிர்களுக்கு விடை காண பல ஆராய்ச்சித் திட்டங்களைத் தீட்டுதல், அகழ்வாய்வு மேற்கொள்ளுதல், புராதனச் சின்னங்களைப் பாதுகாத்தல் போன்ற நடவடிக்கைகளையும் மேற்கொண்டார். தொல்லியல் ஆய்வுகளுக்கு அதிக முக்கியத்துவம் கொடுத்த இவர் துறையை விரிவுபடுத்தும் முயற்சியில் ஈடுபட்டார். தொல்லியல் துறைக்குப் பொருத்தமான 26 வயது நிரம்பிய

ஆர்வலர் ஜான்மார்ஷலை தொல்லியல் துறை இயக்குனராக 1902ம் ஆண்டு நியமனம் செய்தது போற்றுதற்குரிய இவரின் பணியாகும்.

புராதனச் சின்னங்கள் பாதுகாப்புச் சட்டம்:

சர் ஜான் மார்ஷலின் ஆலோசனையின்படி இந்தியாவில் உள்ள புராதனச் சின்னங்களைப் பாதுகாக்க கர்சன் பிரபு சீரிய முயற்சிகள் மேற்கொண்டு 1904-ம் ஆண்டு **புராதனச் சின்னங்கள் பாதுகாப்புச் சட்டம்** ஒன்றையும் இயற்றினார். இந்தியாவின் பழம்பெருமை வாய்ந்த சின்னங்களை இச்சட்டம் மூலம் பாதுகாக்க இவர் எடுத்த நடவடிக்கைகள் மிகவும் பாராட்டுதற்குரியதாகும்,

கர்சன் வைசிராய் என்பதைவிட இந்தியத் தொல்பொருளியலுக்கு ஆற்றிய அருந்தொண்டின் காரணமாக இன்றும் நீங்காத இடம் பெற்றுத் திகழ்கின்றார். இந்தியத் தொல்லியல் பொக்கிஷயங்களைப் பாதுகாக்க இவர் எடுத்துக்கொண்ட முயற்சிகள் மிகவும் போற்றுதற் குரியதாகும்.

சர் ஜான் மார்ஷல்:

இவர் 1902 முதல் 1928 வரை தொல்லியல் துறையை ஒரு தெளிவான பாதைக்கு இட்டுச் சென்றார். இந்தியாவில் இருந்து நூற்றுக்கும் மேற்பட்ட புராதனச் சின்னங்களைக் கண்டு மகிழ்ந்த இவர் அவற்றைப் பாதுகாக்கச் சீரிய முயற்சிகளை மேற்கொண்டு 1904ல் புராதனச் சின்னங்கள் பாதுகாப்புச்சட்டம் இயற்றுவதற்குக் காரணமாக இருந்தார்.

இவர் சார் சதா என்ற இடத்தில் இந்தோ கிரேக்க நாகரிகம் பற்றி அகழ்வாய்வு செய்தார். நாளந்தா, சாராநாத், ராஜ்கிரகம், வைசாலி, நந்தன்கார் போன்ற பௌத்த இடங்களிலும் ஆய்வுகளை மேற்கொண்டார். இவரது முயற்சியின் காரணமாக மத்திய ஆசியப் பகுதிகளிலும் ஆப்கானிஸ்தானத்திலும் பௌத்த சமயம் பரவி இருந்தது கண்டறியப்பட்டது. சரஸ்வதி என்னும் பகுதியில் 300க்கும் மேற்பட்ட குப்தர் காலத்தைச் சேர்ந்த சிலைகள் கண்டுபிடிக்கப் பட்டன. இராமாயணத்தை அடிப்படையாகக் கொண்டு இந்தியாவில் அமைந்துள்ள பல்வேறு பகுதிகளைத் தமது ஆய்விற்கு உட்பட்ட பகுதிகளாக எடுத்துக்கொண்டார்.

இவரது முயற்சியின் காரணமாகப் பல்வேறு சிற்பங்களும் கல்வெட்டுகளும், முத்திரைகளும், நாயணயங்களும் கண்டு அறியப் பட்டன. பாடலிபுத்திரத்தில் மௌரியர்களின் அரண்மனையின் எஞ்சிய சில பகுதிகள் இவரால் கண்டறியப்பட்டன. இந்தோ

பார்த்தியர்களின் சீரிய நகர அமைப்பு முறையும் தட்சசீலத்தில் இவரால் கண்டுபிடிக்கப்பட்டது.

வடமேற்கு எல்லைப் பகுதிகளில் ஆய்வு மேற்கொண்ட இவர் அலெக்சாண்டர் காலத்திற்கு முற்பட்ட வரலாற்று முக்கியத்துவம் வாய்ந்த பகுதிகளைக் கண்டு அறிந்தார். தட்சசீலம், ஆக்ரா போன்ற பகுதியில் கண்டெடுக்கப்பட்ட தொல்பொருட்களின் குறிப்புகளைக் கொண்டு அரிய நூலகம் ஒன்றை இவர் அமைத்தார். இந்நூலகத்தில் சுமார் ஒரு லட்சத்திற்கும் மேற்பட்ட நுணுக்கமான தகவல்கள் அடங்கிய நூல்கள் சேர்க்கப்பட்டன.

மத்திய ஆய்வுத்துறையின் வருடாந்திர கண்டுபிடிப்புகளை நூல் வடிவில் வெளியிட்ட இவரது கண்டுபிடிப்புகளில் சிகரம் வைத்தது போல் அமைந்தது. சிந்துவெளி நாகரிகத்தின் சிறப்புகளை உலகிற்கு வெளிப்படுத்தியதே ஆகும். ஏற்கனவே ஹரப்பா, மொகஞ்சதாரோ பகுதிகளில் 1921 முதல் 1922 வரை ஆராய்ச்சியினை மேற்கொண்ட இவர் அந்த ஆராய்ச்சியை தொடர்ந்து விரிவான முறையில் நடத்தினார்.

இவரின் இந்தய அரிய முயற்சிக்கு இவருக்கு ஹார்கீரிவிஸ், K.N. தீட்சித், M.S. வாட்ஸ், போன்றோர் துணைநின்றனர். ஹென்ரிச் சிலிமன் டிராய் நகரில் கண்டுபிடித்தது போன்று பல வியத்தகு பொருட்களை இங்குச் சிந்துவெளியில் கண்டுபிடித்து மொகஞ்சதாரோவும், சிந்து நாகரிகமும் என்ற தலைப்பில் மூன்று பெரும் தொகுதிகளாகத் தொகுத்து வெளியிட்டார். இவர் மிக நுணுக்கமான வேலைபாடுகள் அமைந்த சிவப்பு, கருப்பு நிறமட்பாண்டங்கள், மண்பானைகள் போன்றவற்றின் வரலாற்று முக்கியத்துவத்தினைக் கண்டுபிடித்தார்.

சிந்துவெளி நாகரிகத்தை உலகிற்கு அறிமுகப்படுத்தி இந்தியாவின் பாரம்பரியத்தை வெளிச்சத்திற்குக் கொணர்ந்த பெருமை இவரையே சாரும். இவரின் இந்த அரிய சாதனை மேலும் தொடர்ந்து இந்தியாவின் வரலாற்றுப் பாரம்பரியங்களை வெளிக் கொணர உதவியது. 1928ல் தனது பணியிலிருந்து ஓய்வு பெற்ற இவர் 1934ல் மார்ச் 15ஆம் நாள் உயிர் நீத்தார். இவரது புகழ் தொல்லியல் உலகில் என்றும் நிலைத்திருக்கும்.

இக்காலகட்டத்தில் தமிழகத்தில் அலெக்சாண்டர் ரே என்பவரின் சீரிய தலைமையில் தொல்லியல் துறை திருநெல்வேலி, ஆதிச்சநல்லூர் பகுதியில் முதுமக்கள்தாழி, இடுகாடு, உட்பட்ட, பல பொருட்களைக் கண்டுபிடித்தது.

A.H. வாங்ஹஸ்ட் என்பவர் பண்டைய வரலாற்று சிறப்பு வாய்ந்ததும், புத்த மதத்தின் முக்கிய இடங்களும் ஒன்றுமான

நாகர்ஜூனக் கொண்டாவைக் கண்டுபிடித்தார். இங்குக் கண்டறியப் பட்ட புத்தரின் சிலை உட்பட்ட பல கலைப்பொருட்கள் தமிழகத்தின் காவேரிபூம்பட்டினத்தில் கண்டெக்கப்பட்ட பொருட்களை ஒத்துக் காணப்படுகின்றன என்பது குறிப்பிடத்தக்கது. இந்தியாவில் தொடர்ந்து அகழ்வாய்வு நடத்தவும் வரலாற்றுச் சின்னங்களைத் தேடவும் இங்கிலாந்தின் புகழ்பெற்ற தொல்லியலாளரான லியோனார்டு உல்லியின் ஆலோசனை கோரப்பட்டது.

அதன்படி இந்தியாவிற்கு நேரில் வருகைபுரிந்த அவர் இந்தியத் தொழில்நுட்பக் குறைபாடுகளையும், பழைய முறையில் நவீன கருவிகளின்றி ஆய்வுகள் மேற்கொள்ளப்படுவதையும் குறைகளாகச் சுட்டிக்காட்டினார்.

ஐரோப்பா, அமெரிக்கா போன்ற நாடுகளில் உள்ள நவீன சாதனங்கள் பற்றி இந்தியத் தொல்லியல் வல்லுநர்கள் அவ்வப்போது தெரிந்துகொள்ள வேண்டியதின் அவசியத்தினையும் வலியுறுத்தினார். சில ஆய்வுகள் மட்டுமே மேற்கொள்ளப்பட்டு கலாசாரங்கள் வெளிப் படுத்தப்பட்டு இருப்பதையும் கூறினார்.

அவரது ஆலோசனையை ஏற்று, தொல்லியல் துறை அக்குறை பாடுகளை எல்லாம் களையும் வகையில் மார்டிமர் வீலர் என்பவரை தலைமை இயக்குனராக நியமனம் செய்தது.

சர் மார்டிமர் வீலர் (1880-1976):

இவர் ஸ்காட்லாந்து நாட்டில் கிளாஸ்கோ என்னும் நகரில் பிறந்தார். இங்கிலாந்து நாட்டில் லண்டனில் உள்ள பல்கலைக்கழகக் கல்லூரியில் 1910 பட்டம் பெற்றார். பின்னர் இவர் ஆய்வாளராக (Junior Investigator) ராயல் கமிஷனால் ஏற்படுத்தப்பட்ட இங்கிலாந்து வரலாற்றுச் சின்னங்களின் பராமரிப்புப் பிரிவில் சேர்ந்து கல்வி பயின்றார்.

முதல் உலகப்போரின்பொழுது இராணுவத்தில் பணிபுரிந்த இவர் போர் முடிந்த பின் வேல்ஸ் நகரில் உள்ள தேசிய அருங்காட்சியகத்தின் காப்பாளராகப் பொறுப்பேற்றார். 1926 முதல் 1944 வரை அங்குப் பணிபுரிந்தார். இரண்டாம் உலகப்போரின் பொழுது பிரிகேடியர் பதவியேற்று மீண்டும் இராணுவத்தில் சேர்ந்தார். பின்னர் ஆங்கிலேய வைசிராயான வேவல் பிரபு இங்கிலாந்தின் மிகச் சிறந்த தொல்லியல் நிபுணரான இவரை 1944ல் இந்தியத் தொல்லியல் துறையின் தலைமை இயக்குனராகப் பதவியில் அமர்த்தினார்.

இங்கிலாந்தில் தாம் பின்பற்றிய நவீன கருவிகளைக் கொண்டு இந்தியாவில் தமது ஆய்வினைத் தொடங்கினார். இவர் தொல்லியல் துறையில் பல பிரிவுகளை ஏற்படுத்தி மிகவும் சிறப்பாகச் செயல்பட வழிவகுத்தார்.

1. அகழ்வாய்வுப் பிரிவு
2. அருங்காட்சியகப் பிரிவு
3. தொழில்நுட்பப் பிரிவு
4. ஆராய்ச்சிப் பிரிவு

போன்ற பிரிவுகளை ஏற்படுத்தி அகழ்வாய்வுகள் மேற்கொள்ளவும் பொருட்களைப் பாதுகாக்கவும் நடவடிக்கைகள் எடுத்தார். இந்தியத் தொல்லியல் ஆய்வாளர்களுக்கு நவீன கருவிகளில் பயிற்சிகள் அளித்தார்.

வீலரின் அரும்பணிகள்:

1948 வரை இந்தியாவில் தலைமை இயக்குநராகப் பணியாற்றிய மார்டிமர் வீலர் 1948 முதல் 1950 வரை புதிதாக உதித்த பாகிஸ்தான் நாட்டுக்கும் தொல்லியல் ஆலோசகராகப் பொறுப்பேற்றார். இங்கிலாந்தின் தொல்பொருளியல் நிறுவனத்தின் பேராசிரியராகப் பணியாற்றினார். அங்கிருந்த படியே 1954 வரை தனது கண்டு பிடிப்புகளை வெளியிடும் பணியில் ஈடுபட்டார். அகழ்வாய்வின் பிட்ரிவர்ஸின் பாணியைப் பின்பற்றிய இவர் புதிய கருவிகளைக் கொண்டு பல அகழ்வாய்வுகளை மேற்கொண்டார்.

புகைப்படம் எடுக்கும் நுண்கலையைக் கற்றறிந்து வரலாற்றுப் பொருட்களைப் படம்பிடித்து வெளியிட்டார். பல அரிய கலைப் பொருட்களைச் சேகரித்தார்.

இவர் பழைய கற்கால நாகரிகத்தைப் பற்றியும் ரோமானிய பிரிட்டானிய நாகரிகங்களைப் பற்றியும் இந்தியா மற்றும் பாகிஸ்தான் முதலிய நாடுகளின் நாகரிகங்கள் பற்றியும் பல நூல்களை எழுதியுள்ளார்.

சிந்துச் சமவெளி மக்களின் வரலாற்றைக் குறிப்பிடும் பொழுது மெசபட்டோமியா போன்ற பகுதியில் இருந்ததைவிட இம்மக்கள் முற்றிலும் மாறுபட்ட நாகரிகமுடையவர்கள் என்று குறிப்பிடுகிறார். சிந்துச் சமவெளி மக்கள் பயன்படுத்திய தானியக் களஞ்சியங்கள் பற்றியும் குறிப்பிட்டுள்ளார்.

தொலைக்காட்சியில் தொல்லியல்:

இவர் தொலைக்காட்சியின் மூலம் தொல்லியல் கண்டுபிடிப்புகள் மக்களைச் சென்றடையச் செய்தவர் என்ற பெருமைக்குரியவர்.

தன்னுடைய கண்டுபிடிப்புகளை அனைவரும் உணர்ந்து அறிய வேண்டும் என்பதற்காகத் தொலைக்காட்சி தொடர் மூலம் தம் கண்டுபிடிப்புகளை வெளியிட்டார். விலங்கு, காய்கறி, தாது (Animal, Vegetable, Mineral) என்ற தலைப்பிலும், (1952 - 1960) புதைந்த புதையல் (Buried Treasure), என்றும் (1954 - 1959) காலவரிசை (Chronicle), (1966) என்னும் தலைப்பிலும் தொலைக்காட்சி நிகழ்ச்சிகளை வழங்கினார்.

1954ல் தொலைக்காட்சி இவரை சிறந்த ஆளுமை வாய்ந்த மனிதராகத் தேர்ந்தெடுத்து கௌரவப்படுத்தியது.

எப்பொழுதும் மனித வாழ்க்கையை ஆராயும் கண்ணோட்டத்துடன் இவரது அகழ்வாய்வுகள் இருந்தன. கலைநுட்பப் பொருட்கள் அவற்றைப் பயன்படுத்தி மனிதன் வாழ்க்கையை அகழ்வாய்வில் கண்டு அகம் மகிழ்ந்தார்.

மேலைநாட்டுத் தொல்லியல் தொழில்நுட்பங்களைக் கற்றுவர இந்திய மாணவர்கள் அனுப்பி வைக்கப்பட்டனர். வீலரின் சீரிய முயற்சியின் காரணமாகப் பிறநாடுகளில் ஏற்பட்ட நவீன மாற்றங்களுக்கேற்ப இந்தியத் தொல்லியல் துறையும் வளர்ச்சி கண்டு வெற்றி நடைபோடத் தொடங்கியது.

தொல்பொருளியல்தான் விஞ்ஞானத்துறையும் கலைத் துறையையும் இணைக்கும் பாலமாகத் திகழ்கின்றது என்று பெருமையுடன் கூறினார். இவரது முயற்சியின் காரணமாக 1960ம் ஆண்டு டில்லியில் தொல்லியல் துறை (School of Archaelogy) நிறுவப்பட்டது,

இயல்-14

மேற்பரப்பு ஆய்வு நோக்கங்களும் நெறிமுறைகளும்

பண்டைக்கால மக்கள் விட்டுச் சென்ற சான்றுகளின் அடிப்படையில் அவர்களின் வாழ்க்கை முறையைப் பற்றியும் நாகரிகத்தைப் பற்றியும் அறிந்துகொள்ள தொல்லியல் அகழ்வாய்வுகளே துணை நிற்கின்றன. சான்றுகளின் அடிப்படையில் கற்காலம், உலோகக் காலம் வரலாற்றுக் காலம் எனத் தொல்லியல் அகழ்வாய்வுகளின் மூலம் பிரிக்கப்பட்ட இக்கால நாகரிகங்களைப் பற்றி நாம் நன்கு அறியலாம். அந்நாகரிகங்களைக் காண்பதற்காக மேற்கொள்ளப்படும் மேற்பரப்பு அகழ்வாய்வு பற்றி இங்குக் காண்போம்.

ஆய்வுக்குரிய இடத்தைத் தேர்வு செய்தல் :

தொல்லியல் சான்றுகளும் தடயங்களும் எந்த இடத்தில் தோண்டினால் கிடைக்கும் என்பதை அறிந்துகொள்வது ஆய்வாளரின் முக்கிய பணியாகும். நதிக்கரை ஓரங்களில் நாகரிகங்கள் தோன்றி வளர்ந்ததை நாம் அறிவோம். ஆனால் ஒவ்வொரு நாகரிகமும் பல்வேறு காரணங்களால் மண்ணுக்குள்ளும், கடலுக்குள்ளும் மறைந்துவிட்டன. அத்தகைய நாகரிகங்கள் பற்றி அறிந்துகொள்ள பழமையான இலக்கியங்களும் கல்வெட்டுக்களும் உறுதுணையாய் இருக்கின்றன. சில தொல்லியல் பொருட்கள் அதிர்ஷ்டவசமாகத் தாமாகவே மேற்பரப்பில் கிடைக்கலாம். ஆனால் அவற்றின் மதிப்பின் தன்மை அறிந்தவர்களால் மட்டுமே அவை பாதுகாக்கப்பட்டன. பத்தொன்பதாம் நூற்றாண்டுகளின் பல கண்டுபிடிப்புகள் இவ்வாறு தன்னிச்சையாக நிகழ்ந்தவையே ஆகும். கிணறுகள் தோண்டும் பொழுதோ, வீடுகள் கட்டும் போதோ அல்லது நிலங்களை உழும் போதோ இத்தகைய அரும் பொருட்களும் ரோமானியக் காசுகளும், கட்டிடங்களின் இடிபாடுகளும் கிடைத்தன.

லண்டனில் ரோமானியர்கள் ஆட்சியின்போது கட்டப்பட்ட சுவர்கள் இரண்டாம் உலகப் போருக்குப் பின் ஜெர்மானியர்களால் ஏற்படுத்தப்பட்ட அழிவுகளை நீக்கும் போது கண்டுபிடிக்கப்பட்டது. எல்லாவற்றிற்கும் மேலாகத் தொல்பொருளியாளர்கள் வியப்பில் ஆழ்த்திய ஹரப்பா நாகரிகம் 1921ல் பஞ்சாபில் இவ்வாறு எதேச்சையாகக் கண்டுபிடிக்கப்பட்டது ஆகும். புகை வண்டித் தண்டவாளங்களுக்கான சாலை அமைக்கும் பணியில் ஈடுபட்டிருந்த பொழுது ஹரப்பாவின் செங்கற்கள் வெளிவந்து தொல்பொருளியலாளர்கள் உள்ளத்தைத் தொட்டது. சில நேரங்களில் இயற்கைச் சீற்றங்களான வெள்ளம், நதிப்பிரளயம், கடல் அரிப்பு (Erosion) போன்றவை ஏராளமான தொல்லியல் பொருட்களை வெளிக் கொணரலாம். பெரும்பாலும் நதிப்பெருக்கும், மண் அரிப்பும் பண்டைய மனிதன் பயன்படுத்திய புராதனப் பொருட்களை மேற்கொணர்ந்ததோடு மண்அடுக்கியல் பற்றி அறிந்துகொள்ள மண்ணியலாளர்களுக்கும் உதவிகள் புரிகின்றன. பழைய நாணயங்களும், செங்கற்களும் ஒதுங்கி இருப்பதைக் காணலாம். இத்தகைய புராதனப் பொக்கிஷங்களைத் தேடிக் கொணர்வது தொல்லியலாளர்களின் இன்றியமையாத கடமையாகும்.

திட்டமிட்டு ஆய்வு மேற்கொள்ளல்:

நவீன காலத்தில் புதையுண்ட புராதனச் சின்னங்களையும் பொருட்களையும் வெளிக்கொணர ஆய்வாளர்கள் திட்டமிட்டு இடத்தைத் தேர்வு செய்து நேர்த்தியாவும், செம்மையாகவும் கள ஆய்வு நடத்துகின்றனர். அத்தகைய இடத்தைத் தேர்வு செய்வதும் சுற்றாய்வு (Survey) செய்வதும் ஆய்வாளரின் முக்கியமான பணியாகும். ஆய்வு செய்வதற்கான இடம் தேர்ந்தெடுக்கப்பட்ட பின்னரே அகழ்வாய்வு தொடங்கபடும். இவ்வாறு திட்டமிட்டு அகழ்வாய்வு நடத்தும் பொழுது ஏராளமான பொருட்கள் கிடைக்க வாய்ப்பு உள்ளது. பண்டைய கலாசாரத்தின் பரப்பைக் காண இயலுகின்றது. அத்தகைய முக்கியத்துவம் வாய்ந்த இடத்தைத் தேர்வு செய்ய களச் சுற்றாய்வு (Site Survey) மேற்கொள்ளப் படுகின்றது. இக்களச் சுற்றாய்வினை முன்னீடான ஆய்வு (Reconnalsance) என்று இங்கிலாந்தில் அழைக்கப்படுகின்றது. இந்தியாவில் புத்தாய்வு செய்தல் என்று கூறுவர். கிராபோர்டு என்று தொல்லியலாளர் இவ்வாறு கள ஆய்விற்கான இடத்தைச் சுற்றாய்வு செய்வதைக் குழிகள் தோண்டப்படாத தொல்பொருளியல் (Archaeology Without Digging) என்று குறிப்பிடுகின்றார்.

களச்சுற்றாய்வின் நோக்கங்கள்:

1. அகழ்வாய்வு என்ன காரணத்திற்காக எந்த இடத்தில் நடத்தப்பட வேண்டும் என்பதைத் தீர்மானிக்கக் களச் சுற்றாய்வு உதவுகிறது.
2. களச்சுற்றாய்வில் கிடைக்கும் பொருட்களை வைத்து அக்களம் எத்தகைய வரலாற்று முக்கியத்துவம் வாய்ந்தது என்பதை அறியலாம்.
3. ஒரு தொழில்முறை தொல்லியலாளர் இலக்கியங்களிலோ கல்வெட்டுக்களிலோ காணப்படும் குறிப்புகளை வைத்து, குறிப்பிட்ட இடத்தைத் தேர்வுசெய்ய களச்சுற்றாய்வு உதவுகின்றது.
4. தொல்பொருளியலாளர்களால் தேர்வு செய்யப்படும் களத்தில் பழைய கற்கால, புதிய கற்கால, உலோக கால மற்றும் பல புராதனப் பொருட்கள் கண்டெடுக்கப்படலாம். அப்பொருட்களின் கால நிர்ணயமும் கண்டறியப்படுகிறது.
5. ஒரு தொல்பொருளியலாளர் தாம் எக்காலத்தைக் குறித்து ஆய்வு செய்ய விரும்புகின்றாரோ அது பற்றிய விடைகள் கிடைக்குமா என்பதனைக் களச்சுற்றாய்வு மேற்கொள்வதன் மூலம் தீர்மானிக்கலாம்.
6. சுற்றாய்வின் மூலம் வரலாற்று உண்மைகளைக் கண்டறிய தேர்வு செய்வதற்குரிய களங்களை அறியலாம்.
7. ஆய்வாளர் தன் ஆய்வுக்குரிய நுண்கலைப் பொருட்கள் கிடைக்குமா என்பதைக் களச்சுற்றாய்வின் மூலம் முடிவு செய்யலாம். களங்களைச் சுற்றாய்வு செய்தல்:

வரலாற்றுக்கு முற்பட்ட காலத்திய களங்களைச் சுற்றாய்வு செய்தல்:

தொல்பொருளியல் ஆய்வாளர் ஆதிகாலத்தைப் பற்றி அறிய ஆர்வம் உள்ளவராயின் கற்கால, உலோகக் கால மக்கள் வாழ்ந்ததாகக் கருதப்படும் இடங்களைத் தேர்வுசெய்து சுற்றாய்வு செய்யலாம். பொதுவாக வரலாற்றுக்கு முந்திய காலத்தை அறிந்து கொள்ள மண்ணியல் கூறுகளுக்கு முக்கியத்துவம் அளிக்கப் படுகின்றது. இங்கிலாந்தின் சோகன் சமவெளியில் (Sohan Valley) புவிமுழுவதும் பனியால் சூழ்ந்திருந்த பனிக்காலத்தைப் (Pieistocone) கண்டறியும் முயற்சியில் ஈடுபட்டு கேம்ப்ரிட்ஜிலிருந்து இத்தகைய

ஆய்வினை நடத்தினர். அதேபோல் திருநெல்வேலியில் பேராசிரியர் ஜீயூனர் மண் மேடுகளைத் (Teri Sites) கண்டறியும் நோக்கில் அளவைகள் செய்தார் என்பதும் குறிப்பிடத்தக்கது.

வரலாற்றின் தொடக்க காலம் மற்றும் வரலாற்றுக் காலத்திய களங்களைச் சுற்றாய்வு செய்தல்:

வரலாற்றின் தொடக்க காலத்தை அறிந்துகொள்ள எழுத்துக் குறிப்புகள் இல்லை என்றாலும், ஏற்கனவே மேலோட்டமாகக் கிடைத்த தடயங்களை வைத்து அனுமானங்களின் அடிப்படையில் ஆய்வுகள் மேற்கொள்ளலாம். இராஜஸ்தான், குஜராத் போன்ற இடங்களில் இந்தியப் பாகிஸ்தான், பிரிவினைக்குப் பின் சிந்துவெளி நாகரிகத்தின் தடயங்களைக் கண்டறிய சுற்றாய்வுகள் மேற்கொள்ளப் பட்டன. அதேபோல் புத்த சமயம் பரவி இருந்த இடங்களைக் கண்டறியவும் களங்கள் தேர்வு செய்யப்பட்டு சுற்றாய்வுகள் நடத்தப் பட்டன. வரலாற்றுக் காலத்தை அறிந்துகொள்வதற்கு இலக்கியங்கள், கல்வெட்டுக்கள், மற்றும் வெளிநாட்டார் குறிப்புகள் போன்றவை களங்களைக் கண்டறிந்து சுற்றாய்வு செய்ய உதவுகின்றன.

குறிப்பிட்ட சிக்கல்களுக்குத் தீர்வுகாண களங்களைச் சுற்றாய்வு செய்தல்:

சில நேரங்களில் சில சிக்கல்களுக்குத் தீர்வு காணவும், சில புதிர் களுக்கு முழுமையான விடைகள் காண்பதற்காகவும் சுற்றாய்வுகள் மேற்கொள்ளப்படுகின்றன. V.D. கிருஷ்ணசுவாமி தென்னிந்தியாவில் பெருங்கற்கால (Megalithic) சின்னங்களைக் கண்டறிவதற்காக இத்தகைய சுற்றாய்வினை மேற்கொண்டார். இந்தியாவில் இலக்கியங்களில் காணப்படும் வரலாற்று முக்கியத்துவம் வாய்ந்த இடத்தினைக் கண்டறியவும் இராமாயணத்தில் காணப்படும் இடங்களைக் கண்டறியும் பல இடங்கள் தேர்வு செய்யப்பட்டு சுற்றாய்வுகள் நடத்தப்பட்டன. ஹெய்ன்ரிச் சிலிமெனின் டிராய் நகர் கண்டுபிடிப்பும் இந்த அடிப்படையில் கண்டறியப்பட்டது என்றால் மிகையாகாது. பிரிட்டனிலும், இந்தியாவிலும் ரோமானியர்களின் வரலாற்றுத் தடங்களை கண்டறிவதற்காகச் சுற்றாய்வு முறை பின்பற்றப்பட்டு அகழ்வாய்வு களங்கள் தேர்வு செய்யப்பட்டன. சில குறிப்பிட்ட வம்ச மன்னர்களின் கலைப்பாணியைக் கண்டறிவதற் காகவும் கள ஆய்வுகள் மேற்கொள்ளப்பட்டன. K.R. சீனிவாசன் பல்லவர் காலக் குகைக் கோயில்களைக் கண்டறிய இம்முறையைப் பின்பற்றினார். தற்பொழுது ராம் ஜென்மபூமி, பாபர் மசூதி

பிரச்சனைக்களுக்காகச் சுற்றாய்வும் அகழ்வாய்வும் மேற்கொள்ளப் பட்டது நினைவுகூரத்தக்கது.

பொது சுற்றாய்வு:

தேர்வு செய்யப்பட்ட பகுதியில் காணப்படும் அனைத்து வகையான புராதனப் பொருட்களையும் வெளிக்கொணரவே சுற்றாய்வுகள் மேற்கொள்ளப்படுகின்றன. முந்தைய, பிந்தைய கற்கால மனிதர்களின் வாழ்க்கை, பண்பாடு, மேடுகள், புதைகுழிகள், கல்லறைகள், வரலாற்றுக்கால மக்களின் நாகரிகம், சமய வளர்ச்சி போன்றவைகளைச் சுற்றாய்வின் மூலம் அறியலாம். கற்கால மக்கள் குகைகளிலும், பிந்தைய கால மக்கள் மண் குடிசைகளிலும், பின் கல், செங்கல், மரம் முதலியவற்றிலும் வீடு கட்டி வாழ்ந்ததையும் அறியலாம். பொருளாதார முறை, நகர அமைப்பு, குடியிருப்புப் பகுதி கோட்டை, கொத்தளங்கள், ஆலயங்கள் சிற்பங்கள், கல்வெட்டுக்கள் போன்ற அனைத்தும் சுற்றாய்வின் பொழுது பதிவு செய்யப்படுகின்றன. சுற்றாய்வில் தேர்வு செய்யப்படும் இடங்களே அகழ்வாய்வு செய்யப்படுகின்றன.

சுற்றாய்வு வழிமுறையியல்:

தொல்பொருளியலாளர்களின் நோக்கத்திற்கேற்ப சுற்றாய்வு வழிமுறைகள் சரியானபடி திட்டமிடப்படும். வரலாற்றுக்கு முற்பட்ட காலத்தினைப் பற்றி ஆய்வுகளை மேற்கொள்ள வேண்டியிருந்தால் மண்ணியல் கூறுகளுக்கு முக்கியத்துவம் அளிக்கப்படும். நதியின், போக்கு பாறைகளின் தோற்றம், மணல் அடுக்குகள், புதைபடிவங்கள், கற்கருவிகள் போன்றவைகளைப் பற்றி அறிய வேண்டும். குகைகள், பாறை வசிப்பிடங்கள் (Rock Shelter), கல்லறைகள், ஆலயங்கள், புதைவிடங்கள் அல்லது கல்வெட்டுகள் குறித்து ஏதேனும் ஒன்று பற்றி ஆய்வுகள் மேற்கொள்ள வேண்டியிருந்தால் அது பற்றி முழு அறிவும், திறனும் பெற்றிருக்க வேண்டும். சுற்றாய்வு பற்றிப் போதுமான பயிற்சிகள் எடுத்தவராயின் நல்ல ஒரு ஆய்வுத்தீர்வைக் காண இயலும். கள ஆய்வு வழிமுறைகளை நன்கு அறிந்திருத்தல் அவசியம். மக்களோடு எளிதாகத் தொடர்பு கொள்ளும் ஆற்றல் பெற்றிருப்பாராயின் அப்பகுதியில் உள்ள தொல்லியல் ஆர்வலர்கள். வரலாற்று அறிஞர்கள் போன்றவர்களின் உதவியை நாடலாம். தாம் ஆய்வு மேற்கொள்ள இருக்கும் இடங்களைப் பற்றித் தனக்கு முன்னர் எவரேனும் ஆய்வு செய்திருப்பின் அது பற்றிய அறிக்கைகள், தகவல்கள் போன்றவற்றைத் தெளிவாக அறிந்தவராக

இருத்தல் வேண்டும். புதிதாக ஆய்வுகள் நடத்த வேண்டி இருந்தால் இலக்கியக் குறிப்புகள், கல்வெட்டுகள் இருப்பின் ஆழ்ந்து கற்றுத் தெளிவான முடிவுக்கு வரவேண்டும். பின் தானே நேரில் சென்று சுற்றாய்வு செய்து அகழ்வாய்வுக்கான இடத்தினைத் தீர்மானிக்க வேண்டும். தொல்பொருளியலாளரின் பணிகள் எளிதானதல்ல. களத்திற்குச் சென்று நேரடியாகச் சுற்றாய்வு செய்து தனக்குரிய வழிமுறைகளை வகுத்துக் கொண்ட பின்னர்தான் அகழ்வாய்வுகளைத் தொடங்கி வெற்றிகாணஇயலும். ஆய்வில் வெற்றி பெற இட ஆராய்ச்சி வழிமுறைகள் பின்பற்றப்படுகின்றன.

இயல்-15

இட ஆராய்ச்சி முறைகள்

தொல்பொருளியலாளர்கள் அகழ்வாய்வு மேற்கொள் வதற்கு முன் ஆய்வு மேற்கொள்ள இருக்கும் களத்தை மட்டுமின்றி அதன் சுற்றுச்சூழல் மற்றும் வரலாற்று முக்கியத்துவம் போன்றவற்றையும் அறிந்திருக்க வேண்டும். ஆய்வு மேற்கொள்ள இருக்கும் இடத்தின் புவியியல் கூறுகளை அவசியம் தெளிவாக உணர்ந்திருக்க வேண்டும். இதற்காகக் கீழ்காணும் வழிமுறைகள் பின்பற்றப்படுகின்றன.

வரைபட ஆய்வு (Map Reading):

தொல்லியலாளர்கள் சுற்றாய்வை மேற்கொள்வதற்கு முன் தனது ஆய்வுக்குரிய இடங்களைப் பற்றிய புவியியல் உண்மைகளை தெளிவாக அறிந்திருக்க வேண்டும். ஆய்வு மேற்கொள்ளவிருக்கும் இடத்தின் இயற்கைத் தன்மை, குன்றுகள், நதிகள் போன்றவைகளை அறிய வரைபடங்களைப் பற்றி நன்கு தெரிந்திருக்க வேண்டும். இந்தியாவைப் பற்றி வரைபடங்கள் இந்திய அளவையாளர்களால் ஆதாரப் பூர்வமாக வெளியிடப்பட்டுள்ளன. இந்தியாவின் மாநிலங்கள், மாவட்டங்கள், நகரங்கள், கிராமங்கள் போன்ற இடங்களைப் பற்றிய விரிவான வரைபடங்கள் தயாரிக்கப் பட்டுள்ளன. இந்த வரைபடங்களில் நெடுஞ்சாலைகள் (HighWays) சாலைகள், புகைவண்டி நிலையங்கள், பேருந்து நிலையங்கள் போன்ற இருப்பிடங்களும், வழித்தடங்களும் காணப்படுகின்றன.

இதில் தொல்பொருளியலாளருக்குத் தாம் ஆய்வு மேற்கொள்ள வேண்டிய இடங்களைப் பற்றியும், தங்கும் விடுதிகள் போன்ற தகவல்களும் கிடைக்கும். அதே போல் ஆலயங்கள், மசூதிகள், திருச்சபைகள் போன்றவற்றின் இருப்பிடங்களும் குறிக்கப் பட்டிருக்கும் ஒரு நாட்டின் இயற்கைக் கூறுகளான நதிகள், மலைகள், குன்றுகள், நீரோடைகள், காடுகள் போன்றவற்றின் அமைவிடங் களையும் அறியலாம். தொல்லியல் சான்றுகள் மக்கள் வசித்த இடங்களில் மட்டும்தான் கிடைக்கும். நாகரிகங்கள் நதிக்கரையின்

ஓரங்களில்தான் செழித்து இருந்தன. எனவே அத்தகைய இடங்களை அடையாளம் காண வரைபடங்களே உதவுகின்றன.

கடந்த நூற்றாண்டுகளில் தயாரிக்கப்பட்ட வரைபடங்கள் மறைந்துவிட்ட அல்லது தற்பொழுது அடையாளம் காண முடியாத இடங்களை அறிய உதவுகின்றன. தென்னிந்தியாவில் இவ்வாறு "தொல்பொருளியல் புறம்போக்குப் பகுதிகள்" என அறிவிக்கப்பட்ட இடங்கள் தற்பொழுது விளைநிலங்களாக மாறி உள்ளன. எனவே பழைய வரைபடங்கள்தான் தொல்லியல் ஆய்வுகளுக்குப் பெரிதும் உதவுகின்றன.

இயற்கை வளங்கள் பற்றிய ஆய்வு:

மண்ணியல் வரைபடங்கள் தொல்லியல் ஆய்வில் முக்கிய அங்கம் வகிக்கின்றன. மனித இனம் குறிப்பிட்ட இடங்களில் தொடர்ச்சியாக வாழ்வதால் ஏற்படுகின்ற மண்படிவங்களைத்தான் தொல்லியல் மண் அடுக்குகள் என்று கூறுகின்றோம். இந்த மண் அடுக்குகளின் இடிபாடுகளுக்குள் மக்கள் பயன்படுத்திப் புதைந்து இருக்கும் புராதன பொருட்களை வெளிக்கொணர வேண்டும்.

இயற்கை வளங்கள் பற்றிய ஆய்வு:

மக்கள் ஓரிடத்திலிருந்து மற்றொரு இடத்திற்குக் கணவாய்களின் வழியாக ஊடுருவிச் சென்றார்கள். இந்தியாவின் கைபர் போலன் கணவாய்கள், கிரேக்கர்கள், பாரசீகர்கள், சிந்தியர்கள், குஷாணர்கள், ஹூனர்கள், துருக்கியர்கள், மங்கோலியர்கள் எனப் பல்வேறு நாட்டினரும் இம்மண்ணில் படையெடுத்துக் குடியேற வழிவகுத்தன. மேற்குத் தொடர்ச்சி மலையில் காணப்படும் பாலக்காட்டுக் கணவாய் கேரள தமிழக மக்களிடையே கலாசார இணைப்புப் பாலமாய்ச் செயல்படுகின்றது. விந்தியக் குன்றுகளில் காணப்படும் கணவாய்கள் வட இந்தியத் தக்காண மக்களின் போக்குவரத்துக்குப் பயன்பட்டு வருகிறது.

நதிகள் :

நதிகள் நாகரிகத்தின் உயிர்நாடிகள், வரலாற்றுக் காலத்திற்கு முன்பிருந்தே மனிதன் தன் வாழ்விடங்களை நதிக்கரைகளின் ஓரங்களில் அமைத்திருந்தான். தொல்லியல் ஆய்வாளர் பழைய நதியின் கரைகளைக் கண்டுபிடித்து, தூர்ந்து போயிருந்த நிலையிலும் அங்கு ஆய்வுகள் மேற்கொண்டால் புதைபடிவங்கள், கற்காலத் தடயங்கள், மண் அடுக்குகள் போன்றவற்றைக் காணலாம். உதாரணமாக இந்திரப் பிரஸ்தம் கங்கைக்கரையிலும், உஜ்ஜயினின் சிப்ரா நதிக்கரையிலும், இஷ்வாகுகளின் தலைநகரான விஜயபுரி கிருஷ்ணா நதிக்கரையிலும்,

தொல்லியல்

விஜயநகரப் பேரரசு துங்கபத்திரை நதிக்கரையிலும், சோழ மன்னர்களின் தலைநகரான உறையூர் காவிரி நதிக்கரையிலும், பாண்டியனின் தலைநகர் வைகைக் கரையிலுமாக ஏற்படுத்தப் பட்டிருப்பதன் மூலம் அறியலாம்.

ஏரிகள் :

ஏரிகள் தொன்மைக்காலம் தொட்டு மனித வாழ்க்கையுடன் தொடர்புடையனவாக இருந்து வருகின்றன. சுவிட்சர்லாந்து நாட்டில் மிருகங்களுக்கு அஞ்சி வாழ்ந்த புதிய கற்கால மனிதர்கள் தனது வாழ்விடங்களை ஏரியில் அமைத்துக் கொண்டார்கள். இத்தகைய ஏரி உறைவிடங்கள் மூலம் ஐரோப்பியர்களின் கற்கால நாகரிகத்தை அறிய முடிகின்றன. தென்னிந்தியாவில் பல ஏரிகள் உலோக காலத்திலிருந்தே இருந்து வருக்கின்றன என்பது ஆய்வுகள் மூலம் கண்டறியப்பட்டுள்ளன. இங்கும் பெருங்கற்கால மக்கள் ஏரிகளைச் சுற்றித் தமது உறைவிடங்களை ஏற்படுத்தி வாழ்ந்ததை அறிகின்றோம். மதுராந்தகம் ஏரியும் குன்றத்தூருக்கு அருகில் உள்ள செம்பரம் பாக்கம் ஏரியும் ஏரிக்கரைகளைச் சுற்றி ஊர்கள் அமைந்ததைக் காட்டு கின்றன. ஏரிக்கரைப் பாசனம் புதிய கற்காலத்திலேயே தென்னிந்தியாவில் தோன்றிருக்கும் என ஆய்வாளர்கள் நம்புகின்றார்கள்.

பாறைகள், தாதுக்கள், உலோகங்கள்:

பாறைகளின் தோற்றம், தன்மை போன்றவை அகழ்வாய்வில் முக்கிய இடத்தைப் பெற்றுள்ளன. கற்கால மனிதன் பயன்படுத்திய கற்கருவிகளையும் அக்கருவிகள் செய்ய உபயோகிக்கபட்ட குவார்ட்ஸ் வகை பாறைகளைக் கொண்டும் மனிதன் வாழ்ந்த காலத்தை அறியலாம். பாறைகளின் இருப்பிடத்தைச் சுற்றி ஆராய்ந்தால் வழித்தடங்களும் பிற புராதனப் பொருட்களும் மட்பாண்டங்களையும் பிற கருவிகளையும் அறிய முடிகின்றது. எனவே பெருங்கற்காலக் கலைநுட்பப் பொருட்கள் மற்ற கற்கருவிகள் அனைத்தும் அங்குக் கிடைக்கும் பாறைகள், கற்கள் மண்கள் மற்றும் பிற தாதுக்களைப் பொருத்தே அமைந்திருந்தன.

உலோகங்களின் கண்டுபிடிப்பும் மனிதன் வாழ்ந்த காலத்தை அறிய உதவுகின்றது. பித்தளைக் காலம், வெண்கலக் காலம், இரும்புக் காலம் போன்ற காலங்கள் அந்தந்தக் காலங்களில் மனிதன் பயன் படுத்திய உலோகங்களின் தோற்றத்தைக் குறிக்கின்றது. வெண்கலக் காலத்திற்குப் பின் மனிதன் இரும்பை அதிகமாகப் பயன்படுத்தினான். எனவே அகழ்வாய்வில் கிடைக்கும் எந்த ஒரு பொருளும் தொல்லியல் முக்கியத்துவம் வாய்ந்ததாகும். அப்பொருளின் தன்மையைக்

கொண்டு எது எந்தப் பண்பாட்டுக் காலத்தைச் சேர்ந்தது என்றும் அந்த மக்களின் சமூகப் பொருளாதார வாழ்க்கையை அறிந்து கொள்ளவும் உதவுகின்றது.

இனவியல் சான்றுகள்:

வரலாற்றுக்கு முற்பட்ட காலக் களஆய்வில் கிடைக்கும் பொருட்களைப் பற்றி அறிந்துகொள்வதற்கு இனவியல் சான்றுகள் பெரிதும் உதவுகின்றன. குறிப்பிட்ட சில இனத்தைச் சேர்ந்த மக்கள் தங்களின் பாரம்பரியப் பழக்கவழக்கங்களைக் கைவிடாமல் பின்பற்றி வருகின்றனர். தொல்லியல் சான்றுகளை இத்தகைய இனத்தினரின் பழக்கவழக்கங்களோடு ஒப்பிடவும் முடிகின்றது (இதைப் பற்றி விரிவாக முதலாம் அத்தியாயத்தில் கொடுக்கப்பட்டுள்ள இனவியல் தொல்பொருளியல் என்ற பிரிவல் கூறப்பட்டுள்ளது).

இலக்கியச் சான்றுகள்:

களஆய்வு மேற்கொள்வதற்கு முன்னர் அக்களத்தைப் பற்றிய செய்திகள், விவரங்கள் போன்றவற்றை அறிந்துகொள்ள வரலாற்று நூல்கள் பெரிதும் உதவுகின்றன. இவை பண்டைய கால இலக்கியங் களாகவோ, மத்திய கால இலக்கியங்களாகவோ கல்வெட்டுக் குறிப்புகளாகவோ இருக்கலாம். ஆனால் வரலாற்றுக்கு முற்பட்ட காலத்தைப் பற்றி எத்தகைய இலக்கியச் சான்றுகளும் நமக்குக் கிடையாது எனினும் குறிப்பிட்ட வரலாற்று முக்கியத்துவம் வாய்ந்த இடங்களைப் பற்றிய குறிப்புகள் பிந்தைய இலக்கியங்களில் இடம் பெற்று இருப்பதை வைத்து ஆராய்ச்சிகள் மேற்கொள்ளலாம். சில சிறப்பு வாய்ந்த இடங்கள் எதேச்சையாகக் கண்டுபிடிக்கப் படுவதற்கும் வாய்ப்புகள் உள்ளது. விவிலியக் காலக் களங்களை ஆய்வு செய்வதற்கு விவிலிய இலக்கியங்களைத் தெளிவாகக் கற்று இருக்க வேண்டும். புத்த மத சம்பந்தப்பட்ட இடங்களில் ஆய்வு மேற்கொள்வதற்குப் புத்த சமய இலக்கியக் குறிப்புகள் சிறந்த சான்றுகளாகத் திகழ்கின்றன. பல நேரங்களில் இலக்கியச் சான்றுகளே பண்டைய முக்கியத்துவம் வாய்ந்த நகரங்கள், கோட்டை, கொத்தளங்கள், நுழைவாயில்கள், கட்டிட அமைப்புகள் போன்றவற்றை அறிந்துகொள்ள உதவுகின்றன. உதாரணமாகப் பண்டைய முக்கியத்துவம் வாய்ந்த நகரங்களின் இருப்பிடத்தைக் கண்டுபிடிக்க இலக்கியச் சான்றுகள் உதவுகின்றன. ஹோமரின் இலியட், ஒடிசி இலக்கியத்தை வைத்துதான் ஹெய்ன்ரிச் சிலீமென் வரலாற்றுச் சிறப்புமிக்க டிராய் நகரைக் கண்டுபிடித்தார் இவரது கண்டுபிடிப்பை உள்ளூர் பாரம்பரியங்களுகும் கல்வெட்டுக்களும் நிரூபித்தன.

தொல்லியல்

இன்றைய கொடுமணல் என்ற ஊரே சங்க இலக்கியங்களில் குறிப்பிடும் கொடுமணம் என்று புலவர் இராசு கண்டறிந்தார்.

அயல்நாட்டார் குறிப்புகள்:

அயல்நாட்டார் குறிப்புகளும், ஆய்வுக் களங்களை அறிந்து கொள்வதற்கும் உதவுகின்றன. இந்தியாவிற்கு வருகை புரிந்த கிரேக்க - ரோமானிய எழுத்தாளர்களான பிளினி, டாலமி, ஸ்டிராபோ போன்றோர்களின் குறிப்புகள் கிறிஸ்துவ சகாப்தத்திற்கு முன்பு புகழ்பெற்று விளங்கிய வரலாற்றுச் சிறப்பு வாய்ந்த நகரங்களையும் துறைமுகங்களையும் அடையாளம் காண உதவுகின்றன. அவர்களின் சில குறிப்புகள் இன்றும் சர்ச்சைக்கு உள்ளாகி இருந்தாலும் பல இடங்களைத் தெளிவாக அறிந்துகொள்ள உதவுகின்றன. உதாரணமாகப் பாடலிபுத்திரத்தைப் பற்றி மெகஸ்தனிஸ் வழங்கிய குறிப்புகள் அனைத்தும் உண்மையென்று தெளிவு படுத்தப்பட்டுள்ளன.

சீனப் பயணிகளான பாஹியான் (4-ம் நூற்றாண்டு மற்றும் யுவான்சுவாங் (7-ம் நூற்றாண்டு) போன்றோரின் குறிப்புக்கள் புத்த சமய ஆய்வுக் களங்களை அடையாளம் காணத் தொல்லியல் ஆய்வாளர்களுக்குப் பெரிதும் உதவுகின்றன. அவர்களின் குறிப்புகளை வைத்துத்தான் அலெக்சாண்டர் கன்னிங்ஹாம் பல மறக்கப்பட்ட புத்த சமய புனிதத் தலங்களைக் கண்டுபிடித்தார். இவர்களது குறிப்புகளின் மூலம் இடங்களை மட்டுமல்ல, ஸ்தூபிகள், சைத்தியங்கள் ஆலங்கள் மற்றும் அரண்மனை போன்றவைகளின் இருப்பிடங்களும் அறியப்பட்டன என்றால் மிகையாகாது.

கல்வெட்டியல் சான்று:

தொல்லியல் ஆய்வாளர் தமது ஆய்வுக்களம் சம்பந்தப்பட்ட கல்வெட்டுக் குறிப்புகளைத் தெளிவாக அறிந்திருக்க வேண்டும். பழமையான கல்வெட்டுக்கள் பிரதான முக்கியத்துவம் வாய்ந்தது. வரலாற்று இடங்களையும் சின்னங்களையும் அறிந்து கொள்ள உதவுகின்றன. அசோகரது பெரும்பாலான பாறைக் கல்வெட்டுக்கள் சாலை சந்திப்புகளிலும் பெருவழிகளிலும் வைக்கப்பட்டு இருந்தன. இவற்றைக் கொண்டு மௌரியர்கள் கால வியாபார வழித்தடங்களை அறிந்து கொள்ளலாம். மேலும் கல்வெட்டுச் சான்றுகளின் வாயிலாகத்தான் சோழர்களின் புகழ்மிக்க துறைமுகத் தலைநகரமான காவேரிப் பூம்பட்டினம் அடையாளம் காணப்பட்டது.

முந்தைய தொல்லியல் குறிப்புகள்:

ஆய்வாளர் தாம் தேர்வு செய்த இடத்தில் ஏற்கனவே கள ஆய்வு அல்லது சுற்றாய்வு மேற்கொள்ளப்பட்டிருந்தால் அது பற்றிய

அறிக்கைகளைத் தெளிவாக அறிந்திருக்க வேண்டும். இது அவரது ஆய்வுக்குப் பெரிதும் கைகொடுப்பதோடு மட்டுமின்றி கால விரயம் ஏற்படுவதையும் தவிர்க்க உதவும். மேலும் ஆய்வாளர்களின் பணியைவிடத் தாம் புதிதாக என்ன அறிய விரும்புகின்றோம் என்ற தெளிவான கொள்கையை வகுக்கவும் இது உதவும். இத்தகைய அறிக்கைகள் நூல் வடிவில் வெளியிடப்பட்டோ அல்லது ஆய்வாளரின் குறிப்புகள் வாயிலாகவோ கிடைக்கும்.

அருங்காட்சியகம்:

சில முக்கிய கண்டுபிடிப்புகள் அருங்காட்சியகத்திலோ தொல் பொருட்களைப் பாதுகாக்கும் இடத்திலோ வைக்கப்பட்டிருக்கும். எனவே அருங்காட்சியகம் சென்று கள ஆய்வில் கிடைக்க புராதனப் பொருட்களின் தன்மைகளைப் பற்றியும் நன்கு அறிந்திருக்க வேண்டும்.

தொல்லியல் வெளியீடுகள்:

இந்தியாவில் ராபர்ட், புரூஸ்புட் வெளியிட்ட சென்னை மாகாணத்தின் வரலாற்றுக்கு முற்பட்ட மற்றும் வரலாற்றுக் கால புராதனப் பொருட்கள் (Pre and proto historic antiquities of Madras presidency) என்னும் நூல் புகழ்பெற்ற அறிக்கை நூல் ஆகும். இவரது நூலுக்கு இணையாக 19-ம் நூற்றாண்டின் பிற்பகுதியில் சிறந்த நூல் இல்லை என்றே கூறலாம். புரூஸ்புட் மிக விரிவான கண்காணாத பகுதிகளில் கூட ஆய்வுகள் மேற்கொண்டு அறிக்கை வெளியிட்டார் என்பது குறிப்பிடத்தக்கது. போக்குவரத்து மற்றும் தொழில்நுட்ப சாதனங்கள் வளர்ச்சியடையாத காலத்தில் அவர் வெளியிட்ட இத்தகைய குறிப்புகள் அவரது தொல்லியல் ஆர்வத்தையும் தொல்லியல் துறைக்கு ஆற்றிய அவரது சிறந்த பணியையும் விளக்குகின்றது. அதே போல் ராபார்ட் சீவெல் வெளியிட்ட தென்னிந்தியாவின் புராதனச் சின்னங்கள் (Antiquarian Remains of South) என்னும் நூலும் குறிப்பிடத்தக்க நூல்களும் ஒன்றாகும். வரலாற்றுச் சிறப்பு வாய்ந்த இடங்களையும், தொல்லியல் களங்களையும் இந்நூல் விவரிக்கின்றது. அலெக்சாண்டர் கன்னிங்ஹாமின் புகழ்பெற்ற ஆய்வறிக்கை வட இந்தியத் தொல்லியல் ஆய்வாளர்களுக்குப் பெரிதும் உதவுகின்றது.

அரசு வெளியீட்டு நூல்கள்:

தொல்லியல் ஆய்வறிக்கைகள் “இந்தியத் தொல்லியல் அகழ்வாய்வு ஆண்டறிக்கை” (Annual Reports of the Archeological Survey of Inida) மற்றும் “இந்தியத் தொல்லியல் - ஓர் கண்ணோட்டம்”

(Indian Archaeology - A Review) போன்றவை நூல்கள் வடிவில் வெளியிடப்படுகின்றன. இதில் அகழ்வாய்வில் கிடைத்த அரும் பொருட்களைப் பற்றிய செய்திகளுள் பெரும்பாலும் இடம் பெற்றிருக்கும். சுதந்திரத்திற்கு முன்பு மைசூர் திருவிதாங்கூர், கொச்சின் போன்ற சமஸ்தானங்கள் தனியாகத் தொல்லியல் துறையை ஏற்படுத்தி ஆய்வறிக்கைகளை வெளியிட்டன. மாநில அரசு மற்றும் பல்கலைக்கழகம் வெளியிடும் தொல்லியல் ஆய்வறிக்கை நூல்கள் முக்கியத்துவம் வாய்ந்த சான்றுகளாகத் திகழ்கின்றன. இவற்றை யெல்லாம் மீண்டும் கள ஆய்வு மேற்கொள்வதற்கு முன் ஆய்வாளர் தெளிவாக அறிந்திருக்க வேண்டும்.

உள்ளூர் பாரம்பரியப் பழக்கவழக்கங்கள்:

உள்ளூர் பாரம்பரியம் மிக்க பழக்க வழக்கங்கள் அப்பகுதியின் வரலாற்றை எழுதுவதற்குத் துணைபுரிகின்றன. தொன்றுதொட்டு வரும் மரபுகளின் மூலம் நகரங்களில் நிலவியிருந்த வரலாற்றுச் சிறப்புகளை உள்ளூர் மக்கள் அறிந்து வைத்து இருக்கலாம். இத்தகைய மரபுகள், கதைகள் வாயிலாகவோ, நாட்டுப்புறப் பாடல்கள் வாயிலாகவோ உண்மை கலந்த கதை வடிவில் அமைந்து இருக்கும். உள்ளூர்வாசிகள் இத்தகைய மரபுக் கதைகளில் காணப்படும் புராதன இடங்கள், ஆலயங்கள், போர்க்களங்கள் போன்றவற்றை அறிந்து இருப்பார்கள். அவர்கள் மூலம் பெறப்படும் இத்தகைய தகவல்கள் ஆய்வுக்களத்தை அடையாளம் காண உதவும். மேலும் அவர்கள் தரும் தகவல்கள் ஆய்வாளருக்குப் பல வழிகளில் உதவுவதற்கு வாய்ப்புகள் உள்ளன. அவர்கள் நமக்கு புராதன கட்டிட இடிப்பாடுகள், புதைக்குழிகள், புதையிலிருக்கும் இடங்கள் மற்றும் அப்பகுதியில் நாணயங்கள் பரவலாகக் கிடைக்கும் இடங்களைப் பற்றிய தகவல்களைத் தரலாம். இவையனைத்தும் ஆய்வாளரின் பணிக்குப் பெரிதும் உதவுகின்றன. உதாரணமாக நாட்டமேடு அல்லது நாட்டக்கொல்லை என்று உள்ளூர்வாசிகள் குறிப்பிட்ட பகுதிகளில் மட்பாண்டங்களின் ஓடுகளும், நாணயங்களும் கிடைத்தன. தொடர்ந்து மேற்கொள்ளப்பட்ட ஆய்வின் மூலம் இப்பகுதியில் செங்கற்கல் இடித்து எடுக்கப்பட்டுப் பொதுமக்கள் கட்டிடங்கள் கட்டப்பட்டு இருப்பதும் தெரிய வந்துள்ளது.

எனவே அகழ்வாய்வு மேற்கொள்ள விரும்பும் தொல்லியல் ஆய்வாளர் தாம் தேர்ந்தெடுத்த களத்தின் முழு உண்மைகளைப் பற்றியும், வரலாற்றுப் பின்னணி, அதன் சிறப்புகள், முந்தைய அறிக்கைகள் போன்ற அனைத்தையும் அறிந்து இருக்க வேண்டும். தெளிந்த நல்லறிவு, அளவற்ற ஆர்வமும் கொண்டு செயலாற்றினால், ஆய்வில் நிச்சயம் வெற்றி கிடைக்கும்.

இயல்-16

அகழ்வாய்வுக் கொள்கைகளும் வகைகளும்

அகழ்வாய்வு மேற்கொள்ள விரும்பும் தொல்பொருளியல் ஆய்வாளர் தன் ஆய்வுக்கு ஏற்ற இடங்களைத் தேர்வு செய்ய வேண்டும். தான் ஆய்வு மேற்கொள்ள இருக்கும் இடத்தைப் பற்றிய வரலாற்று முக்கியத்துவம் போன்றவற்றை இலக்கியங்கள் வாயிலாகவோ, அப்பகுதிச் சான்றோர் வாயிலாகவோ ஐயமின்றிக் கேட்டு அறிந்திருத்தல் மிகமிக அவசியம். இதற்கு முன்னர் அப்பகுதி ஆய்வு செய்யப்பட்டிருப்பின் அந்த அறிக்கையைத் தெளிவுறக் கற்று விட்டு புதிய கண்ணோட்டத்தில்தான் என்ன ஆய்வு மேற்கொள்ள விரும்புகிறோம் என்பதையும் தெளிவாக உணர்ந்து செயல்பட வேண்டும்.

அகழ்வாய்வு என்பது மிகவும் முக்கியமான பணி ஆகும். எனவே நன்கு தேர்ந்து தெளிந்த பின்பே அப்பணியில் ஈடுபட வேண்டும் அகழ்வாய்விற்குரிய இடங்களின் தன்மை, பண வசதி, கால வரம்பு பணியாளர் கிடைக்கும் வாய்ப்பு, சீதோஷ்ண நிலை ஆகியவற்றைப் பொறுத்து அகழ்வாய்வின் வகைகள் வேறுபடுவதுண்டு.

சோதனை அகழிகள் தோண்டுதல் :

அகழ்வாய்வு மேற்கொள்ள இருக்கும் நிலத்தின் தன்மைகளை அறிந்துகொள்வதற்காகச் சோதனை அகழிகள் (Trial Trenchin) தோண்டப்படுகிறது. இந்தச் சோதனை அகழிகள் ஆய்வாளருக்குப் பல வகைகளில் பயன்படுகின்றது. புராதனச் சின்னங்கள் பொதிந்து கிடக்கும் மண்ணின் அடுக்குகளை அறிய உதவுகின்றது. மண்ணின் தன்மைகளையும் அக்களத்திலிருந்து எத்தகைய பொருட்கள் கிடைக்கும் என்பதைப் பற்றியும் ஆய்வாளருக்குப் புரிய வைக்கின்றது. இந்தச் சோதனை அகழிகளின் தன்மைகளைக் கொண்டு தான் ஆய்வாளர் தன் ஆய்வுக் களத்தினைத் தீர்மானிக்க இயலும்.

வரைபடங்கள் தயாரித்தல் :

அகழ்வாய்வுகளைத் தொடங்குவதற்கு முன் அவ்விடத்தின் பரப்பாய்வு செய்து, அந்தப் பகுதியில் உள்ள திருக்கோயில்கள், வரலாற்று முக்கியத்துவம் வாய்ந்த சின்னங்கள், அண்மையிலுள்ள சாலைகள், முக்கியமான ஊர்கள், நதிகள், குன்றுகள், நீர்நிலைகள், காடுகள், மலைகள் மேடுகள், கொண்ட வரைபடத்தைத் தயார் செய்ய வேண்டும். அதன் பின்னர் அகழ்வாய்வு செய்யத் தேர்ந்தெடுத்த ஆய்வுக் குழியினை வரையறை செய்ய வேண்டும். எந்தப் பகுதி ஏற்றதாக இருக்கின்றதோ அதனை வரைபடத்தில் குறிப்பிட்டு பின்னர் அக்களத்தின் தன்மை பற்றிய குறிப்புகள் அனைத்தையும் தெளிவுற அறிந்து களத்தைச் சிறிய சதுரங்களாகப் பிரித்து ஆய்வினைத் தொடரலாம். எந்தெந்த இடத்தில் கலைநுட்பப் பொருட்கள் கிடைக்கலாம் என்பது குறித்தும் ஒரு சிறிய வரைபடம் ஒன்றை தயாரித்துக்கொள்ள வேண்டும். பொருட்கள் இருக்கும் பகுதிகளைத் தெளிவாகப் புள்ளியிட்டுக் குறிக்க வேண்டும்.

சில பொருட்கள் நிலப்பரப்பின் மீதும், குன்றுகள் மீதும், சில நிலத்திற்கு அடியிலும், நீர் நிலைகளுக்கு அடியிலும், ஏன் கடலுக்கு அடியிலும்கூட கிடைக்கலாம். அத்தகைய இடங்களைக் கண்டறிவது தொல்லியல் ஆய்வாளர்களின் திறமையைப் பொறுத்து அமையும். புகழ்பெற்ற பெரிய நாகரிக வளர்ச்சி கண்ட பகுதிகளின் குறிப்புகள் பழங்கதைகளாகவோ, வரலாற்றுக் குறிப்புகளாகவோ காணப்படும்.

உதாரணமாக எகிப்திய கிரேக்க நாகரிகங்கள் அவை பற்றி அறிய வேண்டும் என்று அனைவரையும் கவர்ந்து இழுக்கும் வண்ணம் அமைந்திருக்கின்றன. சில எதிர்பாராது கிடைக்கும். சில பொருட்கள், புதையல், வேட்டைக்காரர்களாலும், பழம் பொருள் விருப்ப ஆர்வலர்களாலும் கண்டுபிடிக்கப்பட்டன. ஆனால் முறையான ஆய்வின் மூலம் பொருள்களைக் கண்டறிவது தொல்பொருளியலாளர்களின் இன்றியமையாத பணியாகும்.

அகழ்வாய்வு முறைகள்:

சோதனை அகழி தோண்டல், வரைபடங்கள் தயாரித்தல் போன்ற பணிகளைச் செவ்வனே முடித்த ஆய்வாளர் மிக கவனமாக குழிகளைத் தோண்டும் அகழ்வாய்வுப் பணியில் ஈடுபடுகின்றார். அகழிகளின் வடிவமைப்பினைக் கொண்டு அகழ்வாய்வு முறைகள் அறியப்படுகின்றன.

செவ்வகத் தோண்டல் (அ) செங்குத்து அகழ்வாய்வு:

அகழிகள் செவ்வக வடிவில் தோண்டும் முறைக்குச் செவ்வகத் தோண்டல் (Rectangular Excavation) அல்லது செங்குத்துத் தோண்டல் (Vertical Excavation) என்று பெயர். இம்முறையிலான அகழி ஒவ்வொன்றும் 10 அடிக்கு 8 அடி அல்லது 30 அடிக்கு 20 அடி என்ற அளவில் அமைக்கப்படுகிறது. எல்லைகள் குறிக்கப்பட்டு தரைப்பரப்பில் முனைகள் \ சிறிய கம்புகள் நடப்படுகின்றன. அதன் இரு முனைகளையும் இணைத்து தடித்த நூல்கள் கட்டப்படுகின்றன. ஒரு புறமுள்ள முனைகளுக்கு A, B, C, D என்னும் மறுபுறமுள்ள முனைகளுக்கு O, I, II, III என ரோமன் எண்ணிக்கையில் எண்கள் குறிக்கப்படுகின்றன. பின்னர் அளவை நூல்களிலிருந்து போதுமான அளவு இடைவெளி விட்டு களங்களைத் தோண்டும் பணி மேற்கொள்ளப்படுகிறது. ஆழமாகத் தோண்டும் பொழுது போக்குவரத்து வரப்புகள் விட்டும் சரியான இடைவெளி விட்டும் தோண்ட வேண்டும். இத்தகைய அகழ்வாய்வு முறை படிவ அடுக்குகளில் மறைந்திருக்கும். புராதன கலைப் பொருட்கள் காணப்படும் இடங்களைத் தெளிவாகக் குறிக்க உதவுகிறது. ஆனால் இம்முறையைக் கொண்டு பக்கவாட்டில் விரிவாக்கம் செய்து அகழ்வாய்வு செய்ய முடியாது என்பதே இதில் காணப்படும் பெரிய குறையாகும். மேலும் ஒரு குறிப்பிட்ட பொருள் எந்தப் பண்பாட்டுக் காலத்தைச் சேர்ந்தது என்று உடனடியாக அனுமானிக்கவும் முடியாது. இத்தகைய அகழ்வாய்வுக் குழிகள் நேர் கோட்டில் இருக்க வேண்டும் என்பதில்லை. “லி” (எல்) வடிவத்திலும் இருக்கலாம்.

இடைமட்ட அகழ்வாய்வு (Harizontal Excavations):

இது வலைச்சட்ட அகழ்வாய்வு (Grid Excavation) என்றும் அழைக்கப்படுகிறது. செங்குத்து அகழ்வாய்விலிருந்து இது மாறுபட்டதாகும். இந்த அகழ்வாய்வில் தேர்வு செய்யப்பட்ட களங்கள் போதுமான வரப்பு விட்டுப் பல சதுரங்களாகப் பிரிக்கப் படுகின்றன. ஒவ்வொரு சதுரமும் ஐந்து முதல் பத்து மீட்டர்கள் வரை அளவுள்ளதாய் அமைக்கப்படும். இதில் பரப்பு, மண்ணின் தன்மையைப் பொருத்து ஒரு மீட்டர் முதல் அரை மீட்டர் வரையிலான அகலத்தில் உருவாக்கப்படுகின்றது.

இத்தகைய பரப்புகளை ஆய்வுப் பணிகள் முடியும்வரை இடிக்காது பாதுகாக்க வேண்டும். ஏனெனில் தொல்லியல் பொருட்களைக் பாதுகாப்பான இடத்திற்குக் கொண்டு செல்லும் போக்குவரத்திற்கு மட்டுமல்லாது, மண் அடுக்குகளின் தன்மைகளை அறிந்துகொள்ளவும்

உதவுகின்றன. தேவைக்கேற்ப பரப்புகளை மாற்றியமைத்தும் தேவையான அளவுகளில் களங்களில் புதிதாக வரப்புகளை ஏற்படுத்தியும் கொள்ளலாம். சதுரத்தின் நான்கு பகுதிகளிலும் முனைகள் நாட்டப் பட்டுத் தடிமனான நூல்களில் இணைக்கப்படுகின்றன. ஒவ்வொரு முனைக்கும் A^1, A^2, B^1, B^2 என்று பல்வேறு எண்கள், எழுத்துக்களிலும் பெயரிடப்படுகின்றன. ஆய்வுகள் முடித்த சதுரங்களைக் குறிக்க "குறிப்புப் பலகை" (Check Board) ஒன்றும் வைத்தால் நேரம் விரையமாவது தவிர்க்கப்படும். இடைமட்ட அகழ்வாய்வின் பெரிய பயன் அகழ்வாய்வுப் பகுதி தோண்டுதலை எப்பக்கம் வேண்டு மானாலும் விரிவாக்கிக் கொள்ளலாம் என்பதே ஆகும்.

திறந்த அகற்றுமுறை (Open Slipping):

களத்தில் உள்ள மண்ணின் தன்மை, மண்ணடுக்குகளின் தன்மை போன்றவற்றை அறிந்த சில தொல்பொருளியலாளர்கள் செவ்வக வடிவிலோ, சதுர வடிவிலோ, அகழிகளைத் தோண்டாமல் களத்தை ஒட்டுமொத்தமாகப் படிப்படியாகத் தோண்டும் பணியில் ஈடுபடுவது ஆகும். ஒவ்வொரு அடுக்கும் தெளிவாக ஆராயப்பட்டுத் தோண்டப்படுகின்றது. அதில் கிடைக்கும் புராதனப் பொருள்கள் சேகரிப்பட்டுக் குறிப்புகளும் நிழற்படங்களும் எடுக்கப்படுகின்றன. அவசரக் காலங்களில் உடனடியாக ஆய்வு செய்வதற்கு மட்டுமே இம்முறை ஏற்றது. இதனால் காலவிரயம் தவிர்க்கப்படுகிறது.

இங்கிலாந்தில் சாக்ஸானியர்களின் மரவேலைப்பாடுடைய கட்டிடக் கலையை ஆராய்வதற்கும், வரலாற்றுக்கு முற்பட்ட காலத்தை ஆராய்வதற்கும் திறந்த அகற்றுமுறை பயன்படுத்தப் பட்டது. அகழ்வாய்வின்போது கண்டெடுக்கப்பட்ட பொருட்களையும், மண்கழிவுகளையும் கொண்டு செல்வதற்கு வரப்பு அமைக்காமல் தோண்டுவது இதில் காணப்படும் குறைபாடு ஆகும். மேலும் மண் அடுக்குகளைக் கவனமாகக் கையாளத் தெரிந்து இருக்கவேண்டும். எனவே, இதில் ஈடுபடும் தொல்பொருளியலாளர் அதிகத் திறமை யுடனும், கவனத்துடனும் செயல்பட்டால்தான் வெற்றி பெற முடியும். அதிகமான குன்றுப் பகுதிகளிலும் குழப்பமான அடுக்கமைவுகளும் இல்லாத அமெரிக்க ஐக்கிய நாடுகளில் இம்முறை பின்பற்றப்படு கின்றது.

நாற்கோண முறை (Quadrant Method):

இம்முறை வட்ட வடிவமுள்ள வண்டிகள், குழிகள் மற்றும் வட்டக் குடிசைகள் போன்வற்றை அறியப் பயன்படுத்தப்படுகின்றது. இந்த வட்ட வடிவ அமைப்பு நான்கு பகுதிகளாகப் பிரிக்கப்பட்டு

எதிரெதிரான குழிகள் போதிய வரப்பு இடைவெளியுடன் தோண்டப்படுகின்றன. இதில் நான்கு பகுதிகளையும் தோண்டி ஆய்வு செய்ய வேண்டுமென்பது இல்லை. எதிரெதிரான இரு பகுதிகளை ஆய்வு செய்யும் பொழுதே அதில் உள்ள பொருட்களைப் பற்றி விரிவாகத் தெரிந்துகொள்ள உதவுகின்றது.

கட்டிட அமைப்புக்களை அகழ்வாய்வு செய்தல்:

காடுகளிலும், மலைகளிலும் சுற்றித் திரிந்த கற்கால மனிதன் பாதுகாப்பான குன்றுகளிலும், குடிசைகளிலும் பிற்காலத்தில் வசிக்கத் தொடங்கினான். புதிய கற்காலம் முதற்கொண்டு ஏதோ ஒரு கட்டிட முறை பயன்படுத்தப்பட்டது. சுட்ட செங்கற்களோ, சுடாத செங் கற்களோ, குடிசைக்கான மூங்கில்களோ, மரவேலைப்பாடு உடைய கட்டிடங்களோ கட்டப்பட்டன. நகர நாகரிகங்கள் தோன்றிய பின் கலை அம்சங்களோடு கூடிய கட்டிடங்கள் கட்டப்பட்டன. ஹரப்பா, கௌசாம்பி போன்ற பகுதிகளில் அகழ்வாய்வின் மூலம் கட்டிடங்கள் வெளிச்சத்திற்குக் கொண்டு வரப்பட்டன. அகழ்வாய்வாளர் கட்டிட அமைப்பைப் பற்றியும், தன்மை பற்றியும், எந்த ஆண்டில், எதற்காகக் கட்டப்பட்டது; எதனால் அழிவுற்றது என்பதைப் பற்றி ஆராய்ச்சிகள் மேற்கொள்கின்றார்.

கட்டிட அமைப்பு:

வட்ட வடிவிலோ, சதுர வடிவிலோ, செவ்வக வடிவிலோ, அமைக்கப்பட்டிருக்கும், இல்லங்கள் ஆலயங்கள், புத்த விகாரங்கள், அகழிகள், தெருக்கள், பொதுக்கட்டிடங்கள் போன்ற அமைப்பை பற்றியும் ஆராயப்படும்.

கட்டிடத்தின் தன்மை:

கட்டிடம் கட்டப்படுவதற்கு மேற்கொள்ளப்பட்ட தொழில்நுட்ப திறன் பற்றி ஆய்வு செய்யப்படும் பொழுது என்ன வகையான செங்கற்கள், சுண்ணாம்புகள், வண்ணப் பூச்சுகள், மணல் வகைகள் போன்றவை பயன்படுத்தப்பட்டன என்பதும் ஆய்வு செய்யப்படும். செங்கற்களின் அளவுகள் பழங்காலத்தில் மிக நீளமாக இருந்தன என்பதை ஆய்வுகளின் மூலம் அறிகின்றோம். கட்டிட அமைப்பு ரோம், திராவிடம் மற்றும் கோதிக் கலைப் பாணிகளைக் கொண்டதாக உள்ளது என்பதையும் அறிகின்றோம். கலை நுட்பத்திறன், கலை நுணுக்கம், சாலை அமைப்பு, வீடுகளின் அமைப்பு, சன்னல் போன்றவைகளையும், கட்டிடத்தின் வரலாற்றுப் பின்னணியையும் அறிகின்றோம்.

கட்டிடங்களை அகழ்வாய்வு செய்யும் பொழுது இரு புறங்களும் தோண்டக் கூடாது. கட்டிடம் சிதைந்து போகாமல் பார்த்துச் செயல்பட வேண்டும். சுடாத செங்கற்களைக் கொண்டு கட்டப்பட்ட கட்டிடங்களை ஆய்வு செய்யும்பொழுது தண்ணீர் விட்டு சிறிது சிறிதாக அடையாளம் கண்டு தோண்ட வேண்டும். மண்ணும் சுடாத செங்கற்களும் ஒரே மாதிரியாகத் தோற்றம் அளிக்கும் அவற்றை வேறுபடுத்த தண்ணீர்விட வேண்டும். தண்ணீர் வேகமாக உறிஞ்சப்பட்டுவிட்டால் மண் என்று உணரலாம்.

புராதன நகரங்களின் அகழ்வாய்வு:

புராதன நகரங்கள் பல மண்ணுக்குள் புதைந்து இருக்கும் இடத்தைக் கண்டறிந்து அகழ்வாய்வு செய்வது தொல்லியலாளரின் முக்கியமான பணியாகும். பல நகரங்கள் அதிர்ஷ்டவசமாகக் கிடைத்த தடயங்களைக் கொண்டு கண்டறியப்பட்டன. சில திட்டமிட்ட ஆய்வின் மூலம் சுற்றாய்வு சோதனை அகழி ஆய்வு போன்ற பணிகள் மூலம் கண்டறியப்பட்டு வெளிக் கொணரப் படுகின்றன. பாம்பேயி, ஏதென்ஸ், புஷ்கலவதி, தட்சசீலம், ஹரப்பா போன்ற நகர நாகரிகங்கள் அகழ்வாய்வின் மூலம் கண்டறியப் பட்டவையே ஆகும்.

சர் மார்டிமர் வீலர் இரண்டு வகையான நகர ஆய்வுக் களங்கள் பற்றிக் குறிப்பிடுகின்றனர்.

(i) சமமான தளம் (Level - Site)

(ii) குன்றுகள்

சமபரப்புத் தளங்களை ஆய்வு செய்யும்போது களத்தின் மையப் பகுதியிலிருந்து தொடங்க வேண்டும். பின்னர் களத்தை விரிவுபடுத்திக் கொள்ளலாம். இவ்வாறு வரலாற்றுச் சின்னங்களைச் சிதையாமல் கண்டறிந்து உலகின் பார்வைக்கு வைக்க வேண்டும். குன்றுகளை ஆய்வு செய்யும்போது உச்சியிலிருந்து தோண்டத் தொடங்க வேண்டியதில்லை. குன்றுகளின் அமைப்பிற்கேற்பப் படிப்படியாக (Step - Cutting) மேலிருந்து கீழாக அடுக்குகளை அறியும் வண்ணம் தோண்ட வேண்டும். இவற்றுள் கீழே உள்ள அடுக்குப் பழமையும் புராதன முக்கியத்துவம் வாய்ந்ததாகவும் இருக்கும். வரலாற்றுக்கு முற்பட்ட காலங்களைப் பற்றி அறிந்து கொள்ள இத்தகைய அகழ்வாய்வில் ஈடுபடுவது நல்ல பலனை அளிக்கும். ஆனால் மத்திய காலங்களையோ, நவீன காலங் களையோ, ஆராய்வதற்கு இவ்வாறு செய்யப்படுவது தேவையில்லை.

கல்லறைகளின் ஆய்வு :

இறந்தவர்களை அடக்கம் செய்யும் பழக்கம் பல்வேறு வழிகளில் கடைப்பிடிக்கப்படுகிறது. பொதுவாக எரிக்கவும், புதைக்கவும், சவப்பெட்டிகளிலும், கல்லறைகளிலும், தாழிகளிலும், அடக்கம் செய்யும்முறை காணப்படுகின்றது. இதில் மறைந்த தம் உறவினர்கள் மீண்டும் உயிர்த்தெழுந்தால் அவர்கள் விரும்பும் பொருட்களெல்லாம் அவர்களுக்குக் கிடைக்க வேண்டும் என்பதற்காக ஏராளமான பொருட்கள் மனித உடல்களோடு சேர்த்து பிரமிடு போன்ற எகிப்திய கல்லறைகளில் வைக்கப்பட்டன. சில உடல்கள் ஆபரணங்களுடனும், ராணுவ அணிகலன்களுடனும் காட்சி தந்தன. தமிழகத்தில் பல இடங்களில் சுமார் 2000 ஆண்டுகளுக்கு முன்னர் இறந்துபட்டவர்களைப் புதைத்த இடங்களில் கல்திட்டை, கற்பதுக்கை போன்ற பெருங்கற் சின்னங்களைக் காணலாம். இத்தகைய சின்னங்கள் திராவிடப் பண்பாட்டுக் காலத்தை அறிய உதவுகின்றன என ஆராய்ச்சியாளர்கள் கூறுகின்றனர்.

மேலும் புதைந்த எலும்புக் கூடுகளிலிருந்தும் கல்லறைகளி லிருந்தும் மனிதத் தோற்றம், பண்பாடு ஆகியவற்றை அறியலாம். சில குழிகளில் ஒரு எலும்புக்கூடும் சில குழிகளில் சதி மேற்கொள்ளப் பட்ட ஆண், பெண் எலும்புக்கூடுகளும், சில குழிகளில் பல உடல் களைப் புதைத்தால் நிறைய எலும்புக்கூடுகளும் காணப்படுகின்றன. புதையுண்டு இருக்கும் எலும்புக்கூடுகளைத் தோண்டி எடுக்கும் போது கவனமாகச் செயல்பட வேண்டும். வலுவற்ற நிலையில் உள்ள எலும்புத் துண்டுகளை வேதியியல் முறை வலுவூட்டிய பின்னர் எடுக்கும் முயற்சியை மேற்கொள்ள வேண்டும். இத்தகைய அகழாய்வுகள் மனித நாகரிகத்தையும் பண்பாட்டையும் அறிந்து கொள்ள உதவுகின்றன.

நினைவுத் தூண்களைப் பற்றிய அகழ்வாய்வு:

வரலாற்றில் மிகத் தொன்மையான காலத்திலேயே பௌத்தர் களால் நினைவுத் தூண்கள் நிறுவப்பட்டன என ஜான் இர்வின் குறிப்பிட்டுள்ளார். போரில் இறந்து விட்ட வீரர்களின் சாதனைகளை நினைவுப்படுத்தவோ அல்லது இறந்தவர்களின் நினைவாகவோ இத்தூண்கள் எழுப்பப்பட்டன. தமிழகத்திலும் வீரச்செயல் புரிந்து இறந்தவர்களின் நினைவாக நினைவுச் சின்னங்கள் எடுக்கும் பழக்கம் இருந்தன. அதனை நெடுங்கல், நெடுநிலைக்கல் என்று சங்க இலக்கியங்களில் காணப்படும் சொற்றொடர்கள் வாயிலாக அறிகின்றோம்.

தமிழகத் தொல்பொருள் துறையினரால் பல நினைவுத் தூண்கள் மதுரை, வாடிப்பட்டி, வருசநாடு, தாடிக்கொம்பு, வீரக்கல் போன்ற இடங்களில் கண்டுபிடிக்கப்பட்டுள்ளன. இவற்றுள் புதையுண்ட நினைவுத் தூண்களை வெளியே கொணர நாற்கோண முறையே உகந்தது எனத் தொல்லியலாளர்கள் கருதுகின்றனர். ஆனால் மடாலய வடிவில் பெரிய விகாரங்களும், மண்டபங்களுமாக இருந்ததால் இடைமட்ட அகழாய்வு முறையைப் பின்பற்றலாம். பொதுவாக நினைவுத் தூண் செங்குத்தான உயரமான நாற்புறமும் கொண்ட கல்லிலோ அல்லது மரத்திலோ அமைக்கப்பட்டிருக்கும். அதன் நான்கு புறங்களின் ஒவ்வொரு பக்கத்திலும் சிறுசிறு கட்டடப் பகுதிகள் இருக்கும். அவற்றில் தர்ம சக்கரம் சுவஸ்திகா போன்ற உருவகங்கள் காணப்படுகின்றன. புதையுண்ட புராதன புத்த விகாரங்கள் பௌத்தர்களின் கலைத் திறனுக்கு எடுத்துக்காட்டாய் விளங்குகின்றன.

எனவே, அகழ்வாய்வு பல்வேறு கோணங்களில் பல்வேறு முறைகளில் மேற்கொள்ளப்படுகின்றது. ஒரு பண்பாட்டைக் கண்டறிய எத்தகைய அகழ்வாய்வுக் கொள்கையைப் பின்பற்றினால் வெற்றி பெறலாம் என்பது தொல்பொருளியாலாளர்களால் தீர்மானிக்கப்படுகின்றது. அகழ்வாய்வுகள் வரலாறு என்னும் உடலுக்கு உயிர் ஊட்டுவது போல் பல உண்மைகளை அறிய உதவுகின்றன.

கடல் - தொல்பொருளியல் முறைகளும் கருவிகளும்

கடலுக்குள் நீருக்கடியில் (Under - Water) புதைந்து கிடக்கும் தொல்லியல் சின்னங்களைத் தோண்டிப் பார்ப்பதுதான் ஆழ்கடல் வரலாறு (Maritime - History) என்னும் பகுதி தற்போது முக்கியத்துவம் பெற்று விளங்குகிறது. இதற்குக் கடல்சார் அகழ்வாய்வில் கண்டெடுக்கப்பட்ட பல அற்புதப் பொருட்களே காரணமாகும். முதலில் ஐரோப்பாவில் தொடங்கப் பெற்ற இத்தகைய ஆய்வு பல வரலாற்றுப் பாரம்பரிய மிக்க நாடுகளுக்கும் பரவத் தொடங்கியது. இந்தியாவின் வடக்கே கிருஷ்ணன் வாழ்ந்த துவாரகை நகரும், தமிழகத்தில் காவிரி நதி கடலோடு கலக்கும் இடத்திலுள்ள பூம்புகாரும் ஆழ்கடல் ஆய்வுக்கு உட்படுத்தப்பட்டன.

ஆழ்கடல் அகழ்வாய்வின் முக்கியத்துவம்:

முத்துக் குளிப்பதற்கும் கடற்பஞ்சு சேகரிப்பதற்கும், கடலுக்குள் மூழ்கிய மீனவர்கள் அங்குக் கிடைத்த அரிய பொருள்களின் விலை

மதிப்பை உணராமல் கலைப் பொருட்கள் வாங்கும் வணிகர்களிடம் விற்பனை செய்தனர். இதன் காரணமாகக் கடலுள் மூழ்கிக் கிடந்த விலை மதிக்க இயலாத சிற்பங்கள், கலைப் பொருட்கள், மதுக் கலன்கள், உலோகப்பொருட்கள் ஆகியவை திருடு போயின. அதன் பொருட்டு அதிகமாகப் பொருள் ஈட்டலாம் என்ற தீய ஆசையில் அடிக்கடி கடலுள் மூழ்கினர். நகரப் பகுதிகளையும் தரை தட்டிய கப்பல் பகுதிகளையும் கண்டறிந்த அவர்களுள் சிலருக்குத் தொல்லியல் ஆய்வாளர்களுக்குத் தெரிவிக்க வேண்டும் என்ற எண்ணமே இந்த நூற்றாண்டுதான் தோன்றியது. கடந்த 20 ஆண்டுகளில் பிரான்சில் மட்டும் 400 ரோமானியக் கப்பல்கள் கண்டு பிடிக்கப்பட்டன. இவற்றுள் மூன்றைத் தவிரப் பிற யாவும் கலைப் பொருள் கொள்ளையடிப்போராலும், முத்துக்குளிப்போராலும் கவர்ந்து செல்லப்பட்டுவிட்டன. இதனை தடுக்கவும் ஆழ்கடல் ரகசியங்களைக் கண்டு அறியவும், தொல்லியல்துறை தீவிர நடவடிக்கையில் இறங்கத் தொடங்கியது.

ஆழ்கடல் அகழ்வாய்வின் தோற்றம்:

சுமார் 200 ஆண்டுகளாகத்தான் கடலடி மரபுச் சின்னங்களின் முக்கியத்துவம் உணரப்பட்டு வருகிறது. கி.பி.1545-ல் இங்கிலாந்தின் தெற்குக் கடற்கரையில் 40 அடி ஆழத்தில் மேரிரோஸ் எனும் எட்டாம் ஹென்றியின் போர்க்கப்பலில் உள்ள பொருட்களைக் கவர எண்ணி 1836-ல் ஜான் மற்றும் சார்லஸ்டேன் என்ற இரு சாகச வீரர்கள் கடலுள் குதித்தனர் தலையில் இரும்புத் தொப்பியும் உடலில் தோல் ஆடையும் அணிந்திருந்த இவர்கள் ரப்பர் குழாய் மூலம் காற்றைச் சுவாசித்தனர். கடலின் ஆழத்தில் கண்டெடுத்த பொருட்களை மக்களின் பார்வைக்கு வைத்தும், விழா மலர் ஒன்றையும் தொகுத்தும் வெளியிட்டார்கள். இதுவே ஆழ்கடல் ஆய்வின் தொடக்கமாக அமைந்தது.

ஆழ்கடல் கண்டுபிடிப்புகள்:

1907ம் ஆண்டு கடல் பாசி எடுக்கச் சென்ற கிரேக்கர்கள் சிலர் தூணியக் கடற்கரையில் மாதியா என்னும் இடத்தில் 40 அடி ஆழத்தில் கி.மு.முதலாம் நூற்றாண்டைச் சேர்ந்த கப்பலைக் கண்டுபிடித்தனர். அக்கப்பல் கி.மு.85ம் ஆண்டில் ஏதென்ஸ் நகரைக் கைப்பற்ற சல்லாபுள் என்பவர் தலைமையில் வந்த ரோமானியக் கப்பல் என்பது அறியப்பட்டது. அப்பொழுது நடைபெற்ற போரில் கைப்பற்றிய கோயில் தூண்கள், வெண்கலச் சிலைகள் போன்ற அரிய கலைச் செல்வங்களும் மீட்கப்பட்டு பார்டோ அருங்காட்சியகத்தில் ஆறு அறைகளில் வைக்கப்பட்டன.

1918-ல் இருந்து 1923 முடிய உள்ள காலத்தில் 10 மில்லியன் டாலர் விலை மதிப்புள்ள தங்கக் கட்டிகள் இங்கிலாந்து நாட்டின் லாரண்டி என்னும் கப்பலில் இருந்து வெளிக்கொணரப்பட்டன. 1919ல் இக்கப்பல் ஜெர்மானிய போர் கப்பலால் 120 அடி ஆழத்தில் மூழ்கடிக்கப்பட்டது. தங்கத்தை வெளிக்கொண்டுவர முயற்சிக்கும் போது எவ்வளவு நேரம் கடலடியில் எவ்வளவு ஆழத்திற்கு சென்று ஆய்வு செய்ய முடியும் என்று திட்டமிடும் "பிகம்ப்ரெஷன் டேபிள்" என்னும் புதிய முறை கண்டுபிடிக்கப்பட்டது.

1950-ல் ஜெலிடோனியாவில் மிகத் தொன்மையான கி.மு. 1200க்கு முந்தைய காலத்தில் சிதைந்த கப்பல் கண்டுபிடிக்குப்பட்டது. 1960ல் உலக மக்கள் அனைவராலும் சிறப்பாக பேசப்பட்ட 1912ல் கடலுள் மூழ்கிய டைட்டானிக் கப்பல் கண்டுபிடிக்கப்பட்டது. 1972ல் ஆண்டு தென் இத்தாலியக் கரிபீயக் கடலில் ரியாஸ் அருகில் இரு வெண்கலச் சிலைகளை ரோமானிய நீர்மூழ்குநர் ஒருவர் கண்டுபிடித்தார். 1982-ல் கரீப் கடற்பகுதியில் வெண்கலக் காலக் கப்பலின் அழிபாடுகள் கண்டுபிடிக்கப்பட்டன இக்கப்பலில் கானான், மைசேனி, சைப்ரஸ் பகுதிகளைச் சேர்ந்த பொன், மட்பாண்டங்கள், கலங்கள், நீல வண்ணக் கண்ணாடிக் கட்டிகள் கிடைத்துள்ளன. இதே ஆண்டு துருக்கியில் கி.மு.14ம் நூற்றாண்டைச் சேர்ந்த கப்பல் கண்டுபிடிக்கப்பட்டது. இக்கப்பலில் இருந்தும் ஆயிரக்கணக்கான அரிய தொல்பொருட்கள் கண்டுபிடிக்கப்பட்டன.

ஆழ்கடல் ஆகழ்வாய்வு செய்யப்படும் முறைகள்:

உயிர்ப்புக் குழாய்க் கருவிகள்:

தொடக்கக் காலத்தில்அஞ்சா நெஞ்சம் வாய்ந்த தொல்லியல் ஆய்வாளர்கள் தலைக் கவசம் அணிந்து முத்துக் குளிக்கும் முறையைப் பின்பற்றி ஆய்வுகளை மேற்கொண்டனர். இவர்கள் அரிய தொல்பொருட்களையும் கப்பல் அழிவுகளையும் கண்டறிந்தனர். இரண்டாம் உலகப் போருக்குப் பின்பு பிரான்ஸ் நாட்டுத் தொல் பொருளியலாளர் ஜேக் - ஓய்லஸ் ஆஸ்டோ உயிர்ப்புக் குழாய் காலத்தை (Secuba) கண்டுபிடித்தார். இதனால் 50 மீட்டர் ஆழம் வரை சென்று ஆராய முடிந்தது.

1). புரோட்டான் காந்த புலக் கருவி (Proton Magneto Meter): காந்தப் புலத்தில் ஏற்படும் மாற்றங்களை அறிய உதவியது.

2). ஒளி - ஒலி ஊடுருவிக் கருவி (Side Scan Sonar) : இதன் உதவியால் கடல் தளத்தில் புதைந்து நிற்கும் பொருட்களைப் பக்க ஆய்வு ஒளியால் கண்டறிய முடியும்.

3). ஓசைத் துடிப்புக் கருவி (Each Sounder): அடித்தளத்திற்கு ஓசைத் துடிப்புகளை அனுப்பி மூழ்கி உள்ள பொருட்கள் மீது பட்டுத் திரும்பிவரும்.

4). உலோகம் அறிவும் கருவி (Metal Deterctor): கடல்தளத்தில் காணப்படும் உலோகப் பொருட்களை உணரமுடியும்.

நீர்மூழ்கிக் கப்பல்கள்:

20,000 அடி ஆழம்வரை சென்று ஆய்வு செய்யும் திறன் பெற்ற நீர்மூழ்கிக் கப்பல்கள் தற்போது பயன்படுத்தப்படுகின்றன. 1903ல் அட்லாண்டிக் பெருங்கடலில் ஒன்றரை மைல் ஆழத்தில் மூழ்கிப் போன திரேஷர் (Treasere) என்னும் மின்னணுக் கப்பலை மாலுமி ஒருவர் பேதிஸ்கபே டிரீஸ்ட் (Bethyscaphe Trieste) என்னும் கருவியின் உதவியால் கண்டுபிடித்து வெளிக்கொணர்ந்தார். இக்கருவியின் உதவியால் 35,857 அடி ஆழம்வரை சென்று ஆய்வு செய்ய முடிந்தது.

அல்வின்:

1964ம் கண்டுபிடிக்கப்பட்ட இக்கப்பல் மனிதனால் இயக்கப்படும் நீர்மூழ்கிக் கப்பலாகும். அல்வினின் உதவியுடன் 1912ல் மூழ்கிப் போன டைட்டானிக் கப்பல் கண்டபிடிக்கப்பட்டது. இது கடலின் 14,764 அடி ஆழம் வரை செல்லும் திறன் பெற்றது. பிரான்ஸ நாட்டின் நாடைல், ரஷ்யாவின் மிர் மற்றும் மிர் 22 அமெரிக்க ஐக்கிய நாட்டின் சீக்ளிஃப், ஜப்பான் நாட்டின் ஷிங்கை ஆகிய நீர்மூழ்கிக் கப்பல்கள் சுமார் 20,000 அடி ஆழம் சென்று ஆய்வு செய்யும் திறன் பெற்றவை. எனவே ஆய்விற்குரிய பகுதிகள் பற்றிய வரைபடங்களும் நீர்மூழ்கி கப்பலின் உதவியால் தயாரிக்கப்படுகின்றன. நீருக்கு அடியில் செயல்படும் கேமராக்களும், ஒலி ஒளி நாடாக்களும், கொண்டு கடல் காட்சிகள் பதிவு செய்யப்படுகின்றன. கடலில் இருந்து பொருட்களை மேலே எடுத்துச் செல்ல பலூன்கள் பயன்படுத்தப் படுகின்றன.

ஆழ்கடல் அகழ்வாய்வில் மேலும் சில நுட்பமான தொழில் முறைகள் பின்பற்றப்பட்டு வருகின்றன. வான்வழி மற்றும் துணைக் கோள் வழி உருவரைக் காட்சி பெரும் அளவில் பயன்படுத்தப் படுகின்றன. முன்னர் அறியப்படாத கடற்கரை அடுக்குகளையும், மணல் திட்டுக்களையும், துணைக்கோள் வழி உருவரைக் காட்சிகள் புலப்படுத்தி உள்ளன. உயரத்தில் இருந்து எடுக்கப்படும் ஒளிப் படங்களில் இருந்து கடலில் மூழ்கி உள்ள கப்பல்களைச் சில நேரங்களில் கண்டறிய முடிகிறது.

ஆழ்கடல் தானியங்கி நீர்மூழ்கி (Autonomous under Water Vehicle) :

இது ஒரு கூர்த்த மதிப்புடைய தானியங்கும் மனிதப்பொம்மை (Robot) இது. நிலப்பகுதிகளில் யாதொரு தொடர்பையும் வைத்துக் கொள்ளாமல் ஆழ்கடலில் கப்பல் அழிவுகளை ஆராயும் திறன் படைத்தது. தற்போது இதனை நில அதிர்வு மற்றும் நீர் மாசுபடுதல் ஆகியவற்றைக் கண்காணிக்கவும் பயன்படுத்துகின்றனர். எதிர் காலத்தில் இந்த இயந்திரப் பொம்மையைக் கொண்டு அழிந்த கப்பல்களில் காணப்படும் புராதனப் பொருட்கள் திருடப்படுவதைத் தடை செய்யும் முயற்சிகளும் மேற்கொள்ளப்பட்டு வருகின்றன.

யுனஸ்கோ அறிக்கை:

உலகில் பல பகுதிகளில் இருந்தும், இவ்வாறு விலை மதிப்பிட இயலாத தொல்பொருட்களும், கப்பல் அழிவுகளும் கண்டுபிடித்து வருவதை கருத்தில் கொண்டு யுனஸ்கோ நிறுவனம் பல முக்கிய நடவடிக்கையை மேற்கொண்டுள்ளது. யுனஸ்கோவில் புகழ் மிக்க உலக மரபுச் சின்னங்களின் பட்டியலில் கடலில் காணப்படும் பல முக்கியப் பகுதிகளும் சேர்க்கப்பட்டுள்ளன. 1972ல் நடைபெற்ற யுனஸ்கோ, பொது மாநாடு நிறைவேற்றிய உலக மரபுச் செல்வ ஒப்பந்தப்படி கடலுக்கு அடியில் உள்ள மரபுச் சின்னங்களும், தக்க பாதுகாப்பையும், பன்னாட்டுத் தொழில்நுட்ப கூட்டுறவையும் பெறுகின்றன.

இவ்வாறு கடல் அகழ்வாய்வு முக்கியத்துவம் பெற்ற துறையாக வளர்ந்து வருகிறது. நில அகழ்வாய்வில் கிடைக்காத பல பிரச்சனை களுக்குத் தீர்வு காணக் கடல் அகழ்வாய்வு துணை செய்கிறது. பண்டைய நாகரிகம், பண்பாடு, கடல்சார் வாணிபம், போக்குவரத்து போன்றவற்றை அறிய கடல் அகழ்வாய்வு இன்றியமையாததாக இருக்கிறது.

ஆழ்க்கடலாய்வு மேற்கொள்ளத் தேவைப்படும் கருவிகள் மற்றும் மனிதர்கள்:

1. இரண்டு சிறுகப்பல்கள் அல்லது என்ஜின் படகுகள்: ஜியோபிஸிகல் ஆய்வு செய்யும் விஞ்ஞானிகள் ஒரு கப்பலிருந்து ஆய்வு செய்வார்கள். மற்றொன்று மூழ்குநர் மற்றும் தொல்லியலாளர் இருந்து கடலுள் மூழ்கி ஆய்வு செய்யப் பயன்படுத்தப்படும்.

2. மனிதனால் இயக்கப்படும் நீர் மூழ்கிக் கப்பல் ஒன்று அல்லது மின் இணைப்பால் இயக்கப் பெறும் நீர்மூழ்கிக் கப்பல் ஒன்று-

அல்லது தாமாக இயங்கும் நீர்மூழ்கிக் கப்பல் ஒன்று மட்டும். இணைப்புப் படகு கடற்கரையிலிருந்து சென்று கப்பலில் ஏறுவதற்கும் பயன்படுத்துவது ஒன்று.

3. ஒளி ஒலி ஊடுருவிக் கருவி மற்றும் அதன் துணைக் கருவி.
4. ஒசை துடிப்புக் கருவி மற்றும் அதன் துணைக் கருவி.
5. புரோட்டான் காந்தப்புலக் கருவி ஒன்று.
6. உலோகம் அறியும் கருவி மற்றும் அதன் துணைக் கருவி.
7. மின்சாரம் உற்பத்தி செய்யும் கருவி ஒன்று.
8. காற்றுப் பீப்பாய் ஒன்று.
9. இருக்கும் இடத்தில் அச்சு (Latitude) மற்றும் தீர்க்க (Longitude) அறிய உதவும் கருவி ஒன்று.
10. நீரடித் திசை காட்டும் கருவி ஒன்று.
11. கையுறை, அடியுறை முகமூடி, ஸ்டில் கத்தியும் உறையும், மற்றும் காற்றை மேலேற்றும் குழாய் ஆகியன தேவைக்கேற்ப.
12. நீரடி ஸ்கூட்டர் ஒன்று.
13. நீரடி ஒளிப்படம் எடுக்கும் கருவி ஒன்று.
14. நீரடி நிகழ்ச்சிகளைக் கப்பலிலிருந்து கண்காணிக்கும் கருவி ஒன்று.
15. நீரடி வரைபடப் பலகை ஒன்று.
16. நீரடியில் எழுதும் பேனா ஒன்று.
17. நீரடியில் எழுதப்படும் தாள்.
18. மூழ்குநர் இடுப்பில் கட்டிக்கொள்ள உலோக எடைக்கற்கள், குடிநீர் பெட்டிரோல், மண்ணெண்ணெய், அடுகலன்கள், உணவுப் பொருட்கள் ஆகியன தேவைக்கு ஏற்ப.
19. ஆபத்துக்கு உதவும் விளக்குகள் இரண்டு.
20. மூழ்குநீர்களின் சிறப்பு உடை, பிளாஸ்டிக், மிதவைகள், நைலான் கயிறு, வெள்ளை மற்றும் கருப்பு துணி மூங்கில் கம்புகள்: நீரடி காலம் கட்டும் கருவி ஆய்வுக் குறிப்பேடு, அளவுகோல், பென்சில் அழிப்பான், தொப்பி, தொல்பொருள் பை, தேசப்படம், உரிய கிராம வரைபடம் ஆகியன தேவைக்கு ஏற்ப ஆகும்.
24. கடல் அகழ்வாய்வு வல்லுநர் ஒருவர்.
25. ஜீயோபிஸிகல் ஆய்வு விஞ்ஞானிகள் மூவர்.
26. மூழ்குநர் மற்றும் தொல்லியலாளர்கள் குறைந்தது ஆறுபேர்.

27. நிர்வாக அலுவலர் ஒருவர்.
28. ஒளிபடக் கருவி இயக்குநர் ஒருவர்.
29. வரைபடக் கலைஞர் ஒருவர்.
30. கருவிகளைப் பழுது பார்க்கும் தொழில்நுட்ப வல்லுநர் ஒருவர்.
31. மீகாமன்கள் குறைந்தது இருவர்.
32. பொருட்களை ஏற்றி வரும் வாகனம் மற்றும் ஓட்டுநர் ஒன்று மற்றும் சமையற்காரர் குறைந்தது இருவர்.
33. தட்டச்சர் ஒருவர்.
34. உதவியாளர் இருவர்.

இந்தியாவில் ஆழ்கடல் அகழ்வாய்வு :

இந்திய நாட்டைப் பொறுத்த வரை கடல் அகழ்வாய்வு என்பது புதுமையான ஆய்வு முறை ஆகும். இந்த நூற்றாண்டின் தொடக்கத்திலிருந்துதான் நம் நாட்டின் நில அகழ்வாய்வு நடைபெற்று பாரம்பரிய மிக்க சிந்துவெளி நாகரிகம், வெளிக்கொணரப்பட்டது. ஆழ்கடல் அகழ்வாய்வு இந்தியாவில் சுதந்திரத்திற்குப் பின் 1970ல் அறிமுகப் படுத்தப்பட்டது. முதன்முதலில் கடல் அகழ்வாய்வு என்னும் புதிய அகழ்வாய்வானது S.R. ராவ் (Rao) அவர்களால் 1981, 1983ம் ஆண்டுகளில் தேசிய கடலாய்வு நிறுவன ஒத்துழைப்புடன் குஜராத் மாநிலத்தில் அமைந்துள்ள பெட்துவாரகை கடலோரப் பகுதியில் அறிமுகப்படுத்தப்பட்டது. அங்கு நடைபெற்ற அகழ்வாய்வு மூலம் கிருஷ்ணரால் ஏற்படுத்த பெற்ற பண்டைய துவாரகை நகரம் கண்டறியப்பட்டது.

இந்தத் துவாரை நகரம் கிருஷ்ணரால் உருவாக்கப்பட்டு பின்னர் சிறிது காலத்திற்குப் பின் கடலால் கொள்ளப்பட்டது என்ற செய்தியினை மகாபாரதம் தெரிவிக்கிறது. குறிப்பாக மகாபாரதத்தில் முசல பர்வமும் அந்த இதிகாசத்தின் பிற்சேர்க்கையான ஹரிவம்சம் என்னும் நூலும் துவாரகை கடலுக்குள் மூழ்கிய செய்தியினைத் தெளிவாகப் புலப்படுத்துகின்றன. மகாபாரதப் போர் முடிந்த 36 ஆண்டுகளுக்கு பிறகு துவாரகை கடலுள் மூழ்கியது என்ற குறிப்புகள் காணப்படுகின்றன. இலக்கியங்களில் காணப்படும் இத்தகைய செய்திகளின் உண்மையை ஆராயவும், மறைந்துவிட்ட துவாரகை நகர் அப்பகுதியில் அமைந்துள்ளதா என்பதைக் கண்டறியவும், S.R. ராவ் 1981ல் இந்த அகழ்வாய்வை மேற்கொண்டார். இந்தியாவின் மேற்குப் பக்கத்தில் உள்ள அரபிக்கடலில் கடல் அகழ்வாய்வு மேற்கொள்ளப்பட்டது. துவாரகையில் பல முறை கடல்கோள் ஏற்பட்டிருக்கிறது என்பதும் அறியப்பட்டது.

1930ம் ஆண்டு முதலே இலக்கியங்களில் காணப்படும் நகரங்களைக் கண்டறியும் முயற்சி ஆய்வாளர்களிடையே காணப்பட்டது. இந்தியாவின் புராதனச் சிறப்பு மிக்க 7 நகரங்களுள் துவாரகையும் ஒன்றாக இலக்கியங்கள் வருணிக்கின்றன. மாட மாளிகைகளும், கூட கோபுரங்களும், கடை வீதிகளும், சாலைகளும், பெரியபெரிய கடைகளும் கொண்ட துவாரகை சிறந்த வியாபாரத் தலமாக விளங்கியது என்று இலக்கியங்கள் கூறுகின்றன. கிருஷ்ணர் கம்சனைக் கொன்ற பின்பு தன் தாத்தாவான உக்கிரசேனரை மதுராவின் மன்னராக நியமித்தார். இதனால் கம்சனின் மாமனரான மகதநாட்டு மன்னர் சார சந்திரனின் வில் வீரன் ஏகலைவன் உதவி யோடு மதுராமீது படை எடுத்தான். மக்களைக் காக்க தலைநகர் மதுராவில் இருந்து துவாரகைக்கு மாற்றப்பட்டது. துவாரகை கோமதி நதிக்கரையில் திட்டமிட்டு நிர்மாணிக்கப்பட்ட அழகிய நகரம் ஆகும். பின்னர் கிருஷ்ணர் தெய்வலோகம் சென்ற பின் யாதவர்களிடையே உள்நாட்டுப் போர் மூண்டது. அர்ஜுனர், கிருஷ்ணனின் பேரன்களை ஹஸ்தினாபுரத்திற்கு அழைத்து செல்லும் போது துவாரகை நகர் கடலுள் தன் கண்முன் மூழ்கியதை வர்ணித்தார். எனவே இப்புராதன நகரைக் கண்டு அதன் வரலாற்று உண்மையை அறிவதில் அலாதியான ஆவல் ஏற்பட்டது.

நீருக்குள் துவாரகை:

கடல் தொல்பொருளியல் துறையும் (Marine Archaeology Unit) தேசிய கடலாய்வு நிறுவனமும் (National institute of Oceanography) இணைந்து 1983ல் ஆய்வுப் பணியைத் தொடங்கியது. 1983-1990க்கும் இடைப்பட்ட காலங்களில் துவாரகையின் கோட்டை கொத்தளங் களுடன் கூடிய நகரமைப்புக் கண்டறியப்பட்டது. இப்பகுதி கடற்கரைக்கு அரை மைல் தொலைவில் கடலினுள் அமைந்திருந்தது ஆகும். ஆறு பகுதியைக் கொண்ட துவாரகை நகரம் நதிக்கரையை ஒட்டி அமைக்கப்பட்டிருந்ததும் கண்டறியப்பட்டது. நகரின் சுவர்கள் கடினமான பாறைகளைக் கொண்டு கடல் அரிப்பைத் தடுக்கும் வண்ணம் அமைக்கப்பட்டிருந்தது. இங்கு ஆய்வின்போது கிடைத்த மட்பாண்டங்களையும் செங்கற்களையும் வெப்ப ஒளி உமிழ் காலக் கணிப்பு முறைக்கு உட்படுத்தியபோது அது கி.மு.300 ஆண்டு காலத்தைச் சேர்ந்தது எனக் கண்டறியப்பட்டது. துவாரகை நகர் வடக்கே பெட்துவாரகை எனப்படும். சங்கோதரா வரையிலும் தெற்கே ஒகாமதி (Okhanadbi) வரையிலும் கிழக்கே பிந்தரா (Pindara) வரையிலும் பரவியிருந்ததைக் கண்டறியப்பட்டது. துவாரகை நகர் கடல்கோளால் மூழ்கடிக்கப்பட்டது என்று இலக்கியங்கள் கூறும் கூற்று உண்மையே என்பதும் நிரூபிக்கப்பட்டது.

நீருக்குள் துவாரகை அருங்காட்சியகம் :

கடல் தொல்பொருளியல் துறையினர் சற்று வித்தியாசமாக சிந்தித்து உலகிலேயே முதன்முதலாக நீரடி அருங்காட்சியகம் ஒன்றை அமைத்து இந்தியாவின் புராதனப் பெருமையை யாவரும் அறியும் வண்ணம் அமைக்க ஏற்பாடு செய்யப்பட்டு வருகின்றனர். குஜராத் அரசும், குஜராத் சுற்றுலாத் துறையும், நீரடி அருங்காட்சியகம் (Under Water Museum) அமைக்க கடந்த 20 ஆண்டுகளாகப் பணி புரிந்து வருகின்றனர். நீர்மூழ்கிக் குழாய் அமைத்து பார்வையாளர்கள் கண்ணாடி வழியாக அழிந்த நகரின் இடிபாடுகளையும், தடையங் களையும், காண ஒரு சிறப்பான அருங்காட்சியகம் அமைக்க இருக்கின்றது.

மேலும் துவாரகையில் கிருஷ்ணரைப் பற்றிய ஆய்வுத் தடயங்கள் கிடைத்து இருப்பதுபோல், சரயு நதியின் கரையில் அமைக்கப்பட்டிருந்த அயோத்தி நகரில், ராமனைப் பற்றிய வரலாற்று உண்மை அறியும் முயற்சியும் உள்ளது. அவர் வாழ்ந்த காலம் மற்றும் அக்காலத்திய பண்பாடு, நாகரிகம் போன்ற விபரங்களின் உண்மையை அறிய அப்பகுதியில் நீரடி அகழ்வாய்வு செய்வது அவசியம் என்று தொல்பொருளியலாளர்கள் கருதுகின்றனர்.

தமிழகத்தில் ஆழ்கடல் அகழ்வாய்வு:

இந்தியாவின் தொன்மையும் புராதன முக்கியத்துவம் வாய்ந்த நகரங்கள் தமிழ்நாட்டிலும் உண்டு. S.R. ராவ் குஜராத்தில் துவாரகை அகழ்வாய்வு மேற்கொள்வதை அறிந்து தமிழகத் தொல்லியல் துறையின் அந்நாள் இயக்குநர் R. நாகசாமி, S.R. ராவ் அவர்களோடு தொடர்புகொண்டு தமிழ்நாட்டின் புராதானத் துறைமுகமான, பூம்புகாரும் கடற்கோளால் அழிக்கப்பட்டது என்ற செய்தியினையும், இங்கே கடல் அகழ்வாய்வு செய்தால் பல உண்மைகளை அறிய உதவும் என்று கூறி அவர் உதவியை நாடினார். முதலில் ஜியோப்பிசிக்கல் ஆய்வு மேற்கொள்ளப்பட்டது. அதனைத் தொடர்ந்து 1981ல் கோவா தேசிய ஆழ்கடல் ஆய்வு நிறுவனத்தைச் சேர்ந்த விஞ்ஞானிகள் வி.ஜ.சுப்பராஜியும், கே.எச்.வோராவும்சேர்ந்து ஸைடுஸ்கேன் சோனார், பரொஃஃபைலர், மெக்னடோமீட்டர் ஆகிய கருவிகளைப் பயன்படுத்தி ஜியோப்பிசிக்கல் ஆய்வு மேற்கொண்டனர் அவ்வாய்வு பற்றிய அறிக்கையினை 1987ல் தொல்லியல் துறைக்கு அனுப்பி வைத்தனர்.

அந்த அறிக்கையில் பூம்புகாரின் கடற்பகுதியில் வரலாற்றுச் சின்னங்கள் பெருமளவு காணப்படுகின்றன என்றும், அங்குத்

தொல்லியலாளர்களைக் கொண்டு தீவிர ஆய்வு செய்தல் அவசியம் என்றும் கூறியிருந்தனர். இதனைத் தொடர்ந்து நடன.காசிநாதன் ஒரு திட்டம் தீட்டி S.R. ராவ் ஆலோசனைகளுடன் கூடிய அறிக்கை யினையும் முன்வைத்து தமிழக அரசின் உதவியை நாடினார்.

முறையான ஆழ்கடல் அகழ்வாய்வு:

தமிழ்நாடு அரசு 2.2. கோடி நிதி உதவி வழங்க முன் வந்ததைத் தொடர்ந்து S.R. ராவ் மற்றும் நடனகாசிநாதன் பூம்புகாரில் 1991ல் ஆழ்கடல் ஆய்வுப் பணியைத் தொடங்கினர். கோடி எனும் படகில் ஸ்கேன் ஸோனார் மற்றும் எக்கோ சவுண்டர் ஆகிய கருவிகளைக் கொண்டுக் கடலோரப் பகுதியின் ஆய்வுகள் மேற்கொள்ளப்பட்டன. பல மேடுகள் கடலுக்கடியில் கண்டுபிடிக்கப்பட்டன.

பூம்புகாரை அடுத்த வானகிரியில் 4-50கி.மீ தொலைவில் 19 மீட்டர் ஆழத்தில் கடலுக்குள் அழிபாடுடைய கப்பல் ஒன்று இருப்பது அறிய முடிந்தது. மீனவர்கள் இந்த இடத்தைக் கப்பகரை என்று அழைத்தனர். இக்கப்பலில் இலிங்கம் போன்ற இரும்புப் பொருளும், பீரங்கியும், ஏணியும், இருவளையங்களும் இருப்பது கண்டுபிடிக்கப்பட்டது. இக்கப்பலில் 18 ஈயக் கட்டிகள் இருப்பதும் தெரிய வந்தது. மேலும் ஒரு கப்பல் இடிபாடுகளுடன் இருப்பது கண்டறியப்பட்டது பூம்புகார் அகழ்வாய்வில் கண்டுபிடிக்கப்பட்ட பொருட்கள் பற்றி நடன காசிநாதன் பூம்புகாரும் கடல் அகழ்வாய்வும் என்ற நூலில் கீழ்க்கண்ட குறிப்புகளைத் தருகின்றார்.

1) கடற்கரையில் இருந்து 5 கி.மீ தொலைவில் கடலினுள் 26 கி.மீ ஆழத்தில் லாட வடிவ கட்டிடப்பகுதி வடக்கு தெற்கு அமைப்பில் வட வாயிலுடன் கண்டுபிடிக்கப்பட்டது. இக்கட்டிடம் ஒரு கோயிலாகவோ பண்டக சாலையாகவோ இருக்கலாம்.

2) மேலே உள்ள கட்டிடப் பகுதிக்கு முன்பாக இரண்டு கட்டிடப் பகுதிகள் காவிரி ஆற்றின் வடகரையில் அமைந்துள்ளன. இதே போல் தென்கரையிலும் மேலும் இரண்டு கட்டிடப் பகுதியாகச் சேர்ந்து ஐந்து கட்டிடங்கள் செம்பிராங்கல்லால் கட்டப்பட்டன என்பது கண்டறியப்பட்டுள்ளன. இவை அனைத்தும் பழமையானது. கி.மு.6, கி.மு.4ம் நூற்றாண்டைச் சேர்ந்தவையாகும்.

3) பண்டைய காவிரி நதியின் போக்கும் அதன் தடயங்களும் அறியப்பட்டன.

4) கடற்கரையிலிருந்து சுமார் 1 கி.மீ தொலைவில் 7 (அ) 8 கிலோமீட்டர் ஆழத்தில் விட்டுவிட்டு சில கருங்கல் பகுதிகள்

இருப்பது தெரியவந்தது. இவை கி.மு. 3ம் நூற்றாண்டைச் சேர்ந்தவை என்பதையும் அறியப்பட்டது.

5) அலைகள் மோதும் பகுதிகளில் சில செங்கல் கட்டிட பகுதி 25 மீட்டர் அளவிற்கு விட்டுவிட்டுக் காணப்படுகின்றன. சில இடங்களில் கட்டிடப் பகுதி கடல் நீரில் கரைந்து செம்மண் மேடாக காட்சி அளிக்கின்றன. இவை பிந்தைய காலமான கி.பி 2ம் நூற்றாண்டிலிருந்து கி.பி.4ம் நூற்றாண்டு காலத்தைச் சேர்ந்தவை யாகும்.

6) பூம்புகாருக்கு அருகில் உள்ள சின்னமேடு என்னும் மீனவர் ஊருக்கு எதிரில் ஒன்றரை கி.மீ. தொலைவில் கடலுள் 36 அடி ஆழத்தில் புத்தர் கற்சிற்பம் ஒன்று கிடைக்கப் பெற்றது.

7) மணவழகர் (கல்யாண சுந்தரர்) வில்லேந்திய வேலன் (முருகன்) செப்புத் திருமேனிகளும், அழகம்மை என்னும் கற்சிற்பமும் மீனவர் வலையில் சிக்கிக் கரை சேர்க்கப்பட்டன.

8) கடல் அகழ்வாய்வு மூலம் பூம்புகார் இருமுறை கடல் கோளால் அழிக்கப்பட்டது தெளிவாகின்றது. இதுவரை நடைபெற்ற கடல் அகழ்வாய்வுப் பணிகளுள் தமிழகத்தில் நடைபெற்ற ஆய்வு அதிக முக்கியத்துவம் வாய்ந்தது. இத்தடயங்களால் பண்டைய பூம்புகார் 2600 ஆண்டுகளுக்கு முன்பாகவே மிகச் சிறந்த துறைமுகமாகத் திகழ்ந்திருக்கிறது என்பதை அறியலாம். திரைகடல் ஓடியும், திரவியம் தேட தமிழர்கள் மட்டும் கடல் கடந்து செல்ல வில்லை. தமிழகத்தை நாடி யவனர்களும், எகிப்தியர்களும், சீனர்களும், அரேபியர்களும் வந்தனர் என்பதை இலக்கியங்கள் வாயிலாகவும் பூம்புகார் நில அகழ்வாய்வு மூலமாகவும், அறிகின்றோம்.

அகழ்வாய்வின் மூலம் பூம்புகார் எனும் வரலாற்றுச் சிறப்பு மிக்க நகர் முதலில் சோழர்களின் துறைமுகப் பட்டினமாகவும் பிற்காலத்தில் தலைநகராகவும் செயல்பட்டுத் தமிழர் தம் பெருமையை நிலைநாட்டும் வண்ணம் புகழ்பெற்ற நகரமாய் விளங்கியது என்பதை அறிகின்றோம்.

தமிழ்நாட்டிலும் பூம்புகாரிலும் கண்டெடுக்கப்பட்ட கலைப் பொக்கிஷங்களை வைத்துக் கடற்கரையின் அருகே அருங்காட்சியகம் ஒன்றையும் தமிழக அரசு நடத்திவருகின்றது என்பது பெருமைக்குரிய செயலாகும். இதே போல் முக்கடல் சங்கமிக்கும் குமரி முனையில் ரஷ்ய நாட்டு அகழ்வாய்வாளர்கள் கடல் ஆய்வை நடத்தினார்கள்.

கொடுங்கடல் கொண்ட குமரிக் கண்டத்தைப் பற்றிய ஆய்வாக இது அமைகிறது.

குமரிக் கண்டம்:

ஆப்பிரிக்கா, ஆஸ்திரேலியா, கீழை இந்தியத் தீவுகள் ஆகிய வற்றோடு இணைந்திருந்த பகுதியாகக் குமரிக் கண்டத்தை நிலஇயல் விஞ்ஞானிகள் குறித்துள்ளனர். குமரிக் கண்டத்தில் வாழ்ந்த மக்கள் தனி நாகரிகம் பெற்றவர்களாகவும் இக்கண்டம் 7000 கி.மீ. தொலைவு வரை உள்ள நீண்ட நிலப்பகுதியாக அமைந்திருந்ததும் ஊகிக்கப் படுகிறது.

மேலும் தமிழகத்தின் தொன்மை நிலைக்கு இன்றைய மேனாட்டு நில நூல் நிபுணர்களும், வானநூல் வல்லுநர்களும், உயிர் நூல் புலவர்களும், உளநூல் அறிஞர்களும், தொல்பொருள் ஆராய்ச்சி அறிஞர்களும், ஒருமித்துச் சான்று பகர்கின்றார்கள். இவ்வாறு கடல் அகழ்வாய்வு பாரதத்தின் தொன்மைப் பெருமைகளை வெளிக் கொணர உதவுகின்றது. மனித உருவங்கள், பிராணிகள், மிருகங்களை வேட்டையாடும் காட்சிகள் போன்றவை தீட்டப்பட்டுள்ளன.

இயல்-17

அகழ்வாய்வுக் களத்திற்குத் தேவையான கருவிகளும் பொருட்களும்

அகழ்வாய்வு என்பது மிக பெரிய தொழிற்சாலையின் செயற்பாடுகளைப் போன்றே கவனித்து செயல்பட வேண்டும். அகழ்வாய்வின்போது மிக பொறுமையாக, கவனத்துடன் செயல்பட வேண்டிய பணிகள் ஆகும். அகழ்வாய்வு செய்ய நமக்குத் தங்கும் கூடாரங்கள், தண்ணீர் வசதி, சமையலறை, போக்குவரத்து வசதிகள் என சில அடிப்படை வசதிகள் ஏற்படுத்திக்கொள்ள வேண்டும். அகழ்வு மையத்தை தேர்வு செய்த பின் முன்நடவடிக்கை மேற்கொள்ள கருவிகள், உதவிக்கருவிகள் இவற்றைப் பயன்படுத்த வேண்டும். அகழ்வாய்வு பல கட்டடங்களாகப் பிரித்துச் செய்யப்படுவதால் ஒவ்வொரு கட்டத்திலும் ஒவ்வொரு வகையான கருவிகள் கை கொள்ள வேண்டும். அகழ்வாய்வில் பொருட்களும், கருவிகளும் மிக முக்கிய இடம் வகிக்கின்றன. அகழ்வாய்வில் ஈடுபடும் இயக்குநர்களும், உதவி இயக்குநர்களும் எவ்வளவு முக்கியமோ அந்த அளவு ஆய்விற்குப் பயன்படும் பல்வேறு தொழில்நுட்ப கருவிகளும் முக்கியம். அகழ்வாய்வு கருவிகள், பொருட்கள் பற்றி விரிவாகக் காண்போம்.

அகழ்வாய்வாளர்களின் கூடாரங்கள் (Tents) :

அகழ்வாய்வு மையங்கள் என்றுமே மக்கள் வாழும் பகுதிகளை விட்டு தள்ளியே அமையும். அவை நகரங்களை கிராமப்புறங்களை ஒட்டி பெரும்பாலும் அமைவதில்லை. உலகின் சிறந்த நாகரிகளுள் ஒன்றான சிந்துசமவெளி நாகரிக நகரங்களான மொஹஞ்சதாரோ, ஹரப்பா போன்ற பகுதிகள்கூட இன்று மக்கள் வாழும் பகுதியில் இருந்து தள்ளியே காணப்படுகிறது. ஆகவே அகழ்வாய்வளர்களுக்கு என ஓய்வெடுக்கவும், உறங்கவும், பொருட்களைப் பாதுகாக்கவும் அகழ்ந்ததைப் பரிசோதிக்கவும், தனித்தனியாகத் தற்காலிகமாகக்

கூடாரங்கள் தேவைப்படுகின்றன. இவ்வகை தற்காலிகக் கூடாரங்கள் பல வடிவங்களிலும் பல வேறுபட்ட பரப்புகளையும் உள்ளடக்கியதாக அமைக்க வேண்டும். ஆய்வாளர்கள் 2 முதல் 4 பேர் வரை தங்கவும், அதிக நபர்கள் தங்கும் கூடாரங்களும் அமைத்துக்கொள்ள வேண்டும். கள ஆய்வில் ஈடுபடும் மாணவர்கள் தொழிலாளர்கள் தங்க என தற்காலிக கூடாரங்கள் அவசியம். புகைப்பட, வரைவுபட உறுப்பினர்கள், புகைபடக் கருவி, முக்கிய பொருட்களுடன் தங்க ஏற்ற வகையில் கூடாரம் இருத்தல் அவசியம். இவ்வகை தற்காலிகக் கூடாரங்கள் அனைத்து அடிப்படை வசதிகளையும் உள்ளடக்கிய தாக இருக்க வேண்டும்.

ஆய்வாளர்கள் தவிர ஆய்விற்குப் பயன்படும், பல்வேறு கருவிகள், பொருட்கள் இவற்றைப் பாதுகாக்கவும், தனியாகக் கூடாரம் அமைக்க வேண்டும். அகழ்வாய்விற்குப் பயன்படும் மண்வெட்டி, சுத்தி, இரும்பு பாத்திரங்கள், வாளிகள், கடப்பாரைகள், சல்லடை போன்ற கருவிகள் பாதுகாக்கும் பொருட்கள் சில கூடாரங்களை அமைக்க வேண்டும்.

இவற்றைத் தவிர சமையல் செய்வதற்கும் உணவு பொருட்களை பாதுகாக்கும் வகையில் கூடாரங்கள் அமைக்க வேண்டும்.

கூடுமான வரையில் கூடாரங்களில் எளிதில் தீப்பிடிக்கும் பொருட்களைக் கவனத்துடன் பயன்படுத்த வேண்டும்.

கூடாரங்கள் அமைக்க உதவும் பொருட்கள்:

இவ்வகை கூடாரங்கள் அமைப்பதற்கு உறுதியான கயிறு, கூடாரத்துணிகள், மழை, வெய்யில் இவற்றிலிருந்து பாதுகாக்க உறுதியுடன் நிற்க செய்யக் கட்டில்கள், நிலவிரிப்புகள் (Coir matling) மின்விளக்கு, மின் வசதி இல்லாத பகுதிகளில் மண்ணெண்ணெய் விளக்குகள் (Hurricane lights), பெட்ரோமாஸ் விளக்குகள் (Petromax lights), போன்றவற்றைப் பயன்படுத்தலாம்.

கூடாரத்திற்கு வேண்டிய பிற பொருட்கள்:

கூடாரங்களில் அமர்வதற்கு மடக்கும் இருக்கைகள் (Folding Chairs), சிறிய நாற்காலிகள், ஏதேனும் குறிப்புகள் எழுத வரைபடங்கள் வரைய உதவியாக மேஜைகள் அவசியம் இருத்தல் வேண்டும். ஆனால் மேஜைகள் அதிக இடங்களை ஆக்கிரமிக் காமல் இருக்க வேண்டும். பேனா பெட்டிகள் (Pen Stands), உதவும் அட்டைகள் (Pade), பகுதிகளில் மேஜை விளக்குகள் (Table Lamp) அதிக பயன்தரும். ஆய்வாளர்களுக்கு இரவு நேரங்களில் குறிப்புகளை எழுத இவ்வகை விளக்குகள் மிக உதவியாக இருக்கும்.

சமையல் பகுதி (Camp Kitchen) :

காலநேரம் பார்க்காமல் அகழ்வாய்வுப் பணிகளில் ஈடுபடும் ஆய்வாளர்கள் தங்களுக்கு வேண்டிய உணவுகள் தயாரிக்க சமையல் பகுதி அவசியம். அகழ்வாய்வு மையங்களின் அருகில் உணவு விடுதிகளோ உணவு கிடைப்பதற்கான சாத்தியங்களோ இல்லை. எனவே சமையல் கூடாரங்கள் அமைத்தல் அவசியம் : இவற்றில் சமையல் செய்வதற்குத் தேவையான பொருட்களும், உபயோகிக்கத் தட்டுக்களும், குடிநீர் போன்ற வசதிகளும் இங்கு ஏற்படுத்தப் படுகின்றது.

போக்குவரத்து வசதிகள் (Transport Facilities):

அகழ்வாய்வில் தொடர்புடைய அத்தனை பேரும் சென்று வரவும் தேவையான பொருட்களைப் பிற பகுதிகளிலிருந்து எடுத்துவரவும், பிறதுறை அறிஞர்களையும், அரசு அதிகாரிகள் வந்து செல்லவும் வாகனங்கள் முக்கியமாகத் தேவைப்படுகின்றன. நான்கு சக்கர வாகனங்கள், கார், ஜீப் போன்றவையும் லாரி, டிரக்குகள் (Lorries, Trucks) போன்றவையும் மிகப் பயனுள்ளதாக இருக்கும். இரு சக்கர வாகனங்கள் (Two Wheelers), மிதிவண்டிகள் ஆகியவற்றின் (Cycles) பயன்கள் மிக அதிகமாக இருக்கும். கடினமான மலைப் பகுதிகள், சரிவுகளில் அகழ்வு மையங்கள் அமையும்போது ஆய்வாளர்கள் போக்குவரத்திற்குக் குதிரைகளையும் பயன்படுத்தலாம்.

வரைபட மற்றும் புகைப்படக்கருவிகள்:

அகழ்வாய்வில் வரைபட வல்லுனர்கள் மற்றும் புகைப்படம் எடுப்போர் அதிக முக்கியத்துவம் பெறுகின்றனர். அப்பணியை செய்வதற்கு வரைபட அட்டை (Drawing Board), உலோக அளவுகள் (Metallic Taps), கட்டிடத்தின் பரப்புக்களை அளக்கும் கட்டிட அளவு கோல் (Architechture Scales), மர அளவுகோல் (Wooden Scales), மடக்கு அளவுகோல் (Folding Scales), வரைபடத்தாள்கள் (Drawing Papers), வரைபட உதவு எழுதுகோல் (Drawing Pencils), தாள்கௌவிகள் (Paper Clips), இந்தியன் மை (Indian Ink), கயிறு நூல் (String), நிலமளக்கும் கருவிகள் (Survey Umbrella), ஆணி, கணிதவியல் வரைபடத்தாள்கள் (Graph Sheets) போன்றவை தேவைப் படுகின்றன.

இதைத் தவிர புகைப்படம் எடுக்கவும், எடுத்தவுடன் வெளியிடவும் கருவிகள் தேவைப்படுகின்றன. புகைபடம் எடுக்கத் தேவையான புகைப்படும் பிடிக்கும் கருவி (Camera), பல அளவுகளில் உதாரணமாக க்வாட்டர் சைஸ் கேமரா (Quarter size Camera) மிக நுண்ணிய பொருட்களைப் புகைபடம் எடுக்க பயன்படுகிறது.

மேலும் தேவையான சினிமா படச்சுருள் (Film and Film roles) திரையில் காட்டப்படவேண்டிய படத்தை அல்லது விளம்பரத்தையுடைய கண்ணாடி வில்லை (Slides) புகைப்படங்களைப் பிறர் காணும் பொழுது தெளிவாகப் பார்ப்பதற்கு ஏற்றபடி கருமை, கருநீலம், அல்லது சிகப்பு நிறம் கொண்ட வழவழப்பான துணிகள் போன்றவை தேவைப்படுகிறன.

அகழ்வாய்விற்குப் பயன்படும் பொருட்கள்:

பலவிதங்களில் பலவிதமான, கடினமான நுண்ணிய அடிப்படையில் கருவிகள் தேவைப்படுகின்றன. அகழ்வாய்வின் பொழுது மேல் மட்டத்தைச் சமன் செய்யவும் மேற்பரப்பைச் சுத்தம் செய்யவும் மண் கடினத்தன்மை கொண்டிருந்தால் சற்று ஆழப்படுத்தவும் பல விதமான பொருட்கள் தேவைப்படுகின்றன. பெரிய, சிறிய, நடுத்தர அளவிலான கோடாரிகள் (Pixk Axer) தேவைப்படுகின்றன. இந்திய அகழ்வாய்வு மையங்களில் கோடாரிகள் அதிகம் பயன்படுத்தப் படுகின்றன. நமது பாரம்பரிய பழக்கமும், பிற பொருட்களின் உதவியைவிட கோடாரியால் மிக விரைவாக கடினமான மண்பகுதி. அல்லது அகழ்வாய்வுப் பகுதியில் உள்ள மரம், சுவர் போன்றவை தேவையில்லையென்று கருதும் பொழுது அவற்றை நீக்கவும் பயன்படுத்தப்படுகின்றது. மண்வெட்டி (Shovels) அகழ்வாய்வு செய்யும் பொழுது வெளிவரும் மணல்களை எடுக்கப் பயன்படுகிறது. கடப்பாரை (Crow bars) சிறிது சிறிதாகக் குழியை தோண்ட பயன்படுகிறது. மிக முக்கியமான பகுதிகள் என்று பார்க்கும் பொழுது கவனமாக அப்பகுதியைப் பிரித்துப் பார்க்க பேனாகத்தி (Pen knife) துளைகள் இட பயன்படுத்துகின்றோம். சில நேரம் திசைகளைக் கணக்கிட அசைவுகுண்டு (Plumb bob) பயன்படுகிறது. தூண்டில் பின் அளவும் (Angle Mearere) அகழ்வாய்வில் எடுக்கப்பட்ட பொருட்களை நாம் கைகளின் உதவியால் தூய்மைப்படுத்தும் பொழுது, அப் பொருட்கள் உடைந்துவிடுவதற்கு வாய்ப்புகள் ஏற்படும். ஆகவே, தூசுதட்டு தூரிகை அல்லது துடைப்பம் (Brush) பயன்படுத்தப் படுகிறது. சுத்தம் செய்யப்பட்ட தொல்பொருட்களின் முகவரியைக் கட்டாயம் நாம் தொல்லியல் துறைக்கு அறிமுகப்படுத்த வேண்டும்.

அதன் நிமித்தமாக அப்பொருள் எந்த ஆண்டு, எந்த இடத்தில், நிலமட்டத்தில் இருந்து எத்தனை அடியின் கீழ்மட்டத்தில் ஆய்வுப் பகுதியில் எந்த இடத்தில் நமக்குக் கிடைத்தது என்பதை தெளிவு படுத்தி எழுதி அதனுடன் இணைப்பதற்காக நாம் அட்டை அல்லது காகிதம் உதவியுடன் கூடிய (Labels) அல்லது ஒட்டும் முத்திரை காகிதம் பயன்படுகின்றது. அவ்வாறு ஒழுங்குப்படுத்தப்பட்ட பொருட்கள் காலவரிசைப்படுத்தப்படுகிறது. பின் கடினமான

சிதறலடைய வாய்ப்பில்லாத பொருட்கள், மெல்லிய பொருட்கள், பல நூற்றாண்டுகளைக் கடந்து வந்திருக்கும் பொழுது அதன் உறுதித் தன்மை மறைந்திருக்கும். அப்படிப்பட்ட பொருட்கள் வெள்ளை நாடாத்துணிகளாலும் பஞ்சுகள் சுற்றப்பட்டும் அருங்காட்சி மையங்களுக்கு எடுத்துச் செல்லப்படும்.

இவ்வாறாக ஆய்வு மேற்கொள்வதற்கு முன் நில ஆய்வு செய்வதிலிருந்து அருங்காட்சியகங்களுக்கு எடுத்துச் செல்லும் வரை ஒவ்வொரு காலகட்டத்திலும் ஒவ்வொரு பொருளும் அகழ்வாய் வில் முக்கியப் பங்கு வகிக்கின்றது.

இயல்-18

அகழ்வாய்வு வல்லுநர்கள் பணியாளர்கள்

அகழ்வாய்வு என்பது நன்கு ஆராய்ந்து, திட்டமிட்டு, தெளிவான அணுகுமுறையைப் பின்பற்றி, இடம், பொருள் பணியாளர்கள் தேர்வு எனக் கவனமாகக் கடைப்பிடிக்க வேண்டிய செயல் ஆகும். பல்வேறு துறைகளில் நிபுணத்துவம் வாய்ந்தவர்கள் பணியாளர்களோடும், பிற உதவியாளர்களுடனும் இணைந்து புதிய வரலாற்றுக் கண்டுபிடிப்பு களையும், தடயங்களையும் காணும் முயற்சியில் ஈடுபடுகிறார்கள். வரலாற்று முக்கியத்துவம் வாய்ந்த இடத்தைத் தேர்வு செய்வதுடன் அகழ்வாய்வு முறைகளையும், நுட்பத்தையும் பின்பற்றிப் போதிய தளவாடங்களும், கருவிகளும் கொண்டு பணியாற்றுகிறார்கள். அகழ்வாய்வின்போது கிடைக்கும் பொருட்களைக் கவனமாகத் தூய்மை செய்து பாதுகாத்து, பொருட்களை எடுத்துச்செல்ல போதிய வாகனங்கள் உட்பட பல்வேறு தொழில்நுட்பங்களையும் பயன் படுத்தி ஆய்வுப்பணிகள் மேற்கொள்ளபடுகின்றன. அகழ்வாய்வு என்பது தனிமனிதன் மட்டும் செய்யும் செயலல்ல. பல்வேறு பிரிவினரும் தேனீக்கள் போல் ஒன்றாக இணைந்து செயல்பட வேண்டிய ஒன்று. பணியாளர்கள், செயல்பாடுகள், தளவாடங்கள், கருவிகள் பற்றி இங்குக் காண்போம்.

அகழ்வாய்வு பணியாளர்களும் செயல்பாடுகளும்

இயக்குநர் (Director):

இயக்குநர் அகழ்வாய்வுக் குழுவின் தலைவராகச் செயல்படுகிறார். அகழ்வாய்விற்கான களத்தைத் தெரிவு செய்து பணிகள் மேற்கொண்டு ஆய்வு முடிவுகளை வெளியிடும்வரை பொறுப்புடன் தமது அணியைத் திறம்பட நடத்திச் செல்கின்றார். சிறந்த இயக்குநர் இருந்தால்தான் பணி முழுமையாக நடைபெற்று ஆய்வில் வெற்றிபெற முடியும். எனவே மாலுமிகளை நடத்திச் செல்லும் கடற்படைத் தலைவன் போல் செயலாற்றி தாமும் தம்மைச் சார்ந்தவர்களும் திறம்பட பணியாற்றி அகழ்வாய்வுப் பணியைச் செவ்வனே முடிக்கும் திறமை

பெற்றவராக இருப்பார். இயக்குநரின் திறமையைப் பொறுத்தே ஆய்வின் முடிவும் அமையும்.

இயக்குநரின் பணிகள்:

இயக்குநர் தம் தொல்லியல் துறையிலும் தொல்லியல் சார்ந்த பிறதுறைகளிலும் நல்ல தேர்ச்சியும் அனுபவமும் பெற்றவராக இருக்கவேண்டும். எந்தச் செயலை எவ்வாறு செய்ய வேண்டும், எவருடைய உதவியெல்லாம் தேவைப்படும் என்று ஆய்ந்து முடிவு எடுத்து பணி புரிபவராக இருத்தல் அவசியம். இத்தகைய அனுபவத்தைப் பெற அவர் பல்வேறு அகழ்வாய்வுகளில் பல்வேறு படிநிலைகளில் பணிபுரிந்த அனுபவம் பெற்றவராய் இருந்தால் பணியைப் புரிந்துகொண்டு நன்றாகச் செயலாற்ற முடியும் ஏட்டுக் கல்வியோடு கூடிய அனுபவமும் ஆற்றலும் தொல்லியல் அகழ்வாய்வுக்குப் பெரிதும் உதவும். தாம் மேற்கொள்ளவிருக்கும் ஆய்வு பணிக்கான திட்டங்களைத் தீட்டி அதனைச் செயல்படுத்தும் வழிமுறைகள் பின்பற்ற வேண்டிய தொழில்நுட்பங்கள் போன்றவற்றைத் திறமையுடன் செயல்படுத்த கூடியவராக இருத்தல் வேண்டும். தொல்பொருளியல் என்பது கலைக்கூடம் என்றால் இயக்குநர் அதன் தலைமைச் சிற்பிபோல் செயல்புரிய வேண்டும்.

* தொல்பொருளியலில் ஏற்பட்டு இருக்கும் கருத்து மாற்றங்கள் நவீன காலத் தொழில்நுட்பங்கள் போன்றவற்றில் நன்கு பரிச்சயம் உள்ளவராக இருத்தல் அவசியம்.
* தனக்கு முன்னர் ஆய்வு செய்தவர்களைவிட தான் புதிய சாதனை படைக்க வேண்டும் என்ற எண்ணம் உடையவராக இருக்க வேண்டும்.
* தேவையான அனுபவமும் அறிவும் கொண்ட பணியாளர்களை தேர்வு செய்து எத்தகைய பொறுப்பினை எவரிடம் ஒப்படைத்தால் திறம்பட செயல்புரிவார்கள் என்று உணர்ந்து அவருக்கான பணியை ஒதுக்கித் தரவேண்டும்.
* அணியில் அனைவருக்கும் ஒத்துழைப்பை நல்கி அனைவரின் ஒத்துழைப்பையும் பெற்று அகழ்வாய்வு செம்மையாக நடக்கத் தலைவர் அனைத்து வழிமுறைகளையும் பின்பற்ற வேண்டும்.
* தேவைப்படின் பிறதுறையினரின் உதவியுடன் ஆய்வு வெற்றி பெறுவதற்கான அனைத்து நடவடிக்கைகளும் மேற்கொள்ள வேண்டும்.

இயக்குநரின் பிற பணிகள்:

அகழ்வாய்விற்காக அனுபவம் பெற்ற உதவியாளர்களையும் வல்லுநர்களையும் ஆர்வலர்களையும் அதிகாரிகளையும் தேர்ந்தெடுத்து அவரவருக்கான பணிகளை ஒதுக்க வேண்டும்.

தேவையேற்படின் அறிவியல் துறையினரின் உதவியையும் நாடவேண்டும். ஆய்வு மேற்கொள்வதற்கு வேண்டிய அனைத்து சட்ட பூர்வமான நடவடிக்கைகளையும் எடுக்கும் பொறுப்பும் இயக்குநருக்கு உண்டு. அதாவது அகழ்வாய்வு மேற்கொள்வதற்கான அனுமதி பெறுதல், நிலத்தின் உரிமையாளர்களிடம் பேசி சம்மதம் பெறுதல், அவர்களுக்குத் தேவையான இழப்பீட்டுத் தொகை வழங்க ஏற்பாடு செய்தல் போன்ற பணிகளைத் திறம்பட செய்யும் பொறுப்பு இயக்குநரைச் சார்ந்தது.

மேலும் தமது அகழ்வாய்வின் முக்கியத்துவத்தையும் அதனைப் பார்த்து மகிழ்வதோடு பாதுகாக்க வேண்டும் என்ற எண்ணத்தை உருவாக்குவதும் இவரின் கடமையாகும். நவீன காலத்தில் பத்திரிகைகள், தொலைக்காட்சி போன்ற சாதனங்கள் மூலம் அகழ்வாய்வுக் கண்டுபிடிப்புகள் மக்களை அடையச் செய்ய வேண்டும்.

இவரது கண்டுபிடிப்பு அறிக்கைகள் பொதுமக்களிடையே சர்ச்சையையும் கலவரத்தையும் ஏற்படுத்தாத வண்ணம் இருக்க வேண்டும். இவை எல்லாவற்றிற்கும் மேலாக இயக்குநர் தமது கள ஆய்வுக் கண்டுபிடிப்புகளை Monograph மற்றும் Bulletin வடிவில் தயாரித்து வெளியிட வேண்டும். இதற்கு மையங்களின் ஆலோசனை களைப் பெறவோ, பிற பொறுப்புக்களைத் தம் துறையில் கண்காணிக்க வேண்டிய அவசிய நோக்கிலோ ஆய்வு இடத்தை விட்டுச் செல்ல வேண்டிய நிலையில் அகழ்வாய்வுத் துறை வல்லுனர்கள் பலர் ஈடுபட்டு இருந்தாலும் முன்நடத்திச் செல்லும் பொறுப்பை உதவி இயக்குநர் ஏற்றுச் செய்கின்றார். இதனால் பணி சீராகச் செல்லவும் ஒவ்வொரு திட்டப் பணியாளர்களும் ஆய்வு போக்குடன் அவரவர் தம் பணிகளைப் பிறர் தலையீடும், இடை யூறும் இன்றி செயல்படவும் வழி வகுக்கின்றது.

மேலும் மத்திய தொல்பொருள் ஆய்வுத் துறை, பிற மாநிலங்களில் செயல்படும் பல்கலைக்கழகத் தொல்லியல் துறைப் பேராசிரியர்கள் அல்லது அரசு தொல்பொருள் துறை இயக்குநர்கள் தங்கள் பகுதியின் சிறப்புக்களை மெய்ப்பிக்க இயக்குநர்களுக்கு நிர்வாக உதவியாளர்களாகவும் ஆய்வு ஆலோசகர்களாகவும் செயல்படலாம். சில நேரங்களில் பல மாதங்கள் தொடர்ந்து அகழ்வாய்வு நடக்கும்பொழுது மேற்குறிப்பிட்டவர்களின் முழு நேர உதவியும் அகழ்வாய்வு சீராகச் செல்ல உதவும் தேவைப்படும். அகழ்வாய்வு வல்லுநர்கள், உதவியாளர்கள், தேவையான அனைத்துச் சான்றுகளையும் ஆராய்ந்து, சிறந்த அறிஞர்களுடன் ஆலோசித்து,

தெளிவான முடிவை மேற்கொண்டு இப்பணியைத் திருப்திகரமாகச் செய்து முடிக்க வேண்டும்.

எனவே அகழ்வாயில் இயக்குநர் சிறந்த முக்கியமான இடத்தைப் பெறுகின்றார். இவருக்கு உதவி இயக்குநர்களும் பிற தொழில்நுட்ப வல்லுநர்களும் துணைநின்று ஆய்வுப் பணி சிறக்க உதவுகின்றனர்.

உதவி இயக்குநர்கள்:

உதவி இயக்குநர் என்பவரின் பங்கு அகழ்வாய்வுப் பணியில் குறிப்பிடத்தக்க இடத்தைப் பெறுகிறது. பெரும்பான்மை யான சிக்கலான அகழ்வாய்வுகள் மத்திய அரசினால் மேற்கொள்ளப்படும் பொழுது உதாரணமாக அயோத்தி போன்ற வரலாற்றுச் சிறப்பு மிக்க இடங்களை ஆராய நேரும் பொழுது இன, மத அடிப்படை அம்சங்கள் முக்கியமாகக் காணப்படுகின்றன. இத்தகைய நேரங்களில் இயக்குநர் அனைத்து அதிகாரங்களையும் நிர்வாகப் பொறுப்பினையும் அரசிடமிருந்து ஏற்றுக்கொண்டு செயல்பட்டாலும், உதவி இயக்குநர்களின் உதவியும், ஆலோசனை யும் பணியும் மிகவும் இன்றியமையாத ஒன்றாகவே மாறுகின்றது.

இயக்குநர் நிதி உதவிக்காகவோ விஞ்ஞான ஆய்வு கொண்டு ஈடுபடும் மாணவர்கள், அகழ்வாய்வுப் பணியாளர்கள், கள ஆய்வின் போது மையங்களுக்கு வேண்டிய அத்தியாவசியப் பொருட்களை விநியோகிப்பவர்கள், அந்தந்தப் பகுதி பெரியவர்கள், தலைவர்கள், வாகன உதவியாளர்கள் எனப் பல பிரிவுகளின் நிர்வாகத்தையும் உதவியையும் மேற்கொள்ளவும், ஆய்வுமையம் பயன் பெறவும் இவர் ஆற்றும் பணி அகழ்வாய்வுத் துறைக்கு உயிர்நாடியாக இருக்கும்.

அகழ்வாய்வு உதவியாளர்கள்:

தொல்லியல் துறை என்பது பல்வேறுபட்ட துறையிலிருந்து மிகப்பெரிய விஞ்ஞானிகள், பொறியியல் வல்லுநர்கள், மருத்துவர்கள், சிவில் துறை அதிகாரிகள், வரலாறு, இலக்கியம் கற்றவர்கள், பள்ளி ஆசிரியர்கள், அருங்காட்சியக் காப்பாளர்கள், காசு-இயல் வல்லுநர்கள் என பலரும் ஈடுபடும் ஒரு துறையாக இருக்கின்றது. அகழ்வாய்வு செய்யும் பொழுது அகழ்வாய்வுத் துறைப் பிரிவில் பல்கலைக்கழகங்களில் அறிமுகப்படுத்தப்பட்டுள்ள தொல்லியல் பாடப்பிரிவில் பயின்று வரும் மாணவர்களும் அரசு தொல்லியல் துறை நடத்தும் ஒரு வருட தொல்லியல் பயிற்சி பெற்ற மாணவர்களும் பங்குபெற வாய்ப்பு உள்ளது.

இவர்களுக்கு அகழ்வாய்வின் விதிமுறைகளையும், நெறிமுறை களையும் அறிந்து தேர்ச்சி பெற்ற பல அறிஞர்களுடன் அகழ்வாய்வில் நேரடியாகப் பங்கு பெறும் அரிய வாய்ப்பு கிடைக்கிறது. தன்னை முழுமையாக ஆய்வில் ஈடுபடுத்திக்கொண்டு பிறநாட்டில் நடைபெற்ற அகழ்வாய்வுகளையும், ஆய்வுப் புத்தகங்கள், தொலைக்காட்சிகள், உலக அளவிலான கருத்தரங்குகள், சிறப்புப் பயிற்சிகள் இவற்றில் ஈடுபட்டுத் தன்னை அகழ்வாய்வு முறைகளில் அதிக தேர்ச்சியும், ஈடுபாடும் கொண்ட அகழ்வாய்வுத்துறை வல்லுநர்கள்தான் ஒரு அகழ்வாய்வை அறிவுப்பூர்வமாகவும் விஞ்ஞானப் பூர்வமாகவும், நடைபெற உதவி செய்ய இயலும். இவர்களால்தான் மண் அடுக்கு களைத் தெளிவாகக் குறிப்பிடவும், அகழ்வாய்வில் கிடைத்தப் பொருட்களை காலவரிசைப்படுத்தவும், பிற பகுதிகளில் கிடைத்த பொருட்களுடன் ஒப்பிட்டும் மாறுபடுத்தியும் வரலாற்று உலகிற்கு அறிமுகப்படுத்த முடியும்.

ஒரு சிறிய பகுதியை அகழ்வாய்வு செய்யும் பொழுது ஒருவர் அல்லது இருவர் அகழ்வாய்வு உதவியாளர்களாக இருப்பார்கள். பெரிய அளவிலான அகழ்வாய்வுகள் நடத்தப்படும் பொழுது (பரந்த பரப்பு), அதாவது மொஹஞ்சதாரோ, ஹராப்பா, அயோத்தி போன்ற பரந்த பரப்பை அகழ்வாய்விற்கு உட்படுத்தும் பொழுது பல அகழ் வாய்வு வல்லுநர்கள் அகழ்வாய்வு உதவியாளர்களாகப் பணிபுரிவது உண்டு. அகழ்வாய்வில் கிடைத்தப் பொருட்கள் காலவரிசைப்படுத்தி, தொல்பொருட்கள் என்ற அடிப்படையில் தனி ஆவணங்களில் பதிவு செய்து பாதுகாப்புத் துறையிடம் ஒப்படைக்கும் தலையாய பணி இவர்களால் மட்டுமே நடத்தப்படுகின்றது.

அகழ்வாய்வு இட மேற்பார்வையாளர்கள்:

இப்பணி தொல்லியலில் அதிக ஆர்வம் கொண்டு, நடை முறையில் மாணவப் பருவத்தில் அகழ்வாய்வு வல்லுநர்களுடன் பல அகழ்வாய்வில் ஈடுபட்டும், ஆர்வம் கொண்டும் களப்பணியில் விருப்பம் உள்ளவர்களாக இருக்கும் இளம் தொல்லியலாளர்கள், தொல்லியல்துறை மாணவர்கள் இப்பணியேற்பாளர்களாகச் செயல்படலாம். மண் அடுக்குகள் அகழ்வாய்வின் பொழுது மாறுபடு கவனித்து அவற்றின் மூலம் காலக் கணிப்புகளை வேறுபடுத்தியும், ஒவ்வொரு நிலையிலும் கிடைக்கும் பொருட்களைக் காலவரிசைப் படுத்தியும், கிடைக்கும் பொருட்களை மண்பானை, பாசிகள், தானிய வகைகள், உலோகப்பொருட்கள், காசுகள் எனத் தனியாகச் சேகரித்து அதற்கென வைத்துள்ள பிளாஸ்டிக் பைகளிலும் (Plastic Bags) உடையக் கூடியதாக இருந்தால் பஞ்சுகளில் வைத்து பின்பு பைகளில் வைத்தும்

பாதுகாக்கவேண்டும், பின் பிராந்திய தொல்பொருள் மையம் அல்லது அருங்காட்சியகங்களில் காலக்கணிப்பு ஆய்வுமையங்கள் ஆகிய இடங்களுக்கு இயக்குநரால் அனுப்பப்பட்டாலும், தனிப் பதிவேடுகள் மூலம் அகழ்வாய்வில் எடுக்கப்பட்ட பொருட்களைப் பற்றி குறிப்புகளைக் குறித்துக்கொள்ள வேண்டும். அப்பதிவேடுகளும் பாதுகாக்கப்பட வேண்டும். மேலும் ஆய்வு செய்யும் இடங்களின் திட்டவரைபடங் களும், நிலவியல் குறிப்புகளும் அவர்களால் தயாரிக்கப்படும்.

மட்பாண்டக் கணிப்பாளர்கள்:

மனிதன் கற்கருவிகளையும், பொருட்களையும் தன் அறிவும் அனுபவத்திற்கும் ஏற்றபடி ஆரம்பக் காலத்தில் பயன்படுத்தினான். உலோகக் கண்டுபிடிப்பிற்கு முன் மண்பாண்டங்களை அதிகமாகப் பயன்படுத்தினான். உலக நாடுகள் பல மண்பாண்டங்களைத் தங்கள் அன்றாடத் தேவைகளுக்கும், அரசாங்க, நிர்வாக உதவிக்கும் பயன் படுத்தின. ரோமாபுரி போன்ற நகரங்களில் அரசாங்க நிகழ்வுகள்கூட மண் ஓடுகளில் குறியீடுகளாக எழுதப்பட்டன. மனிதனுக்கு மண் எங்கும் கிடைத்தாலும், பிறரைச் சார்ந்திருக்க வேண்டி நிலை தேவை யற்றதாக இருந்தாலும் மண்ணால் செய்யப்பட்ட பாண்டங்களைத் தீயால் சுட்டுப் பயன்படுத்தினர். அகழ்வாய்வில் தென்னிந்தியாவில் நமக்கு அதிகம் கிடைப்பது மண்பானைகள் ஆகும். கோவையில் பேரூரில் நடத்தப்பட்ட ஆய்வில் அதிகமான மண்பாண்டங்கள் கிடைத்துள்ளன. சில எழுத்துக்களும், பாம்பின் உருவங்களும் தலைவன் உருவங்களும் பொறித்து பயன்படுத்தப்பட்டனவையாக இருந்தன. வரலாற்றுச் சிறப்புப் பெற்ற நகரங்கள் பின்பு சிற்றூர்களாக மாறிவிட்டாலும் அவ்வூர்களில் சுற்றாய்வு செய்யும்பொழுது மண்பாண்டங்கள் சிதைந்து உடைந்த நிலையில் ஆய்வாளர்களால் சேகரிக்க முடிகிறது. அகழ்வாய்வின் பொழுது ஒவ்வொரு மண் அடுக்கு களிலும் பிற பொருட்களுடன் பானை ஓடுகளும் கிடைக்கின்றது. பெருங்கற்காலச் சின்னங்கள் பெரும்பாலும் மண்பாண்டங்கள் அதிகம் கொண்டதாக இருக்கும். இறந்தவர்களின் எச்சங்களைச் சேகரித்து அவர்கள் பயன்படுத்திய பொருட்கள் தானிய வகைகள், பஞ்சு, கத்தி, அரிவாள், பாசி மணிகள் எனப் பலவகை பொருட்களை ஒரு பெரிய மண் தாழியில் வைத்து அதைப் புதைக்கும் பழக்கமும் உண்டு. அதைத்தான் நாம் முதுமக்கள் தாழி (Urn) என்று குறிப்பிடு கின்றோம். பழனித்தாலுக்காவில் ஐவர்மலை, கொடைக்கானல் மலைச்சரிவு. இவற்றில் முதுமக்கள் தாழி அதிகமாகக் கிடைத்துள்ளது. சேலம் மாவட்டத்தில் கிடைத்த ஒரு மண்தொட்டி கி.பி.5ம் நூற்றாண்டில் நெசவாளர்கள் துணிகளுக்குச் சாயம் போடுவதற்கு மண்தொட்டிகளைப்

பயன்படுத்தியதை உறுதி செய்கிறது. சங்ககாலக் கோயில்களிலெல்லாம் சுதைச் சிற்பங்கள் (Terracotta Figures) அதிகமாக இருந்தன. இப்படி புராதனச் சின்னங்கள் பெரும்பாலானவை மண்ணால் செய்யப்பட்ட வையாக இருந்ததால், மட்பாண்ட கணிப்பாளர்கள் அவசியம் தேவைப்படுகின்றார். கருப்புப்பானை ஓடுகள் சிவப்புப்பானை ஓடுகள், கருப்பும் சிவப்பும் கலந்த பானை ஓடுகள் என இன்னும் பல பிரிவுகளாக வகைப்படுத்துகின்றனர். அகழ்வாய்வில் கிடைத்த மட்பாண்டங்கள் சுத்தம் செய்யப்பட்டு, அதன், காலம் மண் அடுக்கில் எந்தப் பிரிவில் எடுக்கப்பட்டது, அகழ்வாய்வு செய்யப்பட்ட இடம், தேதி போன்றவை கொண்ட கால அட்டவணையுடன் அகழ்வாய்வு அதிகாரியிடம் (இயக்குநர்) ஒப்படைக்கும் பொறுப்பை ஏற்றுக் கொள்கின்றனர். மிகப்பெரிய அருங்காட்சியகங்களில் பானை ஓடுகளின் பராமரிப்புத் தனிப்பிரிவாகச் செயல்படும் பொழுது இந்த வகைப் பணியாளர்கள் அல்லது கணிப்பாளர்கள் தனிப்பொறுப்பாளர் களாக நியமிக்கப்படுவதுண்டு. மேலும் பிறநாடுகளில் கிடைத்துள்ள பானை ஓடுகளுடன் ஒப்பிட்டுப் பார்த்து, நம்நாடு மற்றும் பிற நாடுகளின் நாகரிகப் போக்குகளை ஒப்பிட்டு அந்தந்த நூற்றாண்டுகளில் மட்பாண்டங்களின் வளர்ச்சி எப்படியிருந்தன என்றெல்லாம் கணக்கிட இப்பணியாளர்களால் செம்மையாகச் செய்ய முடிகிறது. இன்றும் அகழ்வாய்வில் பெரும்பாலான அளவில் மண்பாண்டங்களே கிடைக்கின்றன. மிகப்பெரிய அருங்காட்சியகம் என்றில்லாமல், தாலுகா தலைமையிடங்களில் அமைந்துள்ள அருங்காட்சியங்கள், மாவட்டத்தில் அமைந்துள்ள அருங்காட்சியகங்கள், தனியார் அருங்காட்சியகங்கள் ஆகியவற்றில் இவைகள் பாதுகாக்கப்படுகின்றன.

தொல்பொருள் பாதுகாவலர்கள் அல்லது அருங்காட்சியக காப்பாளர்கள்:

அகழ்வாய்வில் பங்குபெரும் முக்கிய அறிஞர்களில் தொல்லியல் துறையைச் சார்ந்த பழம்பொருள் பாதுகாப்பாளர்கள் அல்லது அருங்காட்சியகக் காப்பாளர்கள் மிக முக்கிய பங்கு வகிக்கின்றனர். இவர்களை நாம் ஆங்கிலத்தில் Antiguity assistant பழம்பொருள்களின் பாதுகாவலர் என்றும் Curator (காப்பாளர்) என்றும் அழைக்கின்றோம். அயல்நாட்டினருக்கும், இந்தியத் தொல்பொருள் பண்பாட்டிற்கும் இவர்கள் சிறந்த நண்பர்கள், இணைப்பாளர்கள், இந்தியத் தொல் பொருளின் அறிமுகப் பணியாளர்கள் என்றுகூட இவர்களின் பொறுப்புக்களையும் கடினமான உழைப்பையும் வைத்துக் கூறலாம். ஒவ்வொரு மாவட்ட தலைநகரங்களிலும் செயல்படும் தொல்லியல் பிரிவில் அங்கு வைக்கப்பட்டுள்ள தொல்பொருளுட்களுக்கும்

அம் மாவட்டங்களில் கிடைக்கும் புராதனச் சின்னங்களைப் பாதுகாப்பதற்கும் வரலாற்றுச் சிறப்பினை அப்பகுதி உணர தூண்டுவதற்கும் பழைமையான கோயில்களில் வழிபாடு இல்லாமல் அப்புறப்படுத்தப்பட்டிருக்கும். கற்சிலைகள், தூண்கள், கட்டிடத்தின் பிறபகுதிகளை எடுத்து வந்து அருங்காட்சியங்களில் பாதுகாப்பதற்கும் இவர்கள் நியமிக்கப்பட்டிருந்தாலும் அரிதாக நடத்தப்படும் அகழ்வாய்வில் இவர்களின் பங்கும் அதிகம்.

அந்தந்த மாவட்டங்களில் அகழ்வாய்வு மேற்கொள்ள மாநில அரசோ, மத்திய அரசோ முடிவுசெய்து களஆய்வு, சுற்றாய்வு (Exploration) மேற்கொள்ளும் பொழுது, அகழ்வாய்வுக் குழுவில் இவர்கள் முக்கிய உறுப்பினராகவும், வழி நடத்துனராகவும் அவ் விடங்களின் முக்கியத் தலைவர்களுடன் அகழ்வாய்வுக் குழுவை அறிமுகப்படுத்துபவராகவும் செயல்படுகின்றார்கள். மேலும் அகழ் வாய்வில் கிடைத்த பொருட்களை நவீன முறையிலும், அப்பொருட் களுக்குச் சிதைவு ஏற்படாமல் பக்குவமாகச் சுத்தப்படுத்தியும், அந்தப் பொருள் கிடைத்த அகழ்வாய்வு குழி, மண் அடுக்கு போன்ற வைகள் எந்த நூற்றாண்டைச் சார்ந்தது என்று அறிந்தும் கண்டெடுக்கப்பட்ட பொருட்களை எப்படி பாதுகாக்கப்பட வேண்டும் என்றும் இவர்கள் முடிவு செய்வார்கள். அப்பொருட்களைப் கைப்படம் எடுப்பதுடன், மாவட்டத் தலைமையிடத்தில் உள்ள அருங்காட்சியகத்திற்கு எடுத்துச் சென்று பார்வைக்கு வைப்பதற்கான ஏற்பாடுகளைச் செய்வார்கள். பார்வையாளர்கள் அப்பொருளின் வரலாற்று முக்கியத்துவத்தை அறிந்துகொள்ளும் வகையில் வரை ரபடங்கள் (கிடைத்த இடம்) குறிப்புக்கள் போன்றவற்றை Board களிலும் எழுதி வைக்க ஆவண செய்வார்கள். அதைப் பற்றிய முழுமை யான குறிப்புகளும் ஆவண காப்பகங்களிலும் எழுதி வைத்திருப்பார். இவற்றையெல்லாம்விட அப்பொருள் பாதுகாப்பாகப் பல ஆண்டுகள் இருக்க அனைத்து வழிவகைகளும் இவர்களால் மேற்கொள்ளப்படும்.

புகைப்பட வல்லுநர்:

உலகின் நிலவியல் அமைப்பு, அரசியல் நிகழ்வுகள், சமுதாய சமய நிகழ்ச்சிகள், அனைத்தும் உலக மக்களிடையே தெரியப்படுத்தும் முக்கிய சாதனமே புகைப்படப் பிரிவுதான். புகைப்படம் எடுப்போர் அந்தந்தத் துறைகளுக்கேற்ற தொழில்நுட்பம் தெரிந்தவர்களாக இருப்பார்கள். தொல்லியல் துறையில் ஈடுபடும் புகைப்பட வல்லுநர்கள் பணி அதிகத் தொழில்நுட்பம் கொண்டு செயல்படவேண்டும். தொல்லியல் துறை அவர்களிடம் பயிலும் மாணவர்களுக்கு மாணவப் பருவத்திலே தொல்லியல் துறையின் ஒரு பிரிவாகக் புகைப்படத்துறையை

அறிமுகப்படுத்திப் பயிற்சி கொடுத்துவிடுகின்றனர். களஆய்வு, அகழ்வாய்வு, கல்வெட்டுப்படிவம் எடுத்தல், கட்டிடக்கலையின் கூறுகளை ஆராய்தல், சிற்பங்கள் செய்த்திருமேனிகள் இவற்றைக் காணுதல் என்ற பல்வேறு பிரிவுகளிலும் மாணவர்கள் ஈடுபடுத்தப் படும்பொழுது இப்பயிற்சியைத் தொல்லியல் துறை தருகின்றது. மேலும் பொதுவாகக் கைப்படம் எடுப்பவர்களில் அந்தந்த பிராந்தியங்களில் திறமையாளர்களை அணுகி, தங்களுடன் அழைத்துச் சென்று தொல்லியல் நோக்கில் புகைப்படம் எடுக்கும் பயிற்சியை நண்பர்களாக, நளினமாக அவர்களுக்கும் கற்றுக் கொடுத்து விடுகின்றனர். ஆகவேதான் புகைப்பட தொழில்நுட்ப வல்லுநர்கள் அகழ்வாய்வின் பொழுது மண் அடுக்குகள் வேறுபடும் பொழுதோ அல்லது குழிகள் தோண்டும் பொழுது மாறுபாடான மண் அடுக்குகள் கிடைக்கும் பொழுதோ தொல்பொருட்கள் கிடைக்கும் சந்தர்பத்திலோ அவர்கள் மக்களுக்கு விளக்கிக்கூறும் அளவிற்கும் புரியும்படியும் காலக்கட்டங்கள் மாறுபடாமல் தொல்லியல்துறை வல்லுநர்கள் காலக்கணக்கீடு செய்வதற்கும் ஏற்றவகையில் அவர்களால் புகைப்படம் எடுக்க முடிகிறது. பாசி போன்ற சிறுபொருட்களைப் பெரியதாக உருப்பெருக்கம் செய்து ஆய்வு மேற்கொள்வோரின் உதவிக்காக அவர்கள் புகைப்படம் எடுக்கின்றனர். அகழ்வாய்வில் கிடைத்தப் பொருட்கள் (சிற்பங்கள், சுடுமண் பொம்மைகள், காசுகள்) போன்றவற்றைப் பல கோணங்களில் புகைப்படம் எடுக்கின்றனர். அகழ்வாய்வில் அவர்களின் பங்கும், உதவியும் மிக முக்கியமானது. மேலும் அகழ்வாய்வில் ஈடுபட்டிருப் பவர்களுடன் புகைப்பட வல்லுநர்களும் எப்பொழுதும் இருக்க வேண்டும் என்ற நிலை ஏற்படுகிறது. ஆகவேதான் இயக்குநர்கள், உதவி இயக்குநர்கள், கல்வெட்டு ஆய்வாளர்கள், அகழ்வாய்வாளர்கள், மாணவர்கள், தொல்லியல் துறையில் பணியாற்றும் பிற உதவி யாளர்கள், நூலகர்கள் எழுத்தாளர்கள்கூட புகைப்படம் எடுப்பதில் தேர்ச்சிபெற்றவர்களாக தங்களை மாற்றிக்கொள்கின்றனர். புகைப்படம் எடுத்து, உடனடியாக அகழ்வாய்வுப் பொருட்களைக காணும் அளவிற்கான இருட்டறை, மற்ற வசதிகள் அகழ்வாய்வு இடங்களில் தற்காலிகமாக ஏற்படுத்திக் கொள்வதால் உடனடியாகக் கைப்படங்கள் குறிப்பிட்ட துறைகளுக்கும் செய்தித்தாள்களுக்கும் கால நிர்ணயம் செய்யும் தொல்லியல் அறிஞர்களுக்கும் அனுப்பப் படுகின்றது.

பரப்பாய்வாளர் (Surveyor) :

அகழ்வாய்வு என்பது அதிகமான அளவில் அறிஞர்களின் அறிவும், ஆர்வமும், அரசின் அனுமதி, அரசின் நிதியுதவி, ஆய்விடங்களில்

வாழும் தலைவர்கள், முதலீடு எனப் பல முக்கியப் பிரிவுகளின் ஒட்டுமொத்தத்தையும் உள்ளடக்கிய ஒரு சீரிய பணியாகும். ஆகவே அகழ்வாய்வுக்கான இடத்தேர்வு என்பது அகழ்வாய்வில் மிக முக்கிய இடத்தைப்பெறுகின்றது. பரப்பாய்வாளரின் பணி குறிப்பிடத்தக்க இடத்தைப் பெறுகின்றது. வரலாற்றுச் சிறப்பு மிக்க ஊர், குன்றுகள், கடல்பகுதிகள், மலையடிவரங்கள் எனத் தேர்ந்தெடுக்கப்படும் பொழுது பழங்கால மனிதன் வாழ்ந்ததற்கான ஆதாரங்கள், இலக்கியம், கல்வெட்டு, புராதனச் சின்னங்கள், செவிவழிச் செய்திகள், பூகோள அமைப்பு, அருகில் செல்லும் நதி, எல்லைப்பகுதி எனப் பலவற்றையும் கூர்மையாகக் ஆழமாக நோக்கவேண்டும். பின் தேர்வுசெய்த இடத்தை இயக்குநர், அகழ்வாய்வு வல்லுநர்களிடம் காட்டி ஆலோசனையைப் பெற வேண்டும். அதற்கான வரைபடம் தயார் செய்யவேண்டும். அந்த இடம் (அகழ்வாய்விற்கு தேர்ந் தெடுத்த பகுதி or Excavated trenches) எப்படிப்பட்ட பகுதியில் அமைந்துள்ள என்பதை கவனமாகப் பார்க்கவேண்டும். அமைப்பிற்கு ஏற்ப அகழ்வாய்வுப் பகுதிகளைப் பல பிரிவுகளாக பிரித்து அகழ் வாய்வு செய்ய வழிவகை செய்யவேண்டும். அகழ்வாய்வு மேற்கொள்வதற்குச் செய்ய வழிவகை செய்ய வேண்டும். அகழவாய்வு மேற்கொள்வதற்கு முன்பணிகளை முழுமையாக கவனிக்கும் பொறுப்பு இவரைச் சாரும்.

வரைபடக் கணிப்பாளர்:

புகைப்படக்காரரைப் போன்று தொழில்நுட்பம் தெரிந்த வரை படத் தேர்ச்சியாளர் அகழ்வாய்வில் முக்கியப் பங்கு வகிக்கின்றார். அகழ்வாய்விற்கு எடுத்துக்கொண்ட இடத்தின் அமைப்பு அதைச் சுற்றியுள்ள எல்லைப் பகுதி முக்கிய இடங்கள், பாதை அமைப்பு அகழ்வாய்வு பரப்புப் பிரிக்கப்பட்டுள்ள விதம், மாதிரிக்குழியின் அமைப்புக் கயிறுகளும், கம்பிகளும் கொண்டு பல பகுதிகளாகப் பிரிக்கப்பட்டுள்ள அகழ்வாய்வு மையம் எனப் பல பிரிவாகச் சிறியதாகவும் பெரிய அளவிலும், தெளிவாகவும் வரைபடத்தின் மூலம் விளக்குகின்றார். மேலும் அகழ்வாய்வின் பொழுது ஒவ்வொரு மண்ணடுக்குகளையும் எந்த இடத்தில் பொருள் கிடைத்தது என்பதையும் வரைபடமாகக் காட்டுகின்றனர். கிடைத்த பழம்பொருட்களை வரைபடமாக வரைகின்றார். குறிப்பாகப் பானை ஓடுகளின் வடிவம், எழுத்துக்கள், குறியீடுகள், இவற்றையும் வரை படத்தில் தயாரிக்கின்றார். இவர் அகழ்வாய்வுப்பொருட்களின் மாதிரி படைப்பாக்கங்களையும் தயாரிக்கும் திறமையும் கொண்டு செயல் படுகிறார். பிற இடங்களில் அகழ்வாய்வில் கிடைத்த பொருட்களையும்

வரைந்து தற்பொழுது கிடைத்துள்ள பெருட்களுடன் ஒப்பிட்டு வரைந்து புகைப்படக்காரர்களின் பணியை எளிதாக்குகின்றார். இவ்வகை அமைப்புகள் செய்தி வெளியீட்டிற்கும் கட்டுரைகள் எழுதி செய்திகளைத் தெரிவிக்கவும், தக்கபடைப்புகளும் உயிரூட்டும் கருவியாக அமைகின்றது.

குறிப்பாளர்:

அகழ்வாய்வு இடத்தில் அகழ்வாய்வின் ஒவ்வொரு படிகளையும் குறித்து, பதிவேடுகள் தயாரித்தல், அகழ்வாய்வு செய்யும் இடங்களை அடிப்படையாக வைத்துத் தயாரிக்கப்பட்ட வரைபடத்திலும் எந்தெந்த அடுக்குகள் (Trenches) அகழ்வாய்வு செய்யப்பட்டது என்பதைக் குறித்துக்கொள்ளல், அகழ்வாய்வு செய்யும்பொழுது மண்வகைகள் (நிறம்) மாறுபடும் இடங்களில் குறியீடு செய்தல் (Mark) அகழ்வாய்வுக்குழியில் எந்த இடத்தில் கிடைத்தது என்பதைக் குறிப்பிடுதல் போன்ற பணிகளைச் செய்கின்றார். மேலும் அகழ்வாய்வுக்குழிகளின் எண்ணிக்கையும், பரப்பையும் பற்றிய விபரங்களையும் பராமரிப்பார், அகழ்வாய்வில் கிடைத்த பொருட்களைச் சுத்தம் செய்து பராமரிப்பதில் உதவுவதுடன், கால அட்டவணைத் தயார் செய்து தொல்பொருளுக்கு (Excavated things) ஓர் அறிமுக அட்டையை அத்துடன் இணைத்து ஆய்வு மையங்களுக்கு அனுப்புவதிலும் உறுதுணைபுரிகின்றார். பானை ஓடுகள் பராமரிப்பதிலும், ஆய்வுமையங்களுக்கு அனுப்புவதிலும் அகழ்வாய்வு உதவியாளருக்கு உதவி புரிகின்றார்.

அகழ்வாய்வுப் பொருட் பாதுகாவலர்:

அகழ்வாய்வில் முக்கிய இடம் வகிப்பவர் பாதுகாவலர் ஆவார். அகழ்வாய்வில் ஈடுபடுவோர் இரவு பகலாகத் தன்னை ஈடுபடுத்திக்கொண்டாலும் அகழ்வாய்வுப் பொருட் பாதுகாவலர் என்பவர் கட்டாயம் தேவைப்படுகின்றார். இவரின் முக்கியப் பணிகள்.

1. அகழ்வாய்வு மையத்தில் உள்ள பொருட்களின் எண்ணிக் கையைப் பதிவு செய்து, பதிவேடு பராமரித்தல்.

2. பொருட்களை அகழ்வாய்வு நடக்கும் நேரத்தில் அவர் களுக்குக் கொடுத்தல் ஒவ்வொரு நாளும் அகழ்வாய்வின் பணியை முடித்த பின் களப்பணியாளர்களிடமிருந்து பொருட்களைப் பெற்றுக் கொள்ளுதலும் மறுநாள் கொடுப்பதும் அவருடைய கடமையாகும்.

3. அகழ்வாய்வு நடத்தும் பணியாளர்களின் தங்குமிடங்களுக்கு வேண்டிய (Camp Site) அத்தியாவசிய பொருட்களான தண்ணீர்,

உணவுப் பொருட்கள், மருத்துவ வசதிகள், போக்குவரத்து வசதிகள் போன்றவற்றையும் அவர் கணித்துக் கொள்வார்.

4. அகழ்வாய்வுத் துணை இயக்குநர், அகழ்வாய்வாளர்கள் மற்றும் பிற தொழில்நுட்ப உறுப்பினர்களுக்கு உதவி செய்வதும் மிக அவசியம்.

5. அகழ்வாய்வு நடக்கும் இடங்களைப் பாதுகாப்பதும் இவரது முக்கியப் பணியாக அமைக்கிறது.

இதர தொழில்நுட்ப உதவியாளர்கள்:

அகழ்வாய்வில் கிடைக்கும் பொருட்கள் சுத்தப்படுத்தும் பொழுது அப்பொருளின் வரலாற்று முக்கியத்துவத்தை உணர்ந்து மிருதுவாக அப்பொருட்கள் கையாளப்படவேண்டும். வேதியல் பொருட்களின் துணைகொண்டு தூய்மைப்படுத்தினால் அப்பொருட்கள் தன் தனித்தன்மையை இழக்கமாலும் பல நாட்கள் பாதுகாத்தும் வைக்கமுடியும் என்ற நிலையில் வேதியியல் துறையைச் சார்ந்தவர்களின் உதவி நாடப்படுகிறது. எலும்புகள், பல நூற்றாண்டுகளைக் கடந்து வந்த புதைவடிவங்கள் (Fossils) இவற்றின் காலக்கணிப்பிற்கு மானுடவியல் ஆராய்ச்சியாளர்கள் (Authropologist) போன்றவர்களின் ஆலோசனைகளும், அறிவுரைகளும் பாதுகாப்பின் நவீன முறை முயற்சிகளும் பெரிதும் தேவைப்படுகிறது. இவர்கள் அகழ்வாய்வின் பொழுது எப்பொழுதுமே கள ஆய்வாளர்களுடன் இருக்கவேண்டிய அவசியம் இல்லையெனினும் அகழ்வாய்வுத்துறை விலங்கியல்துறை தாவரவியல் துறையைச் சார்ந்த அறிஞர்களின் உதவியைத் தொல்லியல் துறை பெரிதும் நாடுகிறது.

அகழ்வாய்வில் ஈடுபடும் பிற தொழிலாளர்கள்:

மேற்கத்திய நாடுகளைப் போன்று அல்லாமல் நவீன கருவிகளைத் தொல்லியல் அகழ்வாய்வில் பயன்படுத்த வாய்ப்புகள் இல்லாத நிலையில் தாங்களாகவே கடினமான வேலைகள் (cCs) சல்லடைகளில் அகழ்வாய்வில் தோண்டி எடுத்த பொருட்களை வேறுபடுத்துதல், மணல்களை அப்புறப்படுத்துதல், கிடைத்தப் பொருட்களைச் சுத்தப்படுத்துதல் போன்றவற்றில் ஈடுபடுகின்றனர் தொழில்நுட்பம் வாய்ந்தவர்களாக இல்லாவிட்டாலும் அகழ்வாய்வு உறுப்பினர்களின் நெறிமுறைகளை ஏற்றுச் செயல்படுவதில் சிறந்தவராகவே உள்ளனர்.

இவ்வாறாக இயக்குநர் முதல் பல்வேறுபட்ட நிலைகளில் பணிபுரிபவர்களின் பங்கும் ஒற்றுமையும், ஊக்குவிப்பும், மத்திய மாநில அரசுகளின் நிதியுதவியும் அகழ்வாய்வு மேற்கொள்வதில் முக்கிய பங்கு வகிக்கின்றது.

இயல்-19

மட்பாண்டங்கள் பற்றிய ஆய்வு

பண்டைகால மக்கள் அன்றாட வாழ்க்கையில் உணவுப் பொருட்களைச் சமைப்பதற்கும், உண்ணுவதற்கும், சேமித்து வைப்பதற்கும், மட்கலன்களையே மிகுதியாகப் பயன்படுத்தி உள்ளனர். இத்தகைய மட்கலன்கள் ஆய்வின்போது மிகுதியாகக் கிடைக்கின்றன. இவை காலவரிசையைக் கணிப்பதற்கும், அக்கால மக்களின் பண்பாட்டை அறிந்து கொள்ளுவதற்கும் உதவுகின்றன.

பானைகள் செய்முறை:

பழங்காலத்தில் பானைகள் கைகளால் உருவாக்கப்பட்டன. பின்னர் தொழில்நுட்ப வளர்ச்சி ஏற்பட்டுச் சக்கரங்களைக் கொண்டு பானைகள் உற்பத்தி செய்யப்பட்டன. பொதுவாகப் பானைகள் உருவாக்குவதற்கு ஐந்து வழிமுறைகள் பின்பற்றப்படுகிறது. அவையாவன.

1. களிமண் தேர்வு செய்தல்
2. பாத்திர வகைக்கேற்ப வனைதல்
3. அடிப்பகுதியை அமைத்தல்
4. உட்புறம், வெளிப்புறத்தை அலங்கரித்தல்
5. சுட்டெடுத்தல்

களிமண் தேர்ந்தெடுக்கப்பட்டு அழுக்கு நீக்கப்பட்டுத் தூய பொடியாக மாற்றிச் சல்லடையால் சலித்தெடுக்கப்படுகிறது. பின்னர் அதனைப் பசைபோல் பிசைந்து பானைகள் உருவாக்கப் பயன்படுத்தப்படுகிறது. ஹரப்பா காலத்திற்கு முன்பு பலுசிஸ்தான் போன்ற பகுதிகளில் கூட கைவினை மட்பாண்டங்களே கிடைத்தன. ஆனால் ஈரானிய நாடோடிக் கூட்டத்தினர் அங்கு வந்தபோது அவர்களிடமிருந்து சக்கரத்தின் உதவியோடு பானை தயாரிக்கும் முறை கி.மு.3800-ல் பல நாடுகளுக்குப் பரவியது.

பெருங்கற்கால மட்பாண்டங்கள்:

பெருங்கற்காலத்தில் நெருப்பின் பயன் அறிந்து சமைக்க முற்பட்ட மனிதன் மட்கலன்களை உற்பத்தி செய்யத் தொடங்கினான்.

தொல்லியல்

இது மனித இனம் தோன்றி பல்லாயிரம் ஆண்டுகளுக்குப் பின் ஏற்பட்ட மிகச் சிறந்த சாதனை என்று கருதினால் மிகையாகாது. மட்பாண்டங்களின் வடிவமைப்பையும், மண்ணின் தன்மையையும், நிறத்தையும் வைத்து அதன் கலாசாரக் காலத்தை அறியலாம்.

இந்தியாவில் பெருங்கற்காலம்:

இந்தியாவின் மட்பாண்டங்கள் ஹரப்பா நாகரிகத்திற்கு முன்பிருந்தே கிடைக்கின்றன. கி.மு. 3500-ம் ஆண்டில் உற்பத்தி செய்யப்பட்ட மட்கலன்களும் கிடைத்துள்ளன. இவை கருப்பு சிவப்பு நிறத்திலும், சாம்பல் நிறத்திலும், கருப்பு நிறத்திலும், கருப்பு தயாரிக்கப்பட்டிருந்தன. இவற்றின் உருவ அமைப்பை வைத்து இவை கைகளால் வனையப்பட்டிருப்பது தெரிகின்றது. பானைகளைவிடக் கிண்ணங்கள் பல இடங்களில் கண்டெடுக்கப்பட்டுள்ளன. கருப்பு சிவப்பு பானை ஓடுகள் ராஜஸ்தான், மஹாராஷ்டிரம் கங்கைச் சமவெளியிலிருந்து தென்னிந்தியாவரை பரவி உள்ளது.

ஹரப்பா காலத்துப் பானை வகைகள்:

ஹரப்பா காலத்து மட்பாண்டங்கள் வண்ணப் பூச்சுடன் காணப்படுகின்றன. ஹரப்பா காலத்திற்குப் பின்பு மட்பாண்டங்கள் தயாரிப்பிலும் ஒரு வீழ்ச்சி காணப்பட்டது. தாமிரக்காலத்து மட்பாண்டங்கள் கங்கை யமுனைச் சமவெளிகளிலும், மத்திய இந்தியாவிலும், தக்காணத்திலும் காணலாம். இரும்புக் காலத்தில் தயாரிக்கப்பட்ட மட்கலன்கள் சாம்பல் வண்ணத்தில் காணப் படுகின்றன. வட இந்திய மட்பாண்டங்கள் பளபளப்புடன் கறுப்பு நிறக் களிமண்ணால் செய்யப்பட்டவையாக உள்ளன.

தமிழகத்தில் மட்பாண்டங்கள்:

தமிழகத்தில் பெருங்கற்காலக் காலத்தைச் சார்ந்த மட்பாண்டங்கள் கிடைத்துள்ளன. இவற்றுள் ரௌலட்டட், அரட்டின் மற்றும் ஆம்போரா வகைப் பானையோடுகள் ரோமானிய நாட்டைச் சேர்ந்தவை ஆகும்.

ரௌலட்டட் பானைகள்:

தமிழகத்திலும் கிடைக்கும் களிமண்ணை நீருடன் நன்கு கரைத்து மெல்லிய துணியில் வடிகட்டி பின்னர் அக்குழம்பினை வெய்யிலில் காய வைப்பார்கள். பிறகு மீண்டும் காய்ந்த களிமண்ணைத் தண்ணீரில் கரைத்து அந்த குழம்பினை துணியின் வழியாக ஊற்றி வடித்து நிழலில் காயவைத்து ஓரளவு மாவு போன்ற கெட்டியான பக்குவத்தில் பிசைந்து அக்களிமண்ணைச் சக்கரத்தில் வைத்து மட்கலன்கள் செய்தனர்.

பின்னர் அக்கலன்களுக்கு உட்புறமாகக் கருப்பு வண்ணமும், வெளிப்புறத்தில் சிவப்பும் தீட்டியுள்ளனர். தட்டு வடிவிலான கலங்களின் உட்பகுதியின் அடியில் மூன்று முதல் ஏழு வட்டங்களாக சிறுசிறு புள்ளிகள் குத்தி அலங்காரம் செய்யப்பட்டது. இத்தகைய அலங்காரத்திற்கு ரௌலட்டட் அலங்காரம் என்று பெயர், எனவே இவை ரௌலட்டட் வகைக்கலன்கள் என்று அழைக்கப்படுகின்றன.

அரட்டின் வகைகள்:

அரட்டின் வகை மட்பாண்டங்கள் இத்தாலிய நாட்டில் அரிசோ (Arezzo) என்னும் பகுதியில் வாழ்ந்த குயவர்களால் வனையப்பட்டவை. இவை மேற்கூறிய ரௌலட்டட் முறையில் களிமண்ணோடு இளஞ் சிவப்பு வண்ணக்காவியைக் கலந்து உருவாக்கப்பட்டன இவற்றின் காலம் கி.மு.75 முதல் கி.பி.50க்கு உட்பட்டவை என்று கணிக்கப் பட்டுள்ளது. அரிசோ பகுதிகளி லிருந்து வந்ததால் அரிசோ என்பது மருவி அரட்டின் பானைகள் என்றும் அழைக்கப்பட்டது. இவை பெரும்பாலும் கிண்ணம் மற்றும் தட்டுக்கள் வடிவில் காணப்படுகின்றன.

ஆம்போரா சாடிகள்:

குறுகிய கழுத்துப் பகுதியும், தோளில் இரண்டு கைப்பிடிகளும் அகன்ற உடல் பகுதியும், கூர்மையான அடிப்பகுதியும் கொண்ட அழகிய சாடிகளில் ரோமானியர் தம் நாட்டு மதுவைத் தமிழ்நாட்டுக்குக் கொண்டுவந்தனர். 'யவனர் தந்த நன்கமழ்தேறல்' என்று சங்க இலக்கியங்கள் வருணிக்கும் இந்தத் தேறல் என்னும், மது வகைகள் தமிழக மன்னர்கள் மற்றும் உயர் குடியினரால் விரும்பி அருந்தப் பட்டன. மன்னர்கள் இத்தகைய மது வகைகளை விருந்துகளின் போதும், வெற்றிக் கொண்டாட்டங்களின் போதும் தாராளமாகப் பயன்படுத்திய செய்திகளை இலக்கியங்கள் செப்புகின்றன.

இத்தகைய மது வகைகளை இறக்குமதி செய்ய "ஆம்போரா" சாடிகள் பயன்படுத்தப்பட்டிருக்கின்றன, என்பதை அகழ்வாய்வின் மூலம் அச்சாடியின் உடைந்த பருத்த துண்டுகளிலிருந்து அறிகின்றோம்.

தமிழகம் மேற்றிசை மற்றும் கீழ்திசை நாடுகளோடு பண்பாட்டு மற்றும் வாணிப உறவு கொண்டிருந்தது என்பதைப் பிற நாடுகளின் நாணயங்களிலும், பானை ஓடுகளாலும் பிற தொல்லியல் சான்று களாலும் மற்றும் சங்க இலக்கியச் சான்றுகளாலும் அறியமுடிகிறது.

தமிழகத்தில் பல்வேறு பகுதிகளான பூம்புகார் என்றழைக்கப்படும் காவிரிப் பூம்பட்டினம், கரூர், வாசவசமுத்திரம், உறையூர், அழகன் குளம் மற்றும் புதுவையின் அரிக்கமேடு போன்ற இடங்களில்

தொல்லியல்

நடைபெற்ற அகழ்வாய்வுகளும் தமிழக ரோமானிய வணிக உறவை உறுதிப்படுத்துகின்றன.

உருவம் பொறித்த பானை ஓடுகள்:

புதுவை மாநிலம் அரிக்கமேட்டில் மார்டிமர் வீலர் தலைமையில் நிகழ்த்தப் பெற்ற அகழ்வாய்வில் சுடுமண் கிண்ணங்கள் பல கிடைத்துள்ளன. உட்புறத்தில் மீன், புறா, மயில் போன்ற உருவங்கள் பொறிக்கப்பட்டுள்ளன. இக்கிண்ணங்கள் அரட்டின் (அல்லது) ரௌலட்டட் வகையைச் சார்ந்த பானை ஓடுகள் கிடைக்கின்ற அதே இடத்தில் கிடைத்துள்ளன என்பது குறிப்பிடத்தக்கதாகும்.

ஆதலால் இக்கிண்ணங்களின் வனைப்பு முறையை வைத்து இவையும் ரோம் நாட்டிலிருந்து இந்தியாவிற்குக் கொண்டு வரப்பட்டவையாக இருக்கலாம், என்றும் ஆனால் உருவங்களைப் பார்க்கையில் அவை தமிழ்நாட்டில் மேல் நாட்டினரின் தாக்கத்தால் உருவாக்கப்பட்டிருக்கலாம் என்றும் கருதப்படுகிறது.

இக்கிண்ணங்கள் சாம்பல் நிறமாகவும், கருப்பு நிறமாகவும், சாம்பல் கலந்த நிறமாகவும் காணப்படுகின்றன. பொதுவாகப் பானையோட்டின் உட்புறத்தில் கருப்பு வண்ணமும், மேற்புறத்தில் பழுப்பு வண்ணமும் பூசப்பட்டிருக்கின்றன.

இதுபோல் தமிழ்நாட்டில் அழகன்குளத்தில் கிடைத்த பானையோடுகளின் உட்புறத்திலும் மீன், மயில், புறா மற்றும் குதிரை உருவங்கள் காணப்படுகின்றன. அழகன் குளத்திலும் கி.பி.12ம் நூற்றாண்டைச் சேர்ந்த ரௌலட்டட் வகை பானையோடுகள் கிடைக்கின்றன. இவை கருப்பு வண்ணத்திலும், பழுப்பு வண்ணத்திலும் காணப்படுகின்றன.

இலை வடிவப் பானையோடுகள்:

கிண்ணம் போன்ற பாத்திரத்தின் உட்பகுதியின் அடிப்பகுதி யிலிருந்து தோள் பகுதிக்குச் செல்லும் வகையில் இலைகள் வரையப் பட்டிருக்கின்றன.

சில ஓடுகளில் பூவிதழ் விரிந்தது போன்று வரையப்பட்டிருக்கின்றன. இவற்றின் காலம் கி.பி.1 முதல் 2ம் நூற்றாண்டுகளைச் சேர்ந்தது. இவை தவிர மட்கலன்களை நிறுத்தி வைப்பதற்கான வட்டங்கள் (Foot - Ring) காணப்படுகின்றன.

இவைகள் சாம்பல் மற்றும் கருப்பு நிறத்தில் உள்ளன. இவை மத்திய தரைக்கடல் நாடுகளின் பானையோட்டை ஒத்திருக்கின்றன.

அழகன்குளத்தில் இலை உருவங்கள் முத்திரையிடப் பெற்றும் வரையப்பட்டும் பானையோடுகள் காணப்படுகின்றன.

குமிழ் காணப்படும் பானையோடுகள்:

மட்கலத்தின் அடிப்பகுதியில் உட்புறமாக நடுவில் குமிழ் காணப்படுகிறது. இதைச் சுற்றிக் கோடுகள் வட்டமாக வரையப் பட்டுள்ளன. இதைச் சுற்றி கோடுகள் வட்டமாக வரையப்பட்டுள்ளன. சாம்பல் மற்றும் கருப்பு வண்ணம் பூசப்பட்ட இத்தகைய மட்பாண்டங்கள் அரிக்கமேடு, அழகன்குளம் போன்ற பகுதிகளில் மிகுதியாகக் கிடைக்கின்றன. எனவே இவ்வுருவம் பதித்த பானையோடுகள் எல்லாம் பெருங்கற்காலத்தைச் சேர்ந்தவை என்று அறியலாம். இவ்வுருவங்கள் எல்லாம் உருவ எழுத்தின் தொடர்ச்சியே என்று கருதலாம்.

பானையோடுகளில் காணப்படும் இவ்வுருவங்களை ஹரப்பா பானையோட்டில் காணப்படும் உருவங்களுடன் ஒப்பிட்டு பி.பி.லால் என்பவர் ஆய்வு செய்துள்ளார். ஒரு ஆய்வை மேற்கொண்டார். அவ்வாய்வின் மூலம் மொகஞ்சதாரோ, ஹரப்பா பானை ஓடுகளில் காணப்படும் உருவங்கள் தமிழகத்தில் காணப்படும் பானையோடு களை 80 சதவீதம் ஒத்துக் காணப்படுகிறது என்று தெரிவித்துள்ளார். இக்கருத்தினை அஸ்கோ பர்டோலே என்ற பின்லாந்து நாட்டு அறிஞரும் ஏற்றுக்கொண்டுள்ளார்.

அகழ்வாய்வில் கிடைத்துள்ள பானை ஓடுகள் இரண்டாம் நூற்றாண்டைச் சேர்ந்தவை. தமிழகத்தின் பல பகுதிகளிலும் கண்டெடுக்கப்பட்டுள்ள ஆம்போரா வகை ஜாடிகளில் உடைந்த மட்கலத்தின் சில பகுதிகள் அழகன் குளத்தில் கண்டெடுக்கப் பட்டுள்ளன. அவை பெரும்பாலும் கைப்பிடிப் பகுதிகள் ஆகும்.

பொதுமக்களைப் பற்றிய பானையோடுகள்:

சங்க காலத்தில் மட்கலன்கள் வெளிப்புறத்தில் எழுத்துகள் பொறிக்கப்பட்டிருக்கின்றன. இவை பிராமி எழுத்துகள் வகையைச் சார்ந்தவை. உதாரணமாக - உறையூரில் கிடைத்த பானையோட்டில் தமிழ் எழுத்தில் முலான்பேடு அந்தணன் என்று எழுதப்பட்டிருக் கின்றது. இது முலான்பேடு என்னும் ஊர் இருந்ததையும் அந்தணர் சமூகத்தினர் வசித்ததையும் காட்டுகிறது.

தமிழக-ஹரப்பா பானை ஓடுகளில் உருவ ஒப்பீடு:

தமிழகத்தில் அகழ்வாய்வு நடத்தப்பட்ட பகுதிகளில் எல்லாம் கறுப்புச் சிவப்பு பானையோடுகளோடு உருவங்கள் வரையப்பட்ட

பானையோடுகள் பெருங்கற்காலத் தடயங்களுடன் கிடைத்து வருகின்றன.

எனவே உடைந்த பானையோடுகள், உதவாக்கரையல்ல. இவை காலக்கணிப்பு, சமூகப் பொருளாதார வாழ்க்கை, கலை நுட்பம் வண்ணங்கள் போன்றவற்றை அறிய உதவுகின்றன. எழுத்துக்கள் மட்டுமின்றி பல கீரல்களும் (குறிகள்) காணப்படுகின்றன. பானையோடுகள் பண்டைய பழக்கவழக்கத்தையும், பண் பாட்டையும் பறைசாற்றுபவையாய் உள்ளன.

இயல்-20

பெருங்கற்காலம்

வரலாற்று அறிஞர்கள் வரலாற்றுக்கு முந்தைய கால கட்டங்களைப் பழைய கற்காலம், இடை கற்காலம், புதிய கற்காலம், உலோகக் காலம் எனப் பிரிக்கின்றனர். இக்காலகட்ட வரலாறுகளை ஆய்வதற்கு எவ்விதமான எழுத்துச் சான்றுகளும் நமக்குக் கிடைப்ப தில்லை. மாறாக அவர்கள் விட்டுச் சென்ற எச்சங்களே வரலாற்றுச் சான்றுகளாக நமக்குக் கிடைக்கின்றன. அழிந்துவிட்ட இந்நாகரிகத் தொன்மையினை நாம் அகழ்வாராய்ச் சியின் மூலமே அறிகிறோம். வரலாற்றில் “பெருங்கற்காலம்” என்பது உலோகக் காலத்தின் முந்தயை காலகட்டம். தென்னகத்தில் இது சற்று முன்னதாகத் தோன்றியிருக்கலாம் என வரலாற்று அறிஞர்கள் கருதுகிறார்கள். ஐரோப்பாவில் பெருங் கற்காலம் (Megalithic Period) கி.மு.3500-1500 வரை எனக் கணக்கிடப் படுகிறது. இந்தியாவில் ஆங்காங்கே பெருங்கற்கால நினைவுச் சுவடுகள் காணப்பட்டாலும் தென் இந்தியா முழுமையும் பெருங் கற்காலச் சுவடுகள் பரவிக்காணப்படுகின்றன. இதைத்தான் தமிழ் நாட்டில் பாண்டவர்குழி, பாண்டவர் பதுக்கை என அழைக்கிறோம்.

பெருங்கற்கால மனிதத் தோற்றம்:

தென்னிந்தியா முழுவதும் தம் சுவடுகளைப் பதித்துச் சென்ற பெருங்கற்கால மனிதர்கள் யார்? என்பதைப் பற்றி வரலாற்று தொல்லியல் ஆய்வாளர்களுக்கு இடையே கருத்து வேறுபாடுகள் நிலவுகின்றன. ஃப்யுரஸ் ஹேமன்டார்ப் (Fueres Hamendorf) என்பவர் இந்தியாவின் மேற்குப் பகுதியில் இருந்து கடல் மார்க்கமாக வந்தவர்கள் என்று கூறுகின்றார். ஆனால் ப்ருரோ (Burrow) என்ற தொல்லியலாளர் இம்மக்கள் வடமேற்கு பகுதியில் இருந்து தென் இந்தியா வந்தவர்கள் எனக் குறிப்பிடுகின்றார். ஒரு சிலர் இவர்கள் தக்காணப் பகுதியில் வாழ்ந்தவர்களின் ஒரு பிரிவினர் என்கின்றனர், அசோக் பார்போலோ என்ற தொல்லியலாளர் இவர்கள் ஆரியர்களின் முன்னோடிகளாக இருக்கலாம் எனக் கருதுகின்றார். ஆனால் கே.ஆர்.சீனிவாசன், என்.ஆர்.பானர்ஜி ஆகியோர் பெருங்கற்கால

மனித சுவடுகள் பெரும்பாலும் மலைகளை ஒட்டிய பகுதிகளிலும், மலைசரிவுகளிலும் அதிகமாகக் காணப்படுவதால் இவர்கள் இங்குள்ள மனிதர்களே என்கின்றனர்.

பெருங்கற்காலம் காணப்படும் இடங்கள்:

வட இந்தியாவைவிடத் தென் இந்தியாவில் இக்காலத்தின் செறிவு அதிகம். முக்கியமாகத் தமிழகத்தில் இதன் தாக்கம் அதிகம். தமிழ்நாட்டில் ஏறத்தாழ எல்லா இடங்களிலும் பெருங்கற்காலப் புதை குழிகளை நாம் காணலாம். தமிழகத்தில் கோவை மாவட்டத்திலுள்ள பல்லடம் பெருங்கற்காலச் சுவடுகளைத் தாங்கியுள்ளது. நீலகிரி மலைச் சரிவுகள், கொடைக்கானல் மலைச் சரிவுகள், மேல்கரைபட்டி, பழனி, ஆனைமலை, அன்னவாசல் போன்ற இடங்கள் பெருங்கற்கால வரலாற்று உண்மைகளைத் தமக்குள் புதைத்துக் கொண்டுள்ளன. இவ்விடங்களை ஆய்வு மையங்களாக்கித் தொல்லியலாளர் அவற்றைத் தோண்டி, ஆராய்ந்து வரலாற்று உண்மைகளைக் கண்டறிந்துள்ளனர். இதைத்தவிர கோயமுத்தூர், பேரூர், பொள்ளாச்சி, திருநெல்வேலியின் ஆதிச்ச நல்லூர், காயல்பட்டினம், புதுக்கோட்டை, பாளையங்கோட்டை, மதுரை மாவட்டத்தில் உள்ள விளாங்குடி, பரவை, சித்தன்ன வாசல், கொடுமணல், திருப்பூர், வெள்ளலூர் பகுதிகளிலும் பெருங்கற்காலப் புதைகுழிகளை நாம் காணலாம். இவைகளே இக்காலத்தின் சிறப்பை உணர்த்தும் வரலாற்றுக் கருவூலங்களாகக் கருதப்படுகின்றன.

பெருங்கற்காலச் சின்னங்கள்:

தமிழ்நாட்டில் கிடைத்துள்ள பெருங்கற்காலச் சின்னங்களின் நாகரிக எச்சங்கள் அனைத்தும் இறந்தவர்களைப் புதைக்கும் இடமான புதைகுழியிலிருந்தே பெறப்படுகிறது. 19 மற்றும் 20ம் நூற்றாண்டுகளில் தொல்லியல் ஆய்வுத்துறை தம் பணியை முடுக்கி விட்டபோது இம்மக்களின் சிறப்பு அறியப்பட்டது. தமிழகத்தின் பல பாகங்களில் பெருங்கற்காலப் புதைகுழிகள் காணப்பட்டாலும் அவைகள் அமைப்பில் வெவ்வேறானவை. ஆனால் பெருங்கற்கால மனிதர்கள் பெரும்பாலும் இயற்கையில் கிடைக்கும் பெரும் கற்களைப் பயன்படுத்தியே புதைகுழிகளை மூடியுள்ளனர்.

பெருங்கற்காலச் சான்றுகள்:

பெருங்கற்காலம் இருந்தற்கான சான்றுகளை நம் பண்டைய இலக்கியங்கள் எடுத்துக்காட்டுகின்றன. இறந்தோரைத் தாழிகளில் இட்டுப் புதைக்கும் வழக்கமும், அத்தாழிகளைப் புதைக்கும் இடங்களில் பெரும்கற்களை நட்டு வழிபாடு செய்யும் முறையும் பண்டைய

தமிழர்களிடையே இருந்ததற்குச் சான்றுகள் நம் இலக்கியங்களில் உள்ளன. நற்றிணை, பதிற்றுபத்து, புறநானூறு, அகநானூறு, மணிமேகலை, ஐங்குறுநூறு ஆகியவற்றில் தாழிகள் நடுகற்கள் முலியவை பற்றிய குறிப்புகள் காணப்படுகிறது.

கி.பி.12ம் நூற்றாண்டில் வாழ்ந்த கம்பர் தம் கம்பராமாயணத்தில் முதுமக்கள் தாழிகள், பெருங்கல் சமாதிகளைப் பற்றிக் குறிப்பிட்டு உள்ளார்.

உ.ம்.

"சுடுவோர் இடுவோர் தொடுகுழிப் புதைப்போர்;
தாழ்வாயின் அடைப்போர் தாழியில் கவிப்போர்"

மணிமேகலை6:66-67

"விழுத்தொடை மறவர் வில்லிடத் தொலைத்தோர்
எழுத்துடை நடுகல் அன்ன ...."

அகம்:67:7-10

"............ அம்குடிச் சீறூர்
நடுகல் கைதொழுது பாரவும்"

-இப்பாடல்கள் பெருங்கற்கால நினைவுச் சின்னங்களாகத் தாழிகள் மற்றும் நடுகற்கள் இருந்ததை உறுதி செய்கின்றன.

பெருங்கற்கால மனிதப் புதைகுழிகள்:

இம்மக்கள் இறந்தவர்களைப் புதைக்க இயற்கையில் கிடைக்கும் பெரும்கற்களைப் பயன்படுத்தினர். இவைகள் கல்லறைகளாகவும், நடுகற்கள் அல்லது குத்துக்கல் தாழிகளை அமைத்துள்ளனர். இவை பல வகைகளாகக் கிடைக்கின்றன.

கல்லறை அமைப்பு:

கோவை மாவட்டத்தில் பல்லடத்திற்கு அருகில் உள்ள செட்டி பாளையம் என்னும் ஊருக்கு அருகில் ஒரு வயல் வெளியில் பெரும் மண்மேடு காணப்பட்டது. இம்மண் மேட்டை அகழ்வாராய்ச்சிக்கு உட்படுத்தியபோது இம்மேட்டின் நடுவே பெருங்கற்கால சமாதி (Megalithic Monuments) ஒன்று கண்டெடுக்கப்பட்டது. செட்டி பாளையத்தில் கிடைத்த சமாதியில் பல வகையான மண்பாண்டங்கள் கிடைத்துள்ளன. இதில் வழவழப்பான கருப்புநிற மண்பாண்டங்கள் நல்ல நிலையில் கண்டெடுக்கப்பட்டுள்ளன.

இதில் ஒரு நீர் அருந்தும் குவளை ஒன்றும், மூடி போட்ட மற்றொரு குவளையும் மூடியின் மீது மான் போன்ற வடிவம் நிற்கும்

நிலையில் செதுக்கப்பட்டிருக்கிறது. இதைத் தவிர சீப்பு, சிப்பி, மணி முதலிய பொருட்களும் இருந்தன. இவற்றிலிருந்து அவர்களின் நாகரிகச் சிறப்பு நமக்கு நன்கு புலப்படுகிறது.

தாழிகள்:

புதுக்கோட்டை மாவட்டத்தில் கற்கால நினைவுச் சின்னங்கள் பலவகைகளில் காணப்படுகின்றன. இதே போல் பல்லாவரத்திலும் இதைப் போன்ற தாழிகள் கிடைத்துள்ளது. இறந்தவர்களைப் புதைக்கப் பயன்படுத்திய பெரிய மண் ஜாடியே தாழிகள் எனப்பட்டன. இவை பல அமைப்புகளில் சிறிதும், பெரியதுமாக உள்ளன. இந்த மண் தாழியில் இறந்தோரின் உடலை உட்கார வைத்து அதன்மேல் பாதி அளவில் மண்பரப்பி அதற்குமேல் அரிசியும், பிற பொருட்களும், ஒரு தட்டில் வைக்கப்பட்டு அதன் அருகில் இறந்தவர் பயன்படுத்திய கற்கருவிகள் பலவும் வைக்கப்பட்டு, அதன்மேல் ஒரு பெரும் கல்லை கொண்டு மூடி, தாழியை மண் குழிக்குள் இறக்கி குழிகளில் மண் போட்டு அதன்மேல் பெரும் கற்களைக் கொண்டு மூடியுள்ளனர். இம்முறை இடத்திற்கு இடம் சிறிது வேறுபாட்டோடு காணப் படுகிறது.

சுட்ட செம்மண் படிமங்கள்:

சென்னைக்கு அருகில் பல்லாவரத்தில் பெருங்கற்கால நினைவுச் சுவடுகள் காணப்படுகின்றன. இங்குப் பல தாழிகள் கண்டெடுக்கப் பட்டன. இதன் அருகில் சுட்ட களிமண்ணும் மணலும் கலந்து செய்யப்பட்ட உருவங்களும் கண்டெடுக்கப்பட்டன. இதில் ஒரு மனித உருவமும் உள்ளது. இதன் கால்கள் குட்டையாக இருக்கின்றன. இதைத் தவிர செந்நிற மண்ணாலான ஒரு பெண்ணின் உருவமும் உண்டு. இதன் கூந்தல் அழகுறச் சீவப்பட்டுள்ளது. இப்பெண் கழுத்தில் மணியிலான அட்டிகை அணிந்திருக்கிறாள். எனவே இம்மக்கள் மிக்க நாகரிகத்தோடு இருந்திருக்க வேண்டும். கால்கள் குட்டையாக இருப்பதால் இவர்கள் உருவத்தில் குட்டையானவர்களாக இருந்திருக்க வேண்டும் எனத் தொல்லியல் ஆய்வாளர்கள் கருதுகின்றனர். சேலம் மாவட்டத்தில் காணப்பட்ட புதைகுழிகளில் அதிகம் சுடுசெம்மண்ணால் ஆனப் பெட்டிகள் அல்லது பெட்டகங்கள் போன்ற அமைப்புகளைக் கொண்ட கல்லறைகளைக் காணலாம். கோவைக்கு அருகில் உள்ள பேரூரில் கிடைத்த சுடுமண் பொம்மைகள், நாக வழிபாடு இருந்தமைக்கு ஆதாரங்களாகத் திகழ்கின்றன.

கற்குவியல் முகடுகள் மாடக்கற்கள்:

பெருங்கற்காலச் சின்னங்களில் மற்றொரு வகை கற்குவியல் மாடக்கற்கள் அமைப்பாகும். திண்டுக்கல் மாவட்டத்தில் கொடைக்

கானல், பழனிமலை பகுதிகளில் காணப்படுகின்றது. இதைத் தவிர குரங்கு படை வீடுகள் (Dolments) காணப்படுகின்றது. இந்த அமைப்புகளில் ஒரு சில மாறுபாடுகள் காணப்பட்டாலும் அவைகள் அதிகமாக இயற்கையில் கிடைக்கும் பெரிய கற்களைக் கொண்டே அமைக்கப்பட்டிருக்கிறன. இக்கற்களில் சில பெரும் கற்களைப் பட்டையாகச் செதுக்கி இறந்தவரின் உடலைச் சுற்றி நாற்புறமும் கல்லறையாக அமைத்தனர்.

இதைத் தவிர தாங்கள் இறந்தவர்களைப் புதைத்த இடங்களை மண்கொண்டு மூடி அதன்மேல் மண்ணைக் குவியலாக அமைத்து அடையாளமிட்டனர். பின் இப்பழக்கம் சிறிது சிறிதாக மாறியிருக்க வேண்டும். பல இடங்களில் புதைத்த இடத்தில் மண்மேட்டிற்குப் பதிலாகச் சிறுசிறு கற்களைக் கொண்டு குவியலாக அமைத்தனர். இத்தகைய கற்குவியல் அமைப்புகள் கொடைக்கானல் மலைச் சரிவுகளில் காணப்படுகின்றன.

நடுகற்கள் அல்லது குத்துக்கற்கள் அமைப்பு:

மானாமதுரைக்கு அருகில் இந்த நடுகல், குத்துக்கற்கள் அமைப்புக் காணப்படுகிறது. இதில் புதைத்த இடத்தில் ஒரு உயரமான பெரிய கல் செங்குத்தாக நிறுத்தப்பட்டுள்ளது. இதற்கு நடுகல் அல்லது குத்துக்கள் என்று பெயர். சில இடங்களில் இப்புதைகுழியின் மேல் குடை போன்ற அமைப்போடு கூடிய கற்கள் நடப்பட்டுள்ளன. இவைகளில் பல மூன்றடி முதல் பன்னிரண்டு அடி வரையிலான ஆழத்தில் புதைக்கப்பட்டுள்ளன. இந்த நடுகற்கள் முறை அவர்களின் நாகரிக முன்னேற்றத்தைக் காட்டுகிறது.

இரு கல்லறை அமைப்பு:

புதுக்கோட்டை நகருக்கு அருகில் உள்ள அன்னவாசல் என்ற இடத்தில் அகழ்ந்தெடுக்கப்பட்டுள்ள கல்லறைகள் நீண்ட சதுர வடிவில் இரு சிறு சதுரங்களைக் கொண்டதாக உள்ளது. இது ஒரு வகை சதுரத்தின் ஒவ்வொரு பக்கமும் இரண்டு முழம் நீளமுடையது. இந்தக் கல்லறையைச் சுற்றியும் வழவழப்பான பெரும் கற்பலகைகளைச் கொண்டு மூடி அமைக்கப்பட்டுள்ளன. இரு சதுரங்களையும் பிரிக்க பலகைகளைக் கொண்டு இடைசுவர் அமைக்கப்பட்டுள்ளது. இதற்குள் இறந்த ஒரு ஆணின் உடலும், அடுத்த கல்லறையில் பெண் உடலும் புதைக்கப்பட்டிருக்கலாம். புதைக்கப்பட்ட இருவரும் கணவன், மனைவியாக இருக்கலாம் எனத் தொல்லியல் ஆய்வாளர்கள் கருதுகின்றனர். இக்குழிகளில் கற்களினால் ஆன ஒரு சில கருவிகளும் சில இரும்பினால் செய்யப்பட்ட கருவிகளும் காணப்படுகின்றன.

பெரும்கற்கால வாழ்க்கை:

புதைகுழிகளின் அமைப்பையும் அவைகளின் எண்ணிக்கை களையும் கணக்கிட்டால் இம்மக்கள் ஒரு கூட்டமாக வாழ்ந்திருக்க வேண்டும் என்பது தெரிகிறது. ஒரே இடத்தில் மொத்தமாக காணப் படும் கல்லறைக்குழிகளும், தாழிகளும் இதை உணர்த்துகின்றன. நடுகற்கள் அளவில் பெரியதாகவும் சமாதி கட்டப் பயன்படுத்திய கற்களும் பெரிய அளவில் உள்ளன. எனவே ஒரு சிலரால் இப்படிப் பெருங்கற்களைக் கொண்டு சமாதிகள் அமைக்க சாத்தியம் இல்லை. எனவே இவர்கள் ஒரு கூட்டமான சமூக வாழ்க்கை வாழ்ந்திருக்கலாம் என ஆய்வாளர்கள் கருதுகின்றனர். நடுகற்கள் மூலம் பின்நாளில் இறந்தவர் நினைவாக வழிபடும் முறையும் வளர்ந்திருக்கலாம்.

சமுதாய அமைப்பு :

இவர்கள் ஒரே இடத்தில் கூட்டமாகக் காணப்பட்டதால் இவர்களின் முக்கிய தொழில் வேளாண்மையாக இருந்திருக்கலாம். ஏனெனில் தாமிரபரணி ஆற்றுப்படுகை, தக்காண பீடபூமி பகுதி மலைச்சரிவுகள் என நீர்வளம் மிக்க பகுதியில் இவர்கள் வாழ்ந்ததால் வேளாண்மை முக்கிய தொழிலாக இருந்திருக்கலாம். புதைகுழியில் காணப்பட்ட பொருட்களில் சில தானிய மணிகளும் இருந்தன. இவற்றை ஆராய்ந்தால் பெருங்கற்கால மனிதன் நெல், சோளம், கொள்ளு, கேழ்வரகு மற்றும் சில தானிய வகைகளைப் பயிரிட்டிருப்பது தெரியவந்துள்ளது. மேலும் இம்மக்கள் ஆடு, எருது போன்ற மிருகங்களைத் தங்கள் சொந்த வாழ்க்கைக்குப் பயன்படுத்தினர் என்பதையும் அறிகின்றோம். அழகான குடுவைகள் அவற்றின் மூடிகள் இவற்றைக் காணும்போது இவர்கள் பண்பட்ட வாழ்க்கையை வாழ்ந்தனர் என்பது புலனாகிறது.

பெருங்கற்காலத்தில் ஆடை, அணிகலன்கள்:

பெரும்கற்களாலான ஆயுதங்களை இவர்கள் பயன்படுத்தி யிருந்தாலும், பெருங்கற்காலத்தின் இறுதி கட்டத்தில் இரும்பு தங்கம், வெள்ளியினாலான ஒரு சில பொருட்களைப் பயன்படுத்தியுள்ளனர். சில முதுமக்கள் தாழியில் பருத்தியினால் ஆன கிழிசல் துணிகள் கிடைத்துள்ளன. எனவே இவர்களுக்கு நெசவு தொழில் தெரிந்திருக்க வேண்டும் எனத் தொல்லியல் ஆய்வாளர்கள் கருதுகின்றனர். சேலத்தில் கிடைத்த சுடுமண் பொம்மையின் பெண் உருவம் தலை முடி சீவி முடிக்கப்பட்டு இருந்தது. கழுத்து, கைகளில் யானை தந்தம் மற்றும் மணிகள் கொண்டு அணிகலன்கள் அணிந்திருந்தனர்.

தொழில்கள்:

விவசாயம், நெசவு தொழில் இவற்றோடு, அழகிய மண் குடுவைகள், சுடுமண் பொம்மைகள் இவைகளும் கண்டெடுக்கப் பட்டதால் இம்மக்கள் மண்பாண்டம் செய்யும் முறையும் அறிந் திருக்கவேண்டும். மலைச்சரிவுகளில் இம்மக்கள் காணப்பட்டதால் வேட்டையாடுதலையும் இவர்கள் அறிந்திருக்கலாம். வேட்டை யாடுதல் மூலம் கொடிய காட்டு விலங்குகளிடம் இருந்து இவர்கள் தங்களைத் காத்து கொண்டு ஒரு கூட்டமாக ஒரே இடத்தில் தங்கி வாழ்ந்திருக்கலாம். தங்களின் தேவைகளைத் தாங்களே பூர்த்தி செய்யவும் அறிந்திருக்கலாம் எனத் தொல்லியல் ஆய்வாளர்கள் கருதுகின்றனர்.

வழிபாட்டு முறை:

இவர்கள் சிவலிங்க வழிபாட்டை மேற்கொண்டிருந்தனர் என அறிஞர்கள் கருதுகின்றனர். ஏனெனில் ஒரு சில இடங்களில் காணப்பட்ட சுடுமண் சட்டிகளில் சிவலிங்கத்தையும், காளை மாட்டையும் ஒத்த உருவ அமைப்புகள் வடிவமைக்கப்பட்டுள்ளன. எனவே இவர்கள் இயற்கையையும், சிவனையும் வழிபட்டனர் எனக் கருதுகின்றனர். ஒரு சில தொல்லியல் ஆய்வாளர்கள் முருகன் வழிபாடும் இருந்ததாகக் கருதுகின்றனர். தெய்வங்கள் தவிர இவர்களிடையே இறந்தவர்களை வழிபடும் முறையும் இருந்தது தெரிய வருகின்றது. அன்னாவாசலில் கிடைத்த பெருங்கள்காலச் சமாதியில் மாடக்கற்கள் அமைத்து அதில் விளக்கு ஏற்றி வழிபடும் முறையை அறிந்திருந்தனர். நடுகற்களை நட்டு அதனையே பின்னாளில் இறந்தவர்களின் நினைவாக வழிபட்டிருக்கலாம். இவர்கள் ஆவி மீதும் நம்பிக்கைகொண்டிருந்தனர். கொடுமணல் பகுதிகளில் காணப்படும் பெருங்கற்கால ஈமச்சின்னங்களின் அமைப்பில் சிறு சன்னல் போன்ற துவாரம் அல்லது வெற்றிடம் காணப்படுகிறது. இறந்தவர்களின் ஆவிகள் வந்து செல்வதற்கான வழி என்ற நம்பிக்கையில் இந்தச் சன்னல் அமைப்பை ஏற்படுத்தி யிருக்கலாம் என்றும் தொல்லியல் அறிஞர்கள் கருத்து தெரிவிக் கின்றனர்.

மதிப்பீடு:

உலகின் பல பாகங்களில் பெருங்கற்காலச் சிதைவுகள் கிடைக்கப் பெற்றாலும் காலத்தால் முற்பட்டது. தென்னிந்திய பெருங்கற்காலம் என்பது வரலாற்று ஆய்வாளர்கள் கருத்து. இங்குக் காணப்படும் பெருங்கற்காலச் சமாதி கட்டும் வழக்கத்தை எகிப்து, மத்திய தரை

கடல், பாலஸ்தீனம், கிரீஸ் போன்ற நாடுகளிலும் காணலாம். ஐரோப்பிய பெருங்கற்காலச் காலத்தைத் தமிழகத்தோடு ஒப்புமை செய்கையில் இங்கு இரும்புக்காலத்தின் முற்பகுதி தொடங்கியது எனலாம். ஏனெனில் அன்னவாசல், ஆதிச்சநல்லூர் பகுதிகளில் கிடைத்த சமாதிகள் சிலவற்றில் உலோகத்தாலான பொருட்களும் இருக்கின்றன. எனவே தென்னகத்தின் பெருங்கற் காலம் காலத்தால் முற்பட்டது என்பது தொல்லியல் ஆய்வாளர்களின் மதிப்பீடு.

இயல்-21

நடுகற்கள்

அறம், பொருள், இன்பம், வீடு என்னும் நான்கு உறுதிப் பாடுகளைத் தமிழர் மரபில் காண்கிறோம். இவற்றில் வீடு பேறு என்பதைச் சுவர்க்கம் பெறுதல் என்றும், விண்ணூர் புகுதல் என்றும் கல்வெட்டுக்கள் கூறுகின்றன. பொது நலத்திற்காக உயிர் துறந்தவர்களின் நினைவாக எழுப்பப்பட்டவையே நடுகற்கள் என்றும் நினைவுக்கற்கள் என்றும் அழைக்கப்படுகின்றன. இந்தியாவில் சில பகுதிகளிலும், தமிழகத்தின் பல பகுதிகளிலும் அதிக அளவில் நடுகற்கள் காணப்படுகின்றன.

தொண்டை மண்டலத்திலும், கொங்கு மண்டலத்திலும் அபரிமிதமாக நடுகற்கள் காணப்படுகின்றன. அதாவது செங்கம், தருமபுரி, வடஆற்காடு ஆகிய பகுதிகளில் நடுகற்கள் அதிக அளவில் உள்ளன. இந்த அரியவகை நடுகற்கள் சுமார் 2000 ஆண்டுகளுக்கு முன்னர் வாழ்ந்த பெருங்கற்கால மக்களின் சமூகச் சூழ்நிலை வாழ்க்கை முறை, பண்பாடு ஆகியவற்றைப் பற்றி அறிந்து, கொள்வதற்கு ஏற்ற ஒன்றாகும். தருமபுரிப் பகுதிகளில் கல்வட்டங்கள், நடுகற்கள், குத்துக்கற்கள், தாழி போன்ற வகைகளைச் சார்ந்த பெருங்கற்கால ஈமச்சின்னங்கள் கிடைக்கின்றன.

இந்த ஈமச்சின்னங்களில் 90 சதவிகிதம் கல்வட்டவகையைச் சார்ந்தவை. கல்வட்டங்கள் வகையைச் சார்ந்த ஈமச்சின்னங்கள் கிடைக்கின்ற பெரும்பாலான இடங்களில் நடுகற்கள் கிடைக்கின்றன. கல்வட்டங்களும், நடுகற்களும் இணைந்தே காணப்படுகின்றன. இக்காரணத்தால் கல்வட்டவகையை ஈமச்சின்னமாகக் கொண்ட மக்களும் நடுகல் எடுக்கும் வழக்கத்தைக் கொண்ட மக்களும் ஒரே சமூகப்பிரிவைச் சேர்ந்தவர்களாக இருக்கலாம் என்று உணர முடிகிறது. கல்வட்ட ஈமச்சின்ன வகைகள் கி.மு.300க்கும் கி.பி.300க்கும் இடைப்பட்டது என்று தொல்பொருளியலாளர்கள் கூறுகின்றனர். எனவே இவை சங்காலத்தைச் சேர்ந்தது என்று உணர முடிகின்றது.

நடுகற்கள் கி.பி.5ம் நூற்றாண்டிலிருந்து கிடைக்கின்றன. எனவே கல்வட்ட ஈமச்சின்னத்தை வழக்கமாகக்கொண்ட மக்கள் நடுகற்களின் மூதாதையர்கள் என்று கூறலாம். கல்வட்ட வகை ஈமச்சின்னங்கள் எடுக்கும் முறை நின்ற பின், நடுகற்கள் அதன் தொடர்ச்சியாக எழுப்பப்பட்டிருக்க வேண்டும். ஆனால் இதே காலத்தில் பாண்டிய மண்டலத்தில் தாழிகளில் புதைக்கும் வழக்கம் அதிகம் காணப் பட்டதால் நடுகற்கள் எதுவும் எழுப்பப்படவில்லை. எனவே தாழிகளை ஈமச்சின்னங்களாகக் கொண்ட மக்கள் நடுகல் எடுக்கும் பழக்கம் இல்லாதவர்களாகக் காணப்பட்டார்கள். கல்வட்டங்களிலிருந்து நடுகற்களின் தோற்றமும், வளர்ச்சியும் காணப்படுகின்றது என்பதை அறியலாம்.

நடுகல் வழிபாடு:

நடுகற்கள் பிற்கால, சந்ததியினரால் வணங்கப்பட்டன. தருமபுரி பகுதியில் வேடியப்பன் என்ற பெயரில் நடுகற்கள் வணங்கப்படு கின்றன. ஒவ்வொரு ஆண்டும் படையல் வைத்து வழிபடுகின்றனர். பண்டிகை காலங்களில் சிறப்பு வழிபாடுகள் நடத்தப்பட்டுச் சுதைமண் குதிரைகளுடன் படையல் போடப்படுகின்றன. இவ்வாறு செய்வதால் மழைபெய்யும் என்று மக்கள் நம்பினர். எனவே நடுகற்கள் மக்களின் சமூக பொருளாதார வாழ்க்கையைப் பிரதிபலிப்பதாய் அமைந்துள்ளன.

இவ்வாறு இந்தியாவில் குறிப்பாகத் தமிழகத்தில் கிடைக்கும் நடுகற்கள் இந்திய மக்களின் வீரதீரச் செயல்களையும் மகளிர் மாண்பினையும், பண்பாட்டினையும் அறிந்து கொள்ள உதவுகின்றன. அழியும் நிலையில் கேட்பாரற்றுக் கிடைக்கும் நடுகல் சிற்பங்களைப் பாதுகாத்து வரலாற்றுப் பாரம்பரியத்தைப் பேணுவது நம் அனைவரின் கடமையாகும்.

நடுகற்கள் எழுப்பக் காரணங்கள்:

பொதுவாகப் பெரும்பாலான நடுகற்கள் அரசனுக்காகப் போர் செய்து உயிர் நீத்தவர்களுக்கு எழுப்பப்பட்டன. குறிஞ்சி, முல்லை ஆகிய நிலங்களில் நடுகற்கள் அதிகம் காணப்படுகின்றன. இப்பகுதியின் இடையே வாழ்ந்த மக்கள் பிரிதொரு குழுவைச் சேர்ந்த மக்களின் கால்நடைகளைக் கவர்ந்து சென்றனர். அவற்றை மீட்பதற்கு ஏற்பட்ட பூசல்களில் உயிர் நீத்த வீரர்களுக்கு நடுகல் எடுத்தனர். இதனை ஆநிரை கவர்தல், ஆநிரை மீட்டல் என இலக்கியங்கள் சுவைபட விவரிக்கின்றன.

கொடிய விலங்களோடு போராடி உயிர் நீத்தவர்களுக்காகவும் நடுகற்கள் எடுக்கப்பட்டன. அவர்களுக்கு எடுக்கப்படும் நடுகற்களில் அவர்கள் தேவலோக மகளிரால் வரவேற்கப்பட்டு அழைத்துச் செல்லப்படும் சிற்பங்கள் செதுக்கப்பட்டன.

பெரும்பாலான நடுகற்களில் கல்வெட்டுகள் காணப்படுகின்றன. காலத்தால் முற்பட்ட நடுகற்களில் உள்ள வீரர்களின் உருவங்கள் அளவில் சிறியவையாகவும், புடைப்புச் சிற்பங்கள் வெளிவராமலும் செதுக்கப்பட்டுள்ளன. சில நடுகற்கள் வரிவடிவத்தில் காணப்படு கின்றன. வீரனின் உருவங்களுடன் புனிதச் சின்னங்களான கெண்டி, கண்ணாடி போன்றவைகளும் செதுக்கப்பட்டுள்ளன. பெரியதாகவும் சண்டைக் காட்சிகளுடனும் செதுக்கப்பட்டிருப்பதைக் காணலாம். விஜய நகர மன்னர்கள் காலத்தில் பெரிய வகைக் கல்லில் வீரர்களின் உருவங்கள் வடிக்கப்பட்டன.

மன்னனுக்கான நடுகல்:

பல்லவ மன்னன் சிம்மவிஷ்ணுவின் காலத்தில் எடுக்கப்பட்ட நடுகல்தான் மன்னனைப் பற்றிய செய்திகளைக் கொண்ட காலத்தால் முற்பட்ட நடுகல் ஆகும். செங்கம் பகுதியில் நடுகல்லில் பெண்களின் மானத்தைக் காக்க உயிர் துறந்த மயிலாட்டிக் கம்பனின் கதை பொறிக்கப்பட்டுள்ளது. பத்தாம் நூற்றாண்டுவரை நடுகற்களில் சொர்க்கம் அடைந்த செய்தியோ தேவலோகம் பற்றிய கருத்துகளோ காணப்படவில்லை என்பது குறிப்பிடத்தக்கது. கேரளத்தில் தான் இத்தகைய கருத்துகளைக் கொண்ட நடுகல் முறை 10ம் நூற்றாண்டில் புகுத்தப்பட்டது. பிற்காலத்தில் (பல்லவ, சோழ மன்னர் காலத்தில்) இறந்த அரசகுடும்ப வீரர்களுக்காகக் கோவில்கள் கட்டப்பட்டன. புல் பள்ளி (Pul Palli) என்னும் மூன்று அடுக்குகளைக் கொண்ட நடுகல் அமைப்புகள் கர்நாடகம், மகாராஷ்டிரம் போன்ற பகுதிகளில் குப்தர்கள் மற்றும் ராஷ்டிரகூடர்களின் காலங்களில் எழுப்பப்பட்டுள்ளன.

நடுகற்களின் வகைகள்:

கொங்குநாடு, தருமபுரி வடஆற்காடு ஆகிய பகுதிகளில் நடுகற்கள் அதிகம் காணப்படுகின்றன. இவை கி.பி.5ம் நூற்றாண்டு முதல் கி.பி.18ம் நூற்றாண்டுகளின் காலத்திற்கு உட்பட்டவை ஆகும். நினைவுக் கற்கள் நடுகல், வீரக்கல், சதிக்கல் என மூன்று வகைப்படும். இவை ஒரு நல்ல மனிதனோ, அரசனோ இறந்தபோது அவன் நினைவாக நடப்பட்டதாகும். நினைவுக்கல் தட்டை வடிவத்தில் ஒருபக்கம் மட்டும் உருவங்களும், அடியில் எழுத்துக்களும் பொறிக்கப்பட்டோ அல்லது வெறும் உருவத்துடனே அமைந்திருக்கும்.

போரில் வீரம் காட்டி இறந்துபோன வீரனின் பெயரையும் ஆற்றலையும் விளக்கி எழுதி நட்டகல் வீரக்கல் எனப்பட்டது. வீரனுடன் அவன் மனைவியும் இறந்திருப்பின் இருவருக்கும் சேர்த்து எடுக்கப்பட்ட கல் சதிக்கல் என அழைக்கப்பட்டது. ஆணின் இடது புறம் பெண் அமர்ந்த நிலையில் அல்லது நின்ற நிலையில் இருவரும் அவரவரது வலக்கையைத் தோளுக்கு அருகில் உயர்த்திக் காட்டுவதாகச் சதிக்கல்லில் செதுக்கப்பட்டு இருக்கும். இத்தகைய கற்கள் திருப்பரங்குன்றம், ஆனைப்பட்டி, விளாத்திகுளம், இளவேலங்காடு போன்ற பாண்டி மண்டலப் பகுதிகளில் அதிகமாகக் காணப்படுகின்றன.

நவகண்டம்:

நவகண்டம் என்பது ஒரு வகை நினைவுக்கல்லே ஆகும். இதில் போர்த்தெய்வமான கொற்றவைக்கு வீரன் தன் கழுத்தைத் தானே அறுத்து காணிக்கை செலுத்துவது போல் நவகண்டத்தில் செதுக்கப் பட்டிருக்கும். இவை பாண்டிய மண்டலத்தில் சோழ வந்தான், திருப்புவனம், உசிலம்பட்டி போன்ற பகுதிகளில் காணப்படுகின்றன. கொங்கு நாட்டில் பெண்கள் தங்கள் கழுத்தை அறுத்து காணிக்கை செலுத்துவது போல் நவகண்டச் சிற்பங்கள் காணப்படுகின்றன. இவை கணவன் இறந்த செய்தி கேட்டு தன்னை மாய்த்துக் கொண்ட மனைவிகளின் வடிவங்களாக இருக்கலாம் எனக் கருதப்படுகிறது.

சதிக்கல்:

சதிக்கல் இந்தியா முழுவதும் பரவலாகக் காணப்படும். மறைந்த பெண்களின் நினைவாக ஏற்படுத்தப்பட்டு காலப் போக்கில் பெண் தேவதையாக வழிபடப்படும் நினைவுக் கல்லாகும். சிந்துச் சமவெளி நாகரிகத்தில் பெண் தெய்வ உருவ வழிபாடு இருந்துள்ளது. பெண் வலிமையான தெய்வமாகக் கருதப்பட்டு உள்ளாள். புறநானூறு, சிலப்பதிகாரம் போன்ற இலக்கியங்களில் கணவனுடன் தீப்பாய்ந்து வீர மரணம் அடைந்த பெண்களுக்குக் கற்சிலை அமைத்து வழிபட்டதாகச் செய்திகள் காணப்படுகின்றன.

சேரன் செங்குட்டுவன் இமயமலை சென்று கல் எடுத்து கங்கையில் நீராடி, கண்ணகிக்குச் சிலை செய்து வழிபட்டுள்ளான். பாண்டிய மன்னன் நெடுஞ்செழியனின் மனைவி கோப்பெருந்தேவி, பூதப் பாண்டியனின் மனைவி பெருங்கோப்பெண்டு, சோழ அரசி வானவன் மாதேவி போன்றவர்கள் உடன்கட்டை ஏறியதை இலக்கியங்கள் சுட்டிக்காட்டுகின்றன. தமிழ்நாட்டில் கடைச் சங்க காலத்தைச் சார்ந்த கல்வெட்டுக்கள், கணவனுடன் மனைவி தீப்பாய்ந்து உயிர்விட்டதைக் குறிப்பிடுகின்றன. இப்பழக்கம் உயர்

குடிப் பெண்களிடம் மட்டுமல்லாமல் அனைத்து பிரிவினரிடமும் இருந்திருக்கலாம் என்பதற்குக் கொங்கு நாட்டில் கொழுமத்தில் கிடைத்த கல்வெட்டு உறுதி கூறுகிறது. தமிழகத்தில் கிராமப் பகுதியில் வழிபாட்டில் இருக்கும் மாசாணியம்மா, ஜக்கம்மா, பொம்மலக்கா, வீரமாத்தி போன்ற பெண் தெய்வ வழிபாடுகள் தங்களை வருத்தி உயிர் நீத்த பெண்களுக்கு எடுக்கப்பட்ட நினைவுக் கற்களே ஆகும்.

கர்நாடகத்தில் இதை "மாத்சம்மா" என்று வழிபடுகின்றனர். பொதுவாக இச்சிற்பங்கள் அதிக ஆபரணங்கள் அணிந்துள்ளதாகவே காணப்படுகிறன. மகாராஷ்டிரம், மத்தியப்பிரதேசம், ராஜஸ்தான் போன்ற பகுதிகளில் உள்ள தூண்களில் "பெண்கை" மட்டும் செதுக்கப் பட்டிருந்தாலும் அதை "மாஸ்திக்கல்" என்று வழிபடுகின்றனர். ஜி.டி.சாந்தைமெர் (G.D. Sintheimer) "இப்படிப்பட்ட நினைவுக் கற்கள் புறப்பகுதிகளில் அழிவுறும் நிலையில் கவனிப்பின்றி இருக்கின்றன. அவை பாதுகாக்கப்பட வேண்டும்" என்று கூறுகின்றார்.

இயல்-22

தொல்பொருளியல் காலக் கணிப்பு முறைகள்

தொல்பொருட்களின் காலத்தைக் கணிப்பது என்பது தொல் பொருளியலில் அதிக முக்கியத்துவம் வாய்ந்த பணியாகும். ஆய்வாளர் கலைநுட்பப் பொருட்களின் காலவரிசையைக் கணக்கிடத் தெரிந்து காலவரிசைப்படி பொருட்களை ஒழுங்குபடுத்தினால்தான் காண்போர் உள்ளத்தைக் கவரும் வண்ணம் இருக்கும். மேலும் அப்பொருட்களின் தொன்மையை அறியும்பொழுது நமக்குள்ளே வியப்பும் மகிழ்ச்சியும் தோன்றும். எனினும் பொருட்களின் காலத்தைக் கணிப்பதற்கு உலகம் முழுவதும் ஒரே முறை பின்பற்றப்படுவதில்லை. சில பொருட்களுக்குப் பிரத்யேகமான முறையைப் பின்பற்றித்தான் அவற்றின் காலத்தை அறிய முடியும். பலநேரங்களில் தொல்லியலாளர்கள் பிற துறைகளின் வல்லுநர்களுடன் இணைந்து அறிவியல்பூர்வமான ஆய்வுகள் செய்துதான் அவற்றின் காலத்தை அறியமுடிகின்றது. ஏனெனில் வரலாற்றிற்கு முற்பட்ட பொருட்களின் காலத்தை அறிவதற்கு இயற்பியல் விஞ்ஞானிகள், வேதியியல் நிபுணர்களுமே பெரிதும் உதவுகின்றனர் என்றால் அது மிகையாகாது. தொல்பொருட்களின் காலத்தைக் கணக்கிட உதவும் சில முறைகளைப் பற்றி இங்குக் காண்போம்.

ரேடியோ கார்பன் காலக்கணிப்பு முறை:

ரேடியோ கார்பன் அல்லது கார்பன் 14 (C^{14}) காலக் கணிப்பு முறை அமெரிக்காவைச் சேர்ந்த வில்லார்டு தி.லிப்பி (Willard F. Libby) என்பவரால் 1948ம் ஆண்டு அறிமுகப்படுத்தப்பட்டது. பின்னர் நவீனப்படுத்தப்பட்டு மாற்றி அமைக்கபட்டது.

C^{14} உருவாகும் முறை:

வான்வெளியிலிருந்து வரும் காஸ்மிக் கதிர்களில் உருவாகும் வேக நியூட்ரான்கள் காற்று மண்டத்திலுள்ள நைட்ரஜனுடன் வினை

புரிந்து C^{14} கதிரியக்க ஐசோடோப்பை உருவாக்குகின்றன. காற்று மண்டலத்தில் பரவியிருக்கும் C^{14} மற்றும் ஆக்ஸிஜனை தாவரங்களும், மற்ற உயிரினங்களும் உட்கொள்கின்றன. பொதுவாக C^{14} ஐ சோடோப்பை C^{14} அணுக்களோடு உயிரினங்கள் தாம் சாகும் வரை பயன்படுத்துகின்றன. மனிதனோ விலங்குளோ மடிந்தபின் தான் அதன் உள்ளே இருக்கும் C^{14} சிதைவுற தொடங்கிறது. ஆனால் C^{14} உடனடியாக முழுவதும் சிதைவடைந்து விடுவதில்லை. இது 5568 ± 30 வருடங்களில் மொத்த எண்ணிக்கையில் பாதியாகக் குறைந்து விடும். அடுத்த 5568 ± 30 வருடங்களில் மீதமுள்ள அணுக்களில் பாதி சிதைவடையும். இதே போல் ஒவ்வொரு 5568 ± 30 வருடங்களில் ஆரம்பத்திலுள்ள அணுக்களில் இருந்து பாதிபாதி என்ற அளவில் சிதைவுறும். இந்த 5568 ± 30 வருடங்கள் சி^{14} ஐசோடோப்பு 75% சிதைவுற்றிருக்கிறது என்றால் (50%+25%) ஆக இரண்டு அரை ஆயுட்காலங்கள் (11200 ஆண்டுகள்) அந்தப் பொருளுக்கு வயதாகி உள்ளது எனக் கணக்கிடலாம்.

இறந்துபோன உயிரினங்களின் வயதை ஐசோடோப்புளைப் பயன்படுத்திக் கணிக்கலாம். இம்முறையின் மூலம் எழுபதாயிரம் ஆண்டுகளுக்கு முற்பட்ட பொருட்களின் காலத்தைக் கூட துல்லியமாகக் கணிக்க இயலும்.

புராதனப் பொருட்களின் C^{14} எந்த அளவிற்குக் குறைந்து உள்ளது என்பதை வேதியியல் மூலம் அப்பொருளின் காலத்தை அறியலாம்.

வேதியியல் பரிசோதனை:

வேதியியல் பரிசோதனை ஆய்வுக் கூடங்களில் தொல் பொருளியலின் மாதிரி (Sample) தூய்மையான ஆக்சிஜனால் எரிக்கப் படுகின்றது. பின்னர் வயதைக் கணிப்பதற்காகக் குறைமட்ட விகித கைகர் முல்லர் என்னி (Low leel Proportional geiger Muller Counter) என்ற கருவி பயன்படுத்தப்படுகின்றது. இதில் கண்டுபிடிக்கப்படும் சிதைவு வீதத்தை வைத்து அப்பொருளின் காலம் கணக்கிடப்படு கின்றது.

இத்தகைய காலக்கணிப்புப் பரிசோதனை செய்வதற்கு மரத்துண்டுகள், நிலக்கரி, எரிந்து போன எலும்பு, துணித்துண்டுகள் ரோமம் (Hair), தோல் பொருட்கள் (Skin), தந்தம், கிளிஞ்சல்கள் தானியங்கள் (Charred grain) போன்ற பொருட்கள் ஏற்றவையாய் உள்ளன. அகழ்வாய்வின்போது கிடைக்கும் இத்தகைய பொருட்களை மிகவும் கவனத்துடன் தூய்மைப்படுத்தி ஜாடிகளிலும், பிளாஸ்டிக்

தொல்லியல்

பைகளிலும் பாதுகாப்புடன் சேகரித்து சோதனைச் சாலைக்குக் கொண்டு வரவேண்டும். அப்பொருட்கள் C^{14} பரிசோதனைக்கு உட்படுத்தப்படுகின்றன.

குறைபாடுகள்:

இம்முறையில் சில சிறிய குறைபாடுகளும் காணப்படுகின்றன

1) C^{14} எல்லா இடங்களிலும் ஒரே அளவில் உருவாகி இருந்திருக்குமா என்ற சந்தேகம் தற்பொழுது ஆய்வாளர்களுக்கு பிரச்சனையாக உள்ளது.

2) ரேடியோ - கார்பன் சோதனையைப் பயன்படுத்தி 70,000 ஆண்டுகளுக்கு உள்ளான பொருட்களின் காலங்களை மட்டுமே அறிய முடியும்.

3) பரிசோதனைக்கு உட்படுத்தப்படும் மாதிரிகளில் (Samples) மாசுகள் ஏற்படுவதாலும் சில நேரங்களில் உத்தேசமாகத் தான் கணக்கீடு செய்ய முடிகிறது. எனவே தவறு நேர்வதற்கு வாய்ப்புகள் ஏற்படுகின்றது.

எனினும் தொல்பொருளியல் ஆய்வின் பொழுது கிடைக்கும் பொருட்களின் காலத்தை நிர்ணயிப்பதற்கும் வரலாற்றுப் பின்னணியை அறிந்துகொள்வதற்கும் இம்முறை பெரிதும் பயன்படுகின்றது. மேற்கண்ட மாசுபாடுகளினால் ஏற்படும் தவறுகளைப் போக்கவும் முயற்சிகள் நடைபெறுகின்றன.

அமெரிக்காவிலும், இங்கிலாந்திலும் C^{14} பரிசோதனை செய்வதற்குப் பல ஆய்வுக்கூடங்கள் உள்ளன. அங்குள்ள தொல் பொருளியலாளர்கள் அவற்றைப் பெரிதும் பயன்படுத்துகின்றனர். இந்தியாவில் மும்பையில் உள்ள டாட்டா அடிப்படை ஆராய்ச்சி நிறுவனமும், லக்னோவில் பீர்பால் விஞ்ஞான சோதனைக்கூடமும் தொல்பொருளியல் காலத்தைக் கணிக்கும் வசதிகளைப் பெற்றிருக் கின்றன.

வெப்ப-ஒளி உமிழ் காலக்கணிப்பு முறை:

கனிமங்களின் அணுக்கட்டமைப்பில் உள்ள குறைபாடு காரணமாகப் பிடித்துவைக்கப்பட்டுள்ள கட்டற்ற எலக்ட்ரான்கள் வெப்பப்படுத்தும்போது வெப்ப அயனியாக உமிழப்படுகின்றன என்பதே இம்முறையின் தத்துவமாகும். இயற்பியல் பிரிவைச் சார்ந்த வெப்பஒளி உமிழ் காலக்கணிப்பு முறை தற்பொழுது அதிக அளவில் பயன்படுத்தப்பட்டு வருகின்ற முறையாகும். இம்முறையில்

தொல்லியல் அகழ்வாய்வுகள் மூலம் கிடைக்கும் மட்பாண்டங்கள், செங்கற்கள் சுட்ட செம்மண் பொருட்கள் போன்றவை ஆய்விற்கு உட்படுத்தப்படுகின்றன. இப்பொருட்களை மிக அதிக வெப்ப நிலைக்கு (ஒளிர்தல் வெப்பநிலை) கீழே வெப்பப்படுத்தும்போது கனிமங்களின் கட்டமைப்பில் பிடித்து வைக்கப்பட்டுள்ள அந்தக் கட்டற்ற எலக்ட்ரான்கள் வெப்ப அயனிகளாக வெளிவருகின்றது. இதை ஒரு மாறாத வெப்ப அயனி உமிழ்வோடு, உதாரணமாக குவார்ட்ஸ் படிகத்தை வெப்பப்படுத்தும்போது அதிலிருந்து வரும் வெப்ப அயனி உமிழ்வோடு ஒப்பிட்டு அளவிடப்படுகின்றது. பல நூறு ஆண்டுகளுக்கு முன் அல்லது பல ஆயிரம் ஆண்டுகளுக்கு முன் பிடித்து வைக்கப்பட்ட வெளியேறும் எலக்ட்ரான்கள் செறிவைக் கொண்டு அவற்றின் காலத்தை நாம் நிர்ணயிக்கலாம்.

காந்தவியல் காலக்கணிப்பு முறை:

சுட்ட களிமண், சுட்ட செங்கற்கள், சுண்ணாம்புக் களவாய் போன்ற பழங்காலப் பொருட்களின் வயதைக் கண்டறிய இம்முறை பயன்படுகிறது. களிமண் மற்றும் பிற மண் பொருட்களில் சிறிதளவில் மாசுப் பொருட்களாக, இரும்புத் துகள்கள் கலந்திருக்கும். களிமண் பொருட்கள் சுடப்படுவதற்கு முன்னால், அதிலுள்ள இரும்புத் துகள்களின் குறிப்பாக இரும்பு அணுக்களின் எலக்ட்ரான்களின் திசையமைப்பு என்ற பண்பு காலத்தைக் கண்டறிய உதவும் தத்துவமாகப் பயன்படுகின்றது. களிமண் சுடப்படும் இம்முறையின் போது அதிலுள்ள மாசுத் துகள்கள் (இரும்புத் துகள்கள்) தங்கள் காந்தத் தன்மையை இழக்கின்றன. அதாவது காந்தத் தன்மைக்குக் காரணமாக உள்ள எலக்ட்ரான்களின் வரிசை அமைப்பு வெப்பப் படுத்தப்படுவதால் சீர்குலைக்கப்படுகின்றது. மீண்டும் அவை குளிர்ப்படுத்தும்போது அவை அன்றைய நாளில் புவியின் காந்தப் புலத்தைப் பொறுத்து தங்களின் எலக்ட்ரான்களின் திசையமைப்பைப் பெறுகின்றன. அந்த காந்தத் தன்மை பழமை வாய்ந்த மீகாந்தத்தன்மை (Remnant magnestism) என அழைக்கப்படும், இரும்புத் துகளில் உள்ள எலக்ட்ரான்களின் திசையமைப்பும் அதன் மூலமாக அத்துகள்கள் பெற்றுள்ள காந்த சக்தியையும் அளவிட காந்தமானி என்ற கருவி பயன்படுகிறது. பேராசிரியர் கூக் (Cook) என்பவர் இக்கருவியை வடிவமைத்தார். இக்கருவியின் உதவியால் புவியியலாளர்கள் ஒரு பொருளில் உள்ள இரும்புத் துகள்களின் எலக்ட்ரான்களின் திசையமைப்பு எந்த நூற்றாண்டில், குறிப்பாக எந்த வருடத்தில் புவியின் காந்தப்புலத்திற்கு இணையாகத் திரும்பியது என்பதைக் கண்டுபிடித்து பொருளின் வயதைக் கணக்கிடுகின்றனர்.

ரேடியோ மெட்ரிக் காலக்கணிப்பு முறை:

1896ல் கதிரியக்கம் கண்டுபிடிக்கப்பட்ட பின் இம்முறை அறிமுகப்படுத்தப்பட்டது. சீரான விகிதத்தில் சிதைவுற்று மாற்ற மடையும் கதிரியக்க ஐசோடோப்புகள் பூமியிலுள்ள பாறைகளில் மாற்றத்தை ஏற்படுத்தி இருப்பதைக் காணலாம். ஒரு கதிரியக்க ஐசோடோப்புத் தொடரில் உள்ள கதிரியக்க ஐசோடோப்பு சிதைவு மாறாத விகிதத்தில் இருக்கும் என்ற தத்துவம் இந்த முறையில் பயன் படுத்தப்படுகிறது. இயற்கையில் உருவாகும் கனிமப் படிவங்களில் ஒரு பகுதியாகவே மாறியுள்ள கதிரியக்க ஐசோடோப்புகள் ஒரு மாறாத விகிதத்தில் சிதைவுறுவதோடு ஒவ்வொரு குறிப்பிட்ட கால இடைவெளியிலும் சேய் கதிரியக்க ஐசோடோப்புகளை உருவாக்குகிறது. உதாரணமாக யுரேனியம் ஐசோடோப்பு ஒரு ஆல்பா கதிரை வெளியிட்டுவிட்டு ஒரு குறிப்பிட்ட காலஇடைவெளியில் தோரிய கதிரியக்க ஐசோடோப்பாக மாறும். இதில் யுரேனியம் தாய் அணு எனவும், தோரியம் சேய் அணு எனவும் அழைக்கப்படும். இந்தக் குறிப்பிட்ட கால இடைவெளியினைப் புவியியலாளர்கள் பாறைகளின் வயதைக் கண்காணிக்கப் பயன்படுத்துகின்றனர்.

பொட்டாசியம் ஆர்கான் காலக்கணிப்பு முறை:

இந்த முறை பெரும்பாலும் பாறைகளின் காலங்களை நிர்ணயிக்கப் பயன்படுத்தப்படுகிறது. ஆனால் பொட்டாசியம்-40 கதிரியக்கத் தனிமம் கால்சியம்-40 ஆக மாறும் சிதைவு முறை பயன் படுத்தப்படுவதில்லை என்பது குறிப்பிடத்தக்கது. பொட்டாசியம்-40 அதிக அளவு மைக்காவில் இருப்பதால் எல்லா வகை பாறை மாதிரிகளின் வயதைக் கணக்கிட இம்முறையை மண்ணியியலாளர்கள் பயன் படுத்துகின்றனர். ஆனால் 1250^0சிக்கு மேல் வெப்பப்படுத்தும்போது, அதாவது எரிமலை வெடிப்பு போன்றவற்றால் கசியும் ஆர்கான் ஒரு பிரச்சனையாக அமைகின்றது. இத்தகைய சூழ்நிலை பாறைகளின் வயதை மதிப்பீடு செய்வதில் தடையாக உள்ளது. ஏனெனில் இந்நிலையில் எப்போது இப்பாறை அதிக வெப்பத்திற்கு உள்ளானதோ அதை மட்டும் கணிக்க இயலும் பாறை உருவான காலத்தைக் கணிக்க இயலாது.

மரஆய்வுக் காலவரிசை முறை:

உலகம் தோன்றி அதில் உயிரினங்கள் தோன்றி, ஒன்று பலவாகிப் பெருகிச் சிறந்து பெரிய மரங்களாகவும், விலங்குகளாகவும் மாறியது என்று விஞ்ஞானிகள் கூறுகின்றனர். இயற்கைச் சூழலான ஓடும் நதியும், பாடும் அருவியும், குன்றும், குளமும், மரம், செடி கொடிகளும், மலர்களும், மனித வாழ்க்கையோடு பின்னிப்பிணைந்து காணப்படுகின்றன. மர

ஆய்வுக் காலவரிசை முறை (Dendrochronology) என்னும் இம்முறை மனித வாழ்வோடு தொடர்புடைய மரங்களின் வளர்ச்சி மற்றும் அவற்றின் வயதைக் கணக்கிட உதவுகின்றது. மரத்திலுள்ள ஜைலம் (Xylem) தண்ணீரைத் தனக்கு உணவாக உட்கொண்டு ஆண்டுதோறும் ஒரு வளையத்தை உருவாக்குகின்றது. இதற்கு ஆண்டுவளையம் (Annual ring) என்று பெயர். ஒரு மரத்தின் வளர்ச்சியை அதன் குறுக்கு வெட்டில் காணப்படும் வளையங்களின் எண்ணிக்கையைக் கொண்டு கணக்கீடு செய்யலாம். A.E.டக்ளாஸ் என்பவரால் அறிமுகப்படுத்தப்பட்ட இம்முறையைக் கொண்டு மூவாயிரம் முதல் நான்காயிரம் ஆண்டுகட்கு உட்பட்ட மரப்பொருட்களின் காலத்தை மட்டுமே நிர்ணயிக்க முடியும். இம்முறை இங்கிலாந்து, ஐரோப்பா மற்றும் தென்மேற்கு அமெரிக்க நாடுகளில் பயன்படுத்தப்படுகின்றது. மரங்கள் ஆண்டுதோறும் தமது தண்டுப்பகுதியில் குளிரான வசந்த காலத்தில் தடிமனான வளையத்தையும், வெப்பமான கோடை காலத்தில் மெல்லிய வளையத்தையும் உருவாக்குகின்றன. பருவ நிலைகளில் அதிக மாறுபாடு இல்லையெனில் மரவளையங்கள் சீராக இருக்கும், வளையங்களில் இத்தகைய மாறுபாடுகள் காணப்படுவதால் மரங்களின் புதிய மரங்களின் தண்டுப்பகுதியோடு ஒப்பிட்டு இத்தகைய மரங்களின் வயதைக் கணக்கிடலாம்.

மகரந்தவியல் காலக்கணிப்பு முறை:

பூக்கும் தாவரங்களின் மகரந்தங்களைப் பற்றியும், பூவிலித் தாவரங்களின் ஸ்போர்களைப் பற்றியும் அறிய உதவும் தாவரத் துணையியலுக்கு மகரந்தவியல் என்று பெயர். இவ்வியலின் உதவியுடன் தொல்பழங்காலத் தாவரங்களைக் கண்டுபிடிக்கலாம். விரல் ரேகைகளைக் கொண்டு குற்றவாளிகளைக் கண்டுபிடிப்பது போல் மகரந்தங்களின் உதவியால் தாவரங்களை அடையாளம் காணலாம். சதுப்பு நிலங்களிலும் கழிமுகத் பகுதிகளிலும் (estuary region) மகரந்தங்கள் புதைபடிவ வடிவில் காணப்படுகின்றன. தொல்லுயிர்ப் படிம மகரந்தங்களைப் பற்றி ராபெர்ட் பொடோனி (Robert potonic, 1889) என்பவர் ஆராய்ச்சி செய்து பல முடிவுகளை வெளியிட்டுள்ளார். எனவே இவர் "தொல்லுயிர் மகரந்தவியல் மேதை" என்று அழைக்கப்படுகின்றார். அதே போல் ரோஜர் பி.உட்ஹவுஸ் (Rogar P. Wode zoube - 1889) "மகரந்தவிய கருவூலம்" என்று அறிஞர்களால் போற்றப்படுகிறார். மகரந்தவியலில் மூலம் அக்காலத்தின் சூழ்நிலையைக் கண்டறியலாம், மகரந்தங்களைச் சேகரம் செய்து அது எந்தக் காலப்பிரிவைச் சேர்ந்தது என்பதைக் கணித்துப், பின்னர் அதுபோன்ற காலம் கணிக்கப்பட்ட காலநிலைகளுடன் ஒப்பிட்டு

தொல்லியல்

தொல் மகரந்தங்களின் காலத்தைக் கணிக்க முடியும். ஸ்வீடன் நாட்டு ஸ்டாக் ஹோம் நகரில் மகரந்த ஆய்வுக்கூடம் 1949-ல் நிறுவப்பட்டு, இங்கு நுண்ணோக்கி மூலம் பல தாவரங்கள் இனம் கண்டுபிடிக்கப் பட்டு வகைப்பாடு செய்யப்பட்டன. இங்கிலாந்து பிரான்சு ஜெர்மனி போன்ற பிற ஐரோப்பிய நாடுகளிலும் இத்தகைய ஆய்வு மேற் கொள்ளப்பட்டு வருகின்றது. இவ்வாறு தொல்பொருட்களின் காலத்தைக் கணிப்பதற்குப் பல்வேறு முறைகள் பின்பற்றப்படு கின்றன. விஞ்ஞான வளர்ச்சி தொல்பொருட்களின் காலத்தைத் துல்லியமாகக் கணிப்பதற்குப் பெரிதும் உதவுகின்றன.

இயல்-23

பழம் பொருட்களைப் பாதுகாத்தல்

பல்லாயிரம் ஆண்டுகளுக்கு முன்னர் புதைந்து போன பொருட்களை வெளிக்கொணர்ந்தால் மட்டும் போதாது அவற்றை அறிவியல் முறையில் தூய்மை செய்து இரசாயனங்களைக் கொண்டு பாதுகாக்க வேண்டும். இத்தகைய பொருட்களைக் கொண்டு அருங்காட்சியகம் அமைத்து பண்டைய பண்பாட்டையும், நாகரிகத்தையும் அனைவரும் அறியச் செய்யலாம்.

பழம்பொருட்கள் சிதைவடையக் காரணங்கள்:

தட்பவெப்பங்கள் மற்றும் சுற்றுச்சூழலில் ஏற்படும் மாற்றங்கள் பொருட்களைச் சிதைத்துவிடுகிறது. காற்று, ஈரம், தூசி, புகை, கரிமம், முதலியனவும் தொல்பொருட்கள் சிதைவடைய காரணமாகின்றன. தொல்பொருட்கள் கடற்கரை ஓரங்களில் இருக்குமாயின் கடல்காற்று, உப்பு போன்றவைகள் பொருட்களை மிக விரைவில் சிதைந்துவிடுகிறது. துணி, தாள், தோல் முதலியவற்றில் எழுதப்பட்ட ஆவணங்கள் தொழிற் சாலைகள் நிறைந்த பகுதிகளில் இருக்குமாயின் தொழிற்சாலைக் கழிவுப் பொருட்களான சல்பர்டை ஆக்சைடு ஆவணங்களை அரித்து விடுகிறது.

பழம்பொருட்களை எடுப்பதில் கவனம்:

அகழ்வாய்வு மூலம் பொருட்களை வெளியே கொண்டு வரும் பொழுது அப்பொருட்கள் சிதைந்து விடாமல் உருக்குலையாமல் இருக்கத் தனிக்கவனம் செலுத்த வேண்டும். பூமிக்கடியில் இருக்கும் தட்பவெப்ப நிலையை ஏற்றுக்கொண்டு பலநூறு ஆண்டுகள் கெடாமல் இருக்கின்றன. அதை வெளியே கொண்டு வரும் பொழுது ஏற்படும் திடீர் மாற்றத்தால் பொருட்கள் சிதைகின்றன. சில பொருட்களைத் தூய்மைப்படுத்தும் முன் எக்ஸ்ரே (X-Ray) எடுப்பதன் மூலம் அது எந்த நிலையில் இருக்கிறது என்பதை அறிந்து அதைப் பாதுகாக்கும் முறையைப் பின்பற்றலாம்.

கலைப் பொருட்களுக்குச் சில முதலுதவி சிகிச்சைகள் அளித்து அந்த அரிய பொருட்களை அருங்காட்சியகத்திற்கோ அல்லது

ஆய்வகத்திற்கோ எடுத்துச் செல்ல வேண்டும். அப்பொருட்கள் உடைந்து இருந்தாலும், அழுக்காக இருந்தாலும் அவற்றைத் தூய்மைபடுத்தி சரி செய்யவேண்டும். இவைகளை அகழ்வாய்வு நடைபெறும் பொழுது உடனுக்குடன் செய்ய வேண்டும்.

அகழ்வாராய்ச்சி செய்யும் இடத்திற்கு அருகிலேயே ஒரு அருங் காட்சியகம் அமைத்தால் வரலாற்றுச் சிறப்பு மிக்க இடத்தையும் அங்குக் கிடைத்த பொருட்களையும் பார்வையிட மக்களுக்கு நல்ல வாய்ப்பாக அமையும். தொல்பொருள் ஆராய்ச்சியின்போது கிடைக்கும் பொருட்களை கரிம மற்றும் கனிம வகைகளாகப் பிரித்து அவற்றைப் பாதுகாக்க வேண்டும்.

பாதுகாப்பிற்குத் தேவையான பொருட்கள்:

பொருட்களின் தன்மை, வகைப்பாடு ஆகியவற்றைப் பொறுத்து அவற்றைப் பழுதுபார்க்க வேண்டும். முதலில் பொருட்களைப் புருசு மற்றும் துணிகள் முதலியவற்றைக் கொண்டு தூய்மைப்படுத்த வேண்டும். பிறகு பொருட்களுக்கு வலுவூட்ட இரசாயனங்கள் பயன்படுத்தலாம். ஆய்வாளர் பொருட்களை வெளியே எடுக்கும்பொழுது மிகவும் கவனத்துடன் தகுந்த நடவடிக்கைகள் மேற்கொண்டால் அவற்றை அழிவிலிருந்து தவிர்க்கலாம்.

உதாரணமாக எலும்புகள் கிடைக்குமாயின் சிதறிவிடாமல் எடுக்க வேண்டும். கல்லினாலான பொருட்கள் உடையாமலும், கண்ணாடி, சுடுமண் பொருட்களைக் கவனத்துடனும், மட்கலன்களையும், உலோகப் பொருட்களையும், வேதியல் பொருட்களையும் கொண்டு தூய்மைபடுத்திப் பார்க்க வேண்டும். சங்கு, கம்பளி, துணி, சணல், மரம், கரித்துண்டுகள், சாம்பல், எலும்புகள், தானியங்கள் ஆகியவற்றைப் பாதுகாக்கச் சில முறைகள் பின்பற்றப்படுகின்றன.

1) எலும்புகள் மற்றும் தந்தத்தினாலான பொருட்கள்:

இவை இடுகாடுகளில் அதிக அளவு கிடைப்பதுடன் மனிதர்கள் வசித்த பகுதிகளிலும் கிடைக்கின்றன. இவை மூலம் எலும்புகள் மற்றும் மானின் கொம்புகளைக் கொண்ட பொருட்களைப் பழங்கால மக்கள் பயன்படுத்தினார்கள் என்பதை அறிகின்றோம். அகழ்வாய்வின் போது கிடைக்கின்ற இத்தகைய பொருட்களை மெல்லிய புருசு கொண்டு தூய்மைப்படுத்துவதுடன் வினைல் அசிட்டேட் மற்றும் ஸ்பிரிட் திரவம் அல்லது ஆல்ஹகாலில் உள்ள ஷெல்லாக் (Shellac) போன்ற இரசாயனப் பொருட்களைக் கொண்டு வலுப்படுத்த வேண்டும். உடைந்த போன எலும்புகளை ஒட்ட வைக்க தரம் வாய்ந்த நவீன பசைகளைப் (Quick Fix) பயன்படுத்தலாம்.

2) சங்குகள்:

மென்மையான வெண்மையான சங்கு பொருட்கள் கண்டெடுக்கப் பட்டால் அவற்றை மெல்லிய செல்லுலாய்டு கரைசலில் நனைத்து தூய்மைபடுத்த வேண்டும். பொதுவாக ஈரமண் பகுதிகளிலிருந்து கிடைக்கும் இந்தச் சங்குகளை வெளியே எடுத்துச் செல்லும் பொழுது ஈரப்பதம் குறையாமல் பாதுகாக்க வேண்டும். ஈரப்பதம் குறைந்தால் அவை உடைந்துவிடும். அருங்காட்சியகத்திற்குக் கொண்டு சென்ற பின் வேதிப் பொருட்களின் உதவியால் திடப்படுத்த வேண்டும். 5% தூய ஜெலட்டின் கரைசலில் மூழ்கச் செய்து எடுத்தால் சங்குப் பொருட்களுக்குப் போதுமான பாதுகாப்புக் கிடைக்கும்.

3) மரத்திலான பொருட்கள்:

1. மரத்தில் செல்லுலோஸ் என்னும் பொருட்கள் 70% உள்ளது. இப்பொருள் மரங்களை உளுத்துவிடச் செய்யும் தன்மை உடையது. மேலும் ஈரக்கசிவு, தட்பவெப்ப நிலை அளவுகளின் மாற்றங்கள் மரங்களை மிகவும் எளிதாகத் தாக்குகின்றன. இதனால் மரங்களின் நிறம், எடை ஆகியவற்றில் இழப்பையும் மரங்கள் பாதிக்கப்படும் போது காணமுடிகிறது. இதன் காரணமாகச் சில மரத்தினாலான பொருட்கள் உளுத்துப் போய் விடவும் செய்கின்றது. இருப்பினும் உளுத்த அல்லது சிதைந்த நிலையில் மரப்பொருட்கள் ஆய்வின் பொழுது கண்டுபிடிக்கப்படுகின்றன.

2. மரத்திலான பொருட்கள் மிக மென்மையாகவும், சிதை வடைந்தும் கிடைக்கும். இவற்றின் மீது தண்ணீர் தெளித்து ஈர நிலையில் வைத்து வேதியியல் பொருட்களைக் கொண்டு பாதுகாக்க வேண்டும். இவற்றைத் துணி அல்லது பாலித்தீன் தாள்களைக் கொண்டு மூடி ஈரப்பதம் குறையாமல் பாதுகாக்க வேண்டும். ஈரப்பதம் குறைந்தால் இவை உடைந்து விடும். அதன் பின்னர் இவற்றை மெதுவாக உலர வைத்து கிளீசரீன் அல்லது வினைல் அசிட்டேட் அல்லது ஆல்ஹகாலில் உள்ள ஷெல்லாக் கொண்டு திடப்படுத்திப் பாதுகாக்க வேண்டும். ஆனாலும் மரப்பொருட்களைப் பாதுகாப்பதில் ஆய்வாளர்களுக்கு அதிக சிரமம் உள்ளது.

துணிகள்:

தொல்பொருள் ஆகழ்வாய்வின் பொழுது துணிகளின் மாதிரித் துண்டுகள் மிக அபூர்வமாகக் கிடைக்கின்றன.

1. பண்டைக்கால மக்கள் பருத்தி, பட்டுத் துணிகளை ஆடை களாகவும், ஓவியம் தீட்டுவதற்கும், திரைச் சீலைகளாகவும் பயன்படுத்தி வந்துள்ளனர். ஆனால் அவை நைந்து காணப்படுவதால்

தொல்லியல்

மிகக் கவனமாகக் கையாள வேண்டும். இவற்றைப் பாதுகாக்க செல்லுலாய்டு பயன்படுத்துவதைவிட தூய ரோஸின் மற்றும் அசிட்டோன் கரைசல் கொண்டு தூய்மைபடுத்தி உலர வைக்க வேண்டும். செல்லுலாய்டு பயன்படுத்தினால் துணிகள் சுருங்கி விடவும் வாய்ப்புள்ளது.

2. மேலும் துணிகளைக் காற்றோட்டம் இல்லாத இடங்களில் வைத்திருக்கும் பொழுது பூஞ்சை காளான்களும், பூச்சிகளும் தோன்றி அழித்துவிட வாய்ப்புள்ளது. ஆனால் துணிகளின் மாதிரிகளை இரசாயனம் சேர்ப்பதற்கு முன்பே கார்பன்-14 பரிசோதனைக்கு உட்படுத்தி அதன் காலத்தை அறியலாம். பின்னர் இத்துணிகளைப் பாலித்தீன் தாள்களில் சுற்றி வைத்து வேதிப் பொருட்களைக் கொண்டு பாதுகாக்கலாம்.

கண்ணாடி பொருட்கள்:

கண்ணாடி பொருட்கள் தொல்பொருள் அகழ்வாய்வின் போது பாத்திரங்கள் வடிவிலும் மற்றும் பாசிமணிகள், வளையல்கள் வடிவிலும் கிடைக்கின்றன. ஆனால் மண்ணில் படிந்துள்ள சுண்ணாம்புக் காரம் கண்ணாடிப் பொருட்களை சிதிலமடையச் செய்கின்றன. மேலும் அகழ்வாய்வின்போது பொருட்களைத் தோண்டி வெளியே எடுக்கும் பொழுது அவைகள் உடைவதற்கும், வண்ணங்கள் மாறுவதற்கும் வாய்ப்புகள் உள்ளது. எனவே கண்ணாடி பொருட்கள் கண்டெடுக்கப் பட்டவுடனேயே அவற்றை வண்ணப் புகைப்படம் எடுக்க வேண்டும். இல்லை எனின் மேலே தோண்டிக்கொண்டு வரும் பொழுது அது தன் சுய வண்ணத்தை இழந்து விடும். கீறல் விரிந்து உடையும் நிலையில் உள்ள கண்ணாடி பொருட்களைக் கவனமாகக் கையாள வேண்டும். இவற்றைத் தூய்மைப்படுத்தி, நீர்த்த ரெசின் அல்லது நீர்த்த நைலான் திரவம் கொண்டு வலுப்படுத்த வேண்டும்.

மட்பாண்டங்கள்:

வரலாற்றுக்கு முற்பட்ட சுடப்படாத பானை ஓடுகளைத் தவிர மற்ற பானையோடுகள் வலுவுடனேயே இருக்கின்றன. அத்தகைய மட்பாண்டங்களை உப்பு கலக்காத நீரில் தூய்மைப்படுத்தி உலர வைக்க வேண்டும். மட்பாண்டங்களில் வண்ணங்களோ, உருவங்களோ இல்லாவிடில் அவற்றை பிரஷ் கொண்டு தூய்மைப்படுத்தலாம். மட்பாண்டங்களை வலுப்படுத்த 2% ஹைட்ரோ குளோரிக் அமிலத்தைச் சேர்த்த சரியாகச் சுட்டெடுக்காத பானைகளைத் தண்ணீரில் கழுவாமல் புருசு கொண்டு தூய்மைப்படுத்தலாம். அதன் மீது வினைல் அசிட்டேட் திரவத்தைத் தூவுதல் நன்று. இவ்வாறு

பதப்படுத்தப்பட்ட களிமண் முத்திரைகளும், மற்றும் பிற மட்பாண்டங்களும் கவனமாகப் பாதுகாப்புடன் அருங்காட்சியகத்திற்கு அனுப்பி வைக்கப்படும்.

உலோகப் பொருட்கள்:

அகழ்வாய்வின் பொழுது உலோகச் சிலைகளும், பொருட்களும் அதிக அளவில் கிடைக்கின்றன. சிந்துச் சமவெளிப்பகுதிகளில் உலோகக் காலத்தைச் சேர்ந்த பல தாமிரக்கருவிகள் மற்றும் தாமிர நாணயங்கள் தாராளமாகக் கிடைக்கின்றன. ஆனால் இந்தத் தாமிர பொருட்கள் எளிதாக இரசாயன மாற்றங்களுக்கு உட்பட்டு அரிக்கப் படுகின்றன. உலோகச் சிலைகள் பூமியில் புதைத்திருந்தாலோ அல்லது மண் சுவர்களிடையே பதித்திருந்தாலோ மண்ணின் சூழல் அல்லது வேதிப்பொருட்களில் செம்பின் கலவை அதிகமாக இருந்தால் செம்பும், கால்சியம் கார்பனேட்டும் சேர்ந்து கார்பனேட்டாக மாறுகின்றது. இது உலோகத்தின் மேல் படிந்து தட்பவெப்ப நிலையில் பாதிப்பு மீண்டும் ஏற்படாதவாறு தடுக்கிறது. இதனால் இது நோபில் பெட்டினார் என்று அழைக்கப்படுகின்றது. மண்ணில் உலோகங்களை அரிக்கும் பல்வேறு உப்புகள் காணப்படுகின்றது. உதாரணமாகத் தாமிர ஆக்சைடு கார்பனேட்ஸ், குளோரைட்ஸ், சல்பேட்ஸ் போன்றவை உலோகத்தில் படிந்து அவற்றை அரித்து பலவீனம் அடையச் செய்கின்றன.

உலோகப் பொருட்களைத் தோண்டி எடுத்த பின்னரும்கூட குளோரைட், பாதிப்பை உண்டாக்குகின்றது. இதற்கு வைல்பெட்டினா அல்லது பித்தளை நோய் என்று பெயர். இது பித்தளை உலோகத்தில் பச்சை நிறத்தில் கரையை உண்டாகுகின்றது. தென்னிந்தியாவிலும் பல வெண்கல பித்தளை பொருட்கள் கண்டெடுக்கப்பட்டுள்ளன. வலுவில்லாத உலோகப் பொருட்களை திடப்படுத்துவதற்கு வேதியியல் முறை பின்பற்றப்படுகின்றது. எனினும் வேதியியலாளர் அப்பொருள் சிகிச்சையைத் தாங்குமா என்று ஆராய்ந்து பார்த்து முதல் உதவியில் ஈடுபட வேண்டும். பொருட்கள் மிகவும் பலவீனமாக இருந்தால் மேல் பூச்சு பூசி அதனைப் பாதுகாக்கலாம். உலோகப் பொருட்கள் நல்ல கடினத்தன்மையிலிருந்தால் வேதியியல் மாற்றம் இயந்திர சிகிச்சைக்கு உட்படுத்தப்படும்.

நாணயங்களைத் தண்ணீரில் கழுவி புருசு கொண்டு தூய்மைப்படுத்தலாம். அழுக்கு நீங்காவிடில் டார்டாரிக் அமிலம் ஒரு பங்கு காஸ்டிக் சோடா ஒரு பங்கு எடுத்துப் பத்துப் பங்கு நீரில் ஒரு கலத்தில் கலந்து அலசித் தூய்மைப்படுத்தலாம். பின்னர் தண்ணீரில் தூய்மைப்படுத்தி பாலிவினைல் அசிட்டேட் கொண்டு

தூய்மைப்படுத்த வேண்டும். உலோக நோய் அல்லது பித்தளை நோய் கண்ட பொருட்களை நோயை அகற்றி பாதுகாக்க மூன்று வகை செயல்முறைகள் பின்பற்றப்படுகின்றன. அவை 1) மின் கலவைமுறை 2) மின் வேதிமுறை 3) வேதிமுறை என்பதாகும். காலின் ஜி.பின்க் என்பவரால் அறிமுகப்படுத்தப்பட்ட இம்முறை பல்வேறு அருங்காட்சியகங்களில் பின்பற்றப்பட்டு வருகின்றன.

இரும்புப் பொருட்கள்:

இரும்பினால் தயாரிக்கப்பட்ட ஆயுதங்கள் மற்றும் பிற பொருட்கள் துருப்பிடிப்பதனால் அதன் இயல்பு தன்மையை இழந்து விடுகின்றன. ஈரக்காற்று, மழை, குளிர்காலம் போன்ற இயற்கையின் விளைவுகளால் இரும்பு துருப்பிடிக்கின்றது. துருவேறிய இரும்பு பொருட்களை 10% ஆக்சாலித் திரவத்தைக் கொண்டு துருவை அகற்றலாம். ஆனால் பழம்பொருட்களில் துரு மிகக் குறைந்த அளவில் இருக்குமேயானால் தான் ஆக்சாலிக் அமிலம் கொண்டு தூய்மைப்படுத்த முடியும். அதிக அளவில் துரு இருக்குமாயின் சோடியம் ஹைட்ராக்சைடு பயன்படுத்தித் துருவை நீக்கி பாதுகாக்கலாம். இம்முறையின்படி இரும்புப் பொருட்களை மெல்லிய அலுமினியம் தகட்டால் சுற்றி 5% சோடியம் ஹைட்ராக்சைடு கரைசலில் மூழ்கவிட வேண்டும். (இக்கலவை மேற்படி பொருட்களில் உள்ள துருவை இரும்பாக மாற்றுகின்றது.)

மேலும் இரும்புப் பொருட்களைச் சுத்தம் செய்து பாதுகாக்க இரும்புத் தொட்டி முறை பயன்படுத்தப்படுகிறது. இதில் எதிர்மின் வாய் முனையில் பொருளையும் நேர்மின்வாய்னையில் இரும்பு தொட்டியின் இணைப்பும் ஏற்படுத்தி, அதன் பின்னர் மின்சாரமும் செலுத்தப்படும். தொட்டியில் 5% சோடியம் ஹைட்ராக்சைடு கரைசலை ஊற்ற வேண்டும். இச்செயல்முறையின் விளைவால் எதிர்மின் முனையில் ஹைட்ரஜன் உற்பத்தியாகி இதன் ரசாயனத் தன்மையால் துரு மென்மையடைகின்றது. இவ்வாறு மீண்டும் இம்முறையைப் பின்பற்றித் துருவை முழுமையாக அகற்றலாம்.

பாதுகாப்புப் பூச்சு:

இரசாயன முறையில் தூய்மை செய்யப்பட்ட பழம் பொருட்களை வாலை வடிநீரில் சுத்தம் செய்து நன்கு உலரவிட வேண்டும். பின்னர் 3% மெழுகை பென்சின் திரவத்தில் கரைத்துப் பாதுகாப்புப் பூச்சாகப் பூசலாம். இல்லாவிடில் 2% பாலிவினைல் அசிட்டேட்டை பெரலின் + அசிட்டோன் கரைசலில் கரைத்தும் பாதுகாப்புப் பூச்சாகப் பூசலாம்.

கற்சிற்பங்கள்:

பொதுவாகக் கற்சிலைகள் கல்லால் செய்யப்பட்ட கலைப் பொருட்கள், கட்டிடங்கள் போன்றவற்றில் உப்புத் தன்மையால் அழிவு ஏற்படுகின்றது. கற்சிற்பங்களில் கரிமக் கரைகள் படிந்து இருப்பின் அவற்றை கார்பன் டெட்டராக் குளோரைட்+பென்சீல்+ லீசப்பால் கரைசலைக் கொண்டு சுத்தம் செய்யலாம். பாசி, காளான் போன்ற கறைகள் வளர்ந்திருந்தால் அவைகளையும் மேற் கூறியவைகளைக் கொண்டு நீக்கலாம். பின்பு லிசப்பால் சோப்புக் கரைசலால் சுத்தம் செய்யலாம்.

உப்புக்கள் அகற்றும் முறை:

கற்சிலையில் உப்புக்கள் புகுந்து கொள்வதால் அவை நீர் வறண்ட காலத்தில் படிகங்களாக மாறுகின்றன. உப்பு மிகுதியினால் கல்லில் வெடிப்பு ஏற்பட்டு கற்சிலைகள் பொடியாகி உதிரவும் கூடும். உப்புவின் பாதிப்புள்ள பொருட்களை ஓடும் தண்ணீரில் கழுவி சுத்தம் செய்யலாம், அல்லது வடிதாள் காகிதக்கூழை கற்சிற்பங்களில் பூச வேண்டும். இரண்டு நாள் கழித்துக் காகிதக் கூழ் பூச்சை நீக்கித் தண்ணீர் கொண்டு தூய்மைப்படுத்த வேண்டும். பின்னர் சுத்தம் செய்யப்பட்ட இக்கற்சிற்பங்களைப் பெட்ரோல்+மெழுகு கரைசலைக் கொண்டு பாதுகாப்புப் பூச்சுபூச வேண்டும்.

வெள்ளிப் பொருட்கள்:

உலோகங்களில் வெள்ளி மிகவும் மென்மையானது. பூமியில் புதைந்துவிடுவதாலும், பல ஆண்டுகள் சென்றுவிடுவதாலும் இவற்றில் கருப்பு நிறம் அல்லது கறை ஏற்படுகின்றது. பொதுவாக வெள்ளியைக் கொண்டு உற்பத்தி செய்யப்பட்ட சிற்பங்கள், நகைகள், காசுகள், மற்றும் பிற கலைப்படைப்புகள் போன்றவற்றில் இத்தகைய மாற்றங்கள் ஏற்படுகின்றன. இவற்றைத் தூய்மை செய்ய பார்மிக் அமிலம் 10 முதல் 25% வரையிலும் நீர்த்த அமோனிய திரவம் 20% ஒன்றன் பின் ஒன்றாகப் பயன்படுத்திச் சுத்தம் செய்ய வேண்டும். பின்னர் பாலிவினைல் அசிட்டெட் அல்லது செல்லுலாய்டு பூச்சைக் கொடுக்க வேண்டும். இம்முறைகளைப் பயன்படுத்தி வெள்ளிப் பொருட்களின் சிதைவுகளைத் தடுக்கலாம்.

இவ்வாறு தொல்லியல் ஆய்வின்போது கண்டுபிடிக்கப்பட்ட பழம்பொருட்களை விஞ்ஞான முறையில் வேதியியல் சுத்தம் செய்து பாதுகாப்புப் பூச்சுப் பூசிவிடுவதால் மேலும் பொருட்கள் அழிந்து விடாமல் பாதுகாக்கப்படுகின்றன.

இயல் - 24

வரலாற்றுக்கு முற்பட்ட காலம்

மனிதனின் வாழ்க்கைத் தரத்தை இயற்கையும் தட்பவெப்ப நிலையுமே தீர்மானிக்கின்றன என்றால் மிகையாகாது. சூரியனிலிருந்து வெடித்துச் சிதறி விழுந்த நெருப்புத் துண்டே பிற்காலத்தில் பூமிக் கோளமாக மாறியது என்று கூறுவர். இந்த நெருப்பு இங்குள்ள சூழ்நிலைக்கேற்ப குளிர்ந்த பனியாக மாறியது. இதற்குப் பனிப்பிரளயக் காலம் என்று பெயர். இவ்வாறு பனிப்படர்வுகளாலும் சூரிய வெப்பத்தாலும் ஏற்பட்ட மாற்றங்களே தட்பவெட்ப நிலை மாற்றங்கள் எனப்பட்டன. இக்காலக் கட்டத்தை ஆய்வு செய்த நில இயல் வல்லுநர்கள் நிலத்தை நான்கு படிவங்களாகப் பிரித்தார்கள்.

முதன்மைப் படிவம் : இக்காலகட்டத்தில் மீன்களும், தாவர இனங்களும் இருந்தன.

இரண்டாம் படிவம் : பெருமளவில் மீன்குளம், ஊர்வனவும், ஓக்வால்னட் போன்ற மரங்களும் உருவாயின.

மூன்றாம் படிவம் : இக்கால கட்டத்தில்தான் நம் காலத்தில் உள்ளதைப் போன்ற உயிரினங்களும் தாவர இனங்களும் தோன்றின.

நான்காம் படிவம் : மிகுந்த மரங்களும், பல்வகை உயிரினங்களும் விலங்கினங்களும் பனிப்படர்வு காலத்தின் தொடக்க தடயங் களும் காணப்பட்டன.

இவ்வாறு தட்பவெப்ப நிலைக்கேற்ப பூமியில் மாறுதல் ஏற்பட்ட வண்ணம் இருந்தது. பூமி தோன்றிய 400 கோடி ஆண்டுகள் வரை எந்த உயிரினமும் புவியில் தோன்றவில்லை என்பது குறிப்பிடத்தக்கது. சுமார் 57 கோடி ஆண்டுகளுக்கு முன் தான் நடைபெற்றிருக்க வேண்டும் எனக் கருதப்படுகிறது. பல்வேறு இடங்களில் நடைபெற்ற அகழ்வாய்வுகள் மூலம் கிடைத்த எலும்புக் கூடுகளிலிருந்து மிகப் பழங்கால மனிதன் எவ்வாறு இருந்திருப்பான் என்பது அறியப்படு கின்றது.

இவ்வாறு பல கோடி ஆண்டுகள் கழித்து பூமியில் தோன்றிய மனித இனம் சில இலட்சம் ஆண்டுகளில் வியத்தகு சாதனைகளை அடைந்தது என்றால் மிகையாகாது. ஆதிமனிதன் இயற்கைக்கு அஞ்சியும், உணவுத்தேடி அலைந்தவனாவும் காணப்பட்டான் கற்களைக் கொண்டு கருவிகளை உருவாக்கித் தன்னைப் பாதுகாத்துக் கொண்டான். இத்தகைய அளவில் நாகரிகம் தோன்றிய காலத்தை (1) பழங்கற்காலம் (2) புதிய கற்காலம் (3) உலோகக் காலம் என்று வரலாற்று அறிஞர்கள் குறிப்பிடுகின்றனர்.

பழங்கற்கால நாகரிகம்:

கல்வியறிவு இல்லாத மக்கள் எழுதப்பட்ட சான்றுகள் எதையும் விட்டுச் செல்லாததால் இதனை வரையப் பெறாத வரலாற்றுக் காலம் (Age of unrecorded History) என்றும் தொல்பழங்காலம் என்றும் கூறுவர். உண்மையில் வரலாற்றுக் காலத்திற்கு உட்படும் ஆண்டுகளை விட 95 சதவிகித காலமான சுமார் 20 லட்சம் ஆண்டுகளாக மனிதன் எழுத்தறிவு இல்லாதவனாகவே வாழ்ந்திருக்கின்றான். இவ்வாறு தொல் பழங்காலத்தில் வசித்த மனிதர்களைப் பற்றி அறிந்துகொள்வதற்கு தொல்லியல் சான்றுகளே துணைநிற்கின்றன.

அண்மைக் காலத்தில் சுமார் 17,50,000 ஆண்டுகளுக்கு முற்பட்ட மனிதனின் மண்டையோடு ஆப்பிரிக்க நாடான தாங்கனிகாப் பகுதியில் கண்டெடுக்கப்பட்ட பொழுது மனிதனின் தோற்றம் குறித்த கருத்துக்கு ஒரு முடிவு கிடைத்தது. அக்காலம் முதற்கொண்டு தம் வாழ்க்கையை இப்புவியில் தொடங்கிய நம் கற்காலம் ஆரம்பக் காலத்தை பழைய கற்காலம், புதிய கற்காலம் என இரு பிரிவுகளாகப் பிரிக்கலாம்.

பழைய கற்காலம்:

கி.மு.30,000 ஆண்டு வரையிலான காலம் முந்தைய பழங் கற்காலம் என்று அழைக்கப்படுகின்றது. இக்கால கட்டத்தில் தான் பிதிகாந்த்ரோபஸ் எரக்டஸ் என்னும் ஜாவா மனிதனும் சினாந்த்ரோபஸ் பீகினென்னிஸ் என்னும் பீகிங் மனிதனும் வாழ்ந்தனர். சுமார் 50,000 ஆண்டுகளுக்கு முற்பட்ட நியான்டர்தால் மனிதனும் இக்காலத்தை சேர்ந்தவனே குரங்குகளைப் போல் தோற்றமளித்த இத்தகைய நம் முன்னோர்கள் மனிதர்களுக்குரிய சிறப்பியல்வுகளைப் பெற்று இருந்தார்கள்.

இந்தியாவிலும் தொல்பழங்காலத்தை (1) முந்தைய கற்காலம் (2) இடைக்கற்காலம் (3) கடைக்கற்காலம் (4) புதிய கற்காலம் (5) வெண்கலக்காலம் (6) இரும்புக்காலம் என்று பிரித்து உள்ளார்கள்.

இவை அந்தந்தப் பிரிவு மக்களின் தொழில்நுட்ப வளர்ச்சியின் அடிப் படையில் பிரிக்கப்பட்டவை ஆகும். இப்பிரிவினை ஐரோப்பிய, ஆப்பிரிக்க நாடுகளைப் பொறுத்தவரையில் அம்மக்கள் வாழ்க்கைக் கேற்ப வேறுபடுகின்றன. எனினும் உலகெங்கும் இக்காலத்தில் வாழ்ந்த மக்கள் கரடு முரடான கற்களால் செய்யப்பட்ட கருவிகளைப் பயன் படுத்தினார்கள். கற்காலக் கருவிகளைக் கொண்டு ஓரளவு தொல் பழங்கால மக்களின் வாழ்க்கையை அறியலாம் இவர்கள் பயன் படுத்திய கருவிகள் திறந்த வெளிகள், ஆற்றுப்படுக்கைகள், மலைக் குகைகள் போன்ற இடங்களில் காணப்படுகின்றன. ஆற்றுப் படுகை களில் அல்லது மலைக்குகைகளில் அக்கருவிகள் கிடைக்கும் போது நில அமைப்பியலின் அடிப்படையில் அவர்கள் வாழ்ந்த காலத்தைக் கணிக்க முடிகின்றது. தொல் பழங்காலத்தின் பொருட்களைப் பொட்டாசியம் - ஆர்கன் அணுத்திறன் சோதனைக்கு உட்படுத்தி கணக்கிட்ட பொழுது அவைகள் ஏறக்குறைய 20 லட்சம் ஆண்டுகளுக்கு முற்பட்டவை என்பதை அறிய முடிகின்றது.

கற்கருவிகளின் பொதுத்தன்மைகள் :

கற்கருவிகளை ஆராயும் பொழுது அவை தொழில்நுட்பத் திறனுக்கேற்ப வேறுபட்டுக் காணப்படுகின்றன. அதாவது ஒவ்வொரு கருவியின் தன்மையையும் தொழில் நேர்த்தியையும் வைத்து அக்கருவி எந்தப் பண்பாட்டுக் காலத்தைச் சேர்ந்தது என்று கூறமுடியும். இவ்வகையில் கற்கருவிகளை அதன் தொழில் நுட்பத்தைக் கொண்ட கிளாக்டோனியன், லெவலாய்சியன், மூஸ்டியன் என்று பெரும் பிரிவுகளாகப் பிரிக்கலாம்.

கிளாக்டோனியன் நுட்பம்:

முதல் நிலையில் தொல்பழங்கால மக்கள் இயற்கையாகக் கிடைக்கக்கூடிய பெரிய கற்பாகங்களையோ அல்லது உருண்டையான கூழாங்கற்களையோ எடுத்து அவைகளிலிருந்து சில சில்லுகலைப் பெயர்த்துவிட்டு பயன்படுத்தினார்கள். சில்லுகளுக்குச் சமமாக ஆழமான பள்ளங்கள் அல்லது குழிகள், சில்லுகள் பெயர்க்கப்பட்ட மூலக்கல்லில் காணப்படுகின்றன. இவை மிகப் பழமையான தொழில் நுட்பத்தைச் சேர்ந்தவை. இவ்வகைக் கருவிகள் கரடுமுரடுகளாக இருந்தன இக்கற்கருவிகளைச் செய்வதற்கு பெரிய உருண்டையான கற்களையோ நீள் உருண்டை வடிவத்திலோ அல்லது அதே உருவம் கொண்ட எலும்பையோ அல்லது கடினமான மரத்தையோ சுத்தியலாகாது பயன்படுத்தின பொழுது சில்லுகள் பட்டைகளாகப் பெயர்ந்து வெளிவந்தன. இந்த நீள் உருண்டை வடிவ சுத்தியலைக்

கற்கால மனிதர்கள் பெருமளவில் பயன்படுத்தினார்கள். இது நீளுருண்டைச் சுத்தியல் நுட்பம் என்றும் அழைக்கப்படுகின்றது.

வெவலாய்சியன் காலம்:

கற்காலத்தின் கடைசி நிலை இவ்வாறு அழைக்கப்படுகின்றது. இக்கால கட்டத்தில் மூலக்கல்லிலேயே வேண்டிய கற்கருவிகளின் உருவத்தைச் செய்துகொண்டார்கள் இவ்வகைக் கருவிகள் நேர்த்தியாகவும் சிறிய உருவங்களோடும் கூர்மையான விளிம்புகளோடும் இருக்கின்றன.

கருவிகளின் பெயர்கள்:

மிகப்பழமையான கருவிகள் பெரிய சில்லுகளிலுருந்து சில மாற்றங்களோடு தயாரிக்கப்பட்டதால் அவை சில்லுக் கருவிகள் என்று அழைக்கப்பட்டன. அவை பொருட்களை வெட்டுவதற்குப் பயன்பட்டதால் வெட்டிகள் அல்லது வெட்டும் கருவிகள் என்றும் பெயரிடப்பட்டன. உருண்டையான கற்களிலிருந்து உருவாக்கப் பட்ட கருவிகள் மூலக்கருவிகள் என்று கூறப்படுகின்றன. கோடரி போன்ற வடிவிலிருந்த சில்லுக்கருவி கைக்கோடாரி என்றும் கிழிப்பான் என்றும் அழைக்கப்படுகின்றது. இதை தவிர அவற்றின் உருவத்தை வைத்து வட்டக்கருவி, முக்கோணக்கருவி, டிரபீடியம் அல்லது கோடகக் கருவி, பிறைக்கருவி போன்ற பெயர்கள் வழங்கப்படுகின்றன. கூர்மையான நுனிகள் கொண்ட கருவிகள் "முனைகள்" என்று அழைக்கப்பட்டன. இவை படிகக்கல் (Quartzite) என்னும் வகையான கல்லில் உருவாக்கப்பட்டன.

காணப்படும் இடங்கள்:

இந்தியாவில் முதன்முதலாகத் தமிழ்நாட்டில்தான் பழங்காலக் கருவி கண்டுபிடிக்கப்பட்டது. 1863ல் ராபர்ட் புரூஸ்புட் என்னும் நில அமைப்பியல் ஆய்வாளர் சென்னை பல்லாவரத்துக்கு அருகில் இக்கருவியைக் கண்டுபிடித்தார். அவரது தனிப்பட்ட முயற்சியின் காரணமாக வட தமிழ்நாட்டில் பல கற்கருவி இருப்பிடங்கள் கண்டு பிடிக்கப்பட்டன. பின்னர் செய்த ஆய்வின் மூலம் தமிழ்நாட்டில் செங்கற்பட்டு, காஞ்சி திருத்தணி புரம், திருவள்ளூர், வடஆற்காடு, அரக்கோணம், மதுரை, தஞ்சாவூர், திருச்சி, போன்ற இடங்களில் கற்காலக் கருவிகள் கண்டு எடுக்கப்பட்டன.

இத்தகைய கருவிகள் இந்தியாவைப் பொறுத்த வரையில் காஷ்மீர், பஞ்சாப் போன்ற பகுதிகளில் கிடைத்தன. சிந்துவின் கிளை நதியான சோகன் (Sohan) இப்பகுதியில் ஓடியதால் இங்குக் கிடைத்த

கருவிகள் சோகன் பண்பாட்டுத் தடயங்கள் என்று அழைக்கப்படுகின்றது. சோகன் பண்பாட்டுக் கருவிகள் சீனா, ஜாவா, பர்மா, ஆகிய நாடுகளின் கருவிகளை ஒத்து இருக்கின்றது. இவைகளில் சில்லுக் கருவிகள், வெட்டிகள், கைக்கோடாரிகள், ஆகியவை குறிப்பிடத்தக்கவையாகும். சோகன் பண்பாட்டுக் காலம் சுமார் நான்கு லட்சம் (4,00,000) ஆண்டு களுக்கு முற்பட்டது என்றும் தமிழ்நாட்டில் இது இரண்டு இலட்சம் (2,00,000) ஆண்டுகளுக்கு முற்பட்டது என்றும் அறிஞர்கள் கூறுகின்றனர். ஆப்பிரிக்காவில் கைக்கோடாரிப் பண்பாடு சுமார் ஏழரை இலட்சம் (7,50,000) ஆண்டுகளுக்கே முன்பே இருந்ததும் தெரியவந்துள்ளது.

வாழ்க்கை முறை:

இக்கால மக்கள் குகைகளில் வாழ்ந்து வந்தனர். தோலையும் மரப்பட்டைகளையும் ஆடைகளாக அணிந்திருந்தனர். வேட்டை யாடிய மிருகங்களையும், கிழங்கு பழங்களையும் உட்கொண்டனர். நெருப்பின் பயனை அறிந்திருந்த இவர்கள் இறந்தவர்களைப் புதைக்கும் பழக்கத்தையும் உணவாக உட்கொண்டனர். மாண்டவர் களுக்கு மறுவாழ்வு உண்டு என்ற நம்பிய இவர்கள் சடலங்களோடு அவர்களுக்குத் தேவையான பொருட்களையும் சேர்த்துப் புதைத்தனர். இது அவர்களிடையே தோன்றிய சமய உணர்வைக் காட்டுகின்றது.

இடைக்கற்காலம்:

ஐம்பதாயிரம் ஆண்டுகளுக்கு முற்பட்டு ஐந்து இலட்சம் ஆண்டுகட்குப் பிற்பட்ட காலத்தை இடைக் கற்காலம் என்று கூறுவர். டாக்டர் சங்காலியா மகாராஷ்டிரப் பகுதியில் மேற்கொண்ட ஆய்வின் பயனாக இக்காலம் கண்டுபிடிக்கப்பட்டது. தமிழ்நாட்டில் ஒரு சில இடங்களில் இடைக்கற்காலத் தடயங்கள் கிடைத்துள்ளன. இக்காலக் கருவிகள் நுண்துகள் கொண்ட ஜாஸ்பர், செர்ட் முதலான கல் வகைகளைப் பயன்படுத்திச் செய்யப்பட்டன. கைக்கோடாரிகள் அளவில் சிறியதாக இருந்தன சில்லுக் கருவிகள் லெவலாய் நுட்பப்படி உருவாக்கப்பட்டிருந்தன. இவை தவிர முனைகள் சுரண்டிகள், பட்டைக் கத்திகள் போன்ற ஆயுதங்களும் செய்யப்பட்டன.

இம்மக்கள் முந்தைய கற்கால மக்களைப் போன்றே ஆற்று ஓரங்களிலும், மலை அடிவாரங்களிலும், குகைகளிலும் வாழ்ந்தார்கள். கடல் ஓரத்தில் வசித்தவர்கள் மீன்பிடி தொழிலில் ஈடுபட்டிருந்தார்கள். வேட்டையாடுதலும் உணவு தேடலுமே இவர்களின் வாழ்க்கையாக இருந்தது. நிலையான இருப்பிடங்கள் இருந்ததற்கான தடயங்கள் கிடைக்கவில்லை.

கடைக்கற்காலம்:

கி.மு.ஒன்பதாயிரம் முதல் கி.மு.ஆயிரம் வரையிலான காலம் கடைக்கற்காலம் என்றும் பிற்காலக் கற்காலம் என்றும் அழைக்கப் படுகின்றது. இந்தியாவில் காணப்படும் கடைக்கற்கால தடயங்களில் திருநெல்வேலியில் காணப்படும் தேரிகள் எனப்படும் மணல் திட்டுகள் முக்கியத்துவம் வாய்ந்ததாகக் கருதப்படுகின்றது. திருச்செந்தூருக்கு மேற்கிலுள்ள குதிரைமொழித் தேரியின் தென்கோடியிலுள்ள மெய்ஞானபுரம் என்ற ஊருக்கு அருகில் 50 அடி அடுக்கில் சில கடைக்கற்கால மக்களின் வாரிசுகளே என்பதை இவர்கள் கருவிகளின் மூலம் அறியலாம். இக்கருவிகள் முற்றிலும் விலைமதிப்புள்ள செர்ட், குவார்ட்ஸ் போன்ற படிகக் கல்லைக் கொண்டு செய்யப்பட்டிருந்தன. உருவத்தில் சிறியதாக இருப்பதால் இக்காலத்தை சிறுகற்காலம் என்றும் கூறுவர். பட்டையான போனாக் கத்தி போன்ற கருவிகள், வட்டுக்கருவிகள், அரிவாள்கள், சுரண்டிகள், பிறைவடிவக்கருவிகள், இருபக்க முனை கொண்ட கருவிகள், எலும்பினால் செய்யப்பட்ட கருவிகள் போன்றவை இக்கால மக்களால் பயன்படுத்தப்பட்டன. தமிழகம் தவிர இலங்கையிலும் இத்தகைய கருவிகள் அதிக அளவில் கிடைக்கின்றன. இச்சிறு கருவிகளை மரப்பிடிப்புகளிலோ அல்லது எலும்புப் பிடிகளிலோ பசை கொண்டு இணைத்து கூட்டுக் கருவியாகத்தான் பயன்படுத்தி இருப்பர் என்பதும் அறிய முடிகின்றது.

வாழ்க்கை முறை:

முன்பு இருந்த மக்களைப் போலவே வாழ்க்கை நடத்திய இவர்கள் காட்டுத் தானியங்களை அறுத்துப் பயன்படுத்தினார்கள். கடற்கரை ஓரங்களில் வாழ்ந்தவர்கள் மீன்பிடித் தொழிலை மேற்கொண்டார்கள். குகைகளில் இவர்கள் வரைந்த ஓவியங்கள் இவர்களை ஓரளவு நாகரிகம் பெற்றவர்களாகக் காட்டுகின்றது. மனித உருவங்கள், பிராணிகள், மிருகங்களை வேட்டையாடும் காட்சிகள் போன்றவை தீட்டப்பட்டுள்ளன. இது நாடோடி வாழ்க்கை வாழ்ந்த இம்மக்களின் கலை உணர்வைக் காட்டுகின்றது.

புதிய கற்காலம்:

புதிய கற்காலம் என்ற சொல் வழவழப்பான கருவிகளைப் பயன்படுத்திய காலத்தைக் குறிக்கின்றது. பழைய கற்காலத்தின் தொடர்ச்சியே புதிய கற்காலம் ஆகும். இக்காலம் சிந்துச் சமவெளி நாகரிக காலத்திற்கு முற்பட்டதாகும். இப்பண்பாட்டின் காலம் கி.மு. பத்தாயிரம் ஆண்டளவில் தொடங்கி கி.மு.நான்காயிரம் ஆண்டுகள்

வரையில் அதாவது உலோகங்களிலான கருவிகள் செய்யப்படும் வரை நீடித்து இருந்த காலமாக கருதப்படுகின்றது. கருவிகள் செய்வதிலும், தொழில்நுட்ப முறையிலும் ஏற்பட்ட முன்னேற்றங்களே புதிய கற்காலத்திற்கு இட்டுச் சென்றது மக்கள் வாழ்விலும் மற்றங்கள் காணப்பட்டன.

புதிய கற்கால இருப்பிடங்கள் :

இந்தியாவில் கோதாவரி நதிக்குத் தெற்கே வடகர்நாடகாவிலும் (மைசூரிலும்). ஆந்திராவில் கிருஷ்ணா துங்கபத்திரை ஆற்றிடைப் பகுதிகளிலும், தார்வார், குல்பர்கா, ரெய்ச்சூர், பல்லாரி மாவட்டங் களிலும், புதிய கற்காலத் தடயங்கள் கண்டுபிடிக்கப்பட்டுள்ளன. தமிழகத்தில் சேலம், தருமபுரி மாவட்டங்களில் சேர்வராயன் மலைத் தொடரிலும், வடஆற்காடு மாவட்டத்தில் சவ்வாது, ஏல மலைத் தொடர்களிலும் புதிய கற்காலக் கோடாரிகள் தரைமட்டத்திலேயே கிடைக்கின்றன. மேற்கு ஆசியாவில் பாலஸ்தீனம் முதலான பகுதிகளின் புதிய கற்கால கட்டத்திற்கு (கி.மு.6000) சுமார் 2000 அல்லது 3000 ஆண்டுகளுக்குப் பிற்பட்டதே தமிழ்நாட்டுப் புதிய கற்காலம் என்பது குறிப்பிடத்தக்கது.

பையம்பள்ளி அகழ்வாய்வு:

தமிழகத்தில் புதிய கற்காலம் இருந்ததா என்ற ஐயம் அறிஞர் களிடையே காணப்பட்டது. இந்த ஐயப்பாட்டை நீக்கி தொல்லியல் அகழ்வாய்வுகள் தமிழகத்தில் புதிய கற்காலத்தை உறுதி செய்தனர். சில ஆண்டுகளுக்கு முன்பு மைய தொல்லியல் துறையினர் வட ஆற்காடு மாவட்டத்தில் ஜோலார்பேட்டைக்குத் தென்மேற்கே உள்ள பையம்பள்ளி என்ற ஊருக்கருகில் அகழ்வாய்வுகள் நடத்தி புதிய கற்கால நாகரிகத்தைக் கண்டுபிடித்தனர்.

அகழ்வாய்வில் வெளியான செய்திகள்:

புதிய கற்கால மக்கள் செம்பினாலான பொருட்களைப் பயன் படுத்தவில்லை என்பதை உறுதி செய்தனர். ஆய்வின் பயனாக இக்கால மக்களின் பண்பாடும் வாழ்க்கையில் ஏற்பட்ட புரட்சி கரமான மாற்றங்களும் வெளிப்பட்டன.

வாழ்க்கை முறை:

வீடுகளின் அமைப்பு தெரிய வந்துள்ளது. இவர்கள் இருப்பிடங்கள் மலைகளிலும் குன்றுகளிலும் அமைத்துக் கொண்டார்கள். சில மக்கள் குடிசைகளில் ஆற்றுப்பகுதிகளில் வாழ்ந்தனர். குடிசைகள் வட்டம் அல்லது நீள்வட்ட உருவிலும் நிலட்டத்தைக் காட்டிலும் தாழ்

வாகவும், பெரும்பாலும் ஒரே அறையைக் கொண்டதாகவும் அமைக்கப்பட்டிருந்தன. மூங்கில்களும் மரக்கிளைகளும் குடிசைகள் போடப் பயன்படுத்தப்பட்டன. படி போன்ற ஒரு மேடும் அமைக்கப் பட்டிருந்தது. தளங்கள் பெரிய பட்டைக் கற்களைக் கொண்டு போடப்பட்டன. பின்னர் கூழாங்கற்களையும் மண்ணையும் கலந்து பூசி கெட்டிப்படுத்தப்பட்டது. சிலர் சாம்பலையும் மண்ணையும் கலந்து பூசி தளத்தைச் சமப்படுத்தினர். 10, 15 குடிசைகள் கொண்ட பகுதியாக வாழ்விடங்கள் இருந்தன. ஒரு குடிசையில் 5 அல்லது 6 பேர் வாழ்ந்திருக்கலாம்.

வேளாண்மை:

உணவைத் தேடி அலைந்த மனிதன் உணவு உற்பத்தி செய்யத் தொடங்கினான். கோதுமை, பார்லி போன்ற தானியங்கள் உற்பத்தி செய்யப்பட்டன. வேளாண்மைக்குத் தேவையான கலப்பைப் போன்ற கருவிகளை மனிதன் உருவாக்கினான். மாடுகளின் உதவியுடன் நிலத்தை உழுது பயிரிட்டான். ஆடு, மாடுகளை வீடுகளில் வளர்க்கத் தொடங்கினான்.

புதிய கற்காலக் கருவிகள்:

இக்காலக் கருவிகள் அரிய வழவழப்பான பசால்ட், டையோரைட், டிராட்டைக் போன்ற கற்களைக் கொண்டு உருவாக்கப்பட்டன. செல்ட் என்னும் கற்கோடாரி அதிக அளவில் அகழ்வாய்வில் கண்டுபிடிக்கப்பட்டன. இக்கருவிகளின் கைப்பிடிகள் கூம்பு அல்லது உருண்டை வடிவில் நேர்த்தியான தொழில்நுட்பத்துடன் செய்யப் பட்டன. மேலும் அரிவாள், ரம்பம், உளி, கொத்து, சாணைக் கற்கள், நெம்புகோல்கள், போன்ற கருவிகள் ஆய்வில் கண்டெடுக்கப் பட்டுள்ளன. தோண்டு தடிகளும், அம்மிக் கற்களும், குழவிகளும் திரிகைக் கற்களும் ஆய்வில் கிடைத்துள்ளன. தோண்டு தடிகள் நிலத்தைத் தோண்டி கிழங்கு எடுக்கவும் அம்மி, திரிகை தானியங்களை அரைத்து உணவாகப் பயன்படுத்தவும் உதவின.

மட்பாண்டங்கள்:

புதிய கற்காலத்தின் ஒரு முக்கியமான பண்பாட்டுக் கூறு மனிதனால் உருவாக்கப்பட்ட மட்பாண்டங்கள் ஆகும். மண்ணினால் பானைகள் வனைந்த மனிதன் தானியங்களையும், நீரையும் சேமித்து வைக்கக் கற்றுக்கொண்டான். மங்கலான தோற்றமுடைய பானைகளும், மெருகேற்றப்பட்ட பானைகளும், சாம்பல் மற்றும் சிவப்பு நிறமுள்ள பானைகளும் ஆய்வில் கிடைத்துள்ளன. இவை கையினாலோ அல்லது மிக மெதுவாகச் சுற்றும் சக்கரத்தைக் கொண்டோ

உருவாக்கப்பட்டுள்ளன. பானைகள் தவிர கின்னங்களிலும், பெரிய மண் சாடிகளும் ஒரு முயல் பொம்மையும் கூட ஆய்வாளர்களால் கண்டெடுக்கப்பட்டுள்ளன.

நெசவுத் தொழில்:

ஆடை நெய்தலே புதிய கற்கால நாகரிகத்தின் மிகச் சிறந்த சாதனையாகக் கருதப்படுகின்றது. தோலாடைகளை அணிந்த மனிதன் பருத்தி மற்றும் கம்பளி ஆடைகளையும் பயன்படுத்தினான். எலும்பினால் தயாரிக்கப்பட்ட ஊசிகள் அகழ்வாய்வில் கிடைத்துள்ளன.

உணவு முறை:

அகழ்வாய்வில் கிடைத்த தானியங்களும், சில விலங்குகளின் எலும்புகளும் இவர்களின் உணவு வகைகளை அறிய உதவுகின்றன. கேழ்வரகு, கொள்ளு, பச்சைப்பயறு போன்ற தீய்ந்த நிலையில் உள்ள தானியங்களும் ஆடு, மாடு, கோழி, பன்றி, காட்டுப்பூனை, காண்டாமிருகம் ஆகியவற்றின் எலும்புகளும் கண்டெடுக்கப் பட்டுள்ளன. காண்டாமிருகம் சதுப்பு நிலக்காடுகளில் தான் வாழ்வது வழக்கம். எனவே இப்பகுதிகளில் சதுப்பு நிலக்காடுகள் ஒரு காலத்தில் இருந்தன என்பதை கண்டாமிருகத்தின் எலும்புகள் புலப்படுத்துகின்றன.

போக்குவரத்து சாதனங்கள்:

நீர்நிலையங்களைக் கடக்கவும், மீன்பிடிக்கவும் மிதவை போன்ற சிறிய படகுகள் பயன்படுத்தப்பட்டிருக்கலாம். மேலும் பொருட்களைச் சுமக்க சக்கரம் பொருத்தப்பட்ட வண்டிகளும் இருந்திருக்கின்றன. இவ்வண்டிகள் எருதுகளைக் கொண்டு இயக்கப் பட்டன.

இறந்தவர்களை அடக்கம் செய்யும் முறை:

கர்நாடகம் பகுதியின் சில இடங்களில் வீடுகளுக்கு உள்ளேயே இறந்தவர்களைப் புதைக்கும் பழக்கம் இருந்தது தெரிய வருகின்றது. குழந்தைகளைத் தாலியிலிட்டுப் புதைத்தார்கள். இறந்தவர்களை வழிபடவும் செய்தனர். கல்லறைகள் மீது நினைவுச் சின்னங்களும் எழுப்பினர். இங்கிலாந்தில் ஸ்டோன்ஹென்ச் என்ற இடத்திலும், பிரான்சில் கார்னாக் என்ற இடத்திலும் இத்தகைய நினைவுச் சின்னங்களைக் காணலாம்.

சமயம்:

சமய உணர்வு இக்கால மக்களிடையே வளர்ச்சியடைந்து இருந்ததைக் காணலாம். முன்னோர்களை வழிபட்ட இவர்கள்

இயற்கையையும் வழிபட்டார்கள். இயற்கைச் சீற்றங்களைக் கண்டு அஞ்சினார்கள். அவற்றிலிருந்து தம்மைக் காப்பாற்றும்படி பல உருவங்களையும் வடிவங்களையும் ஏற்படுத்தி வழிபட்டார்கள். மிருகங்களைப் பலியிடும் பழக்கமும் இவர்களிடையே காணப்பட்டது.

சிறப்பியல்புகள்:

இக்கால மக்கள்தாம் ஒரு வரையறுத்த சமுதாயமாக வாழ முற்பட்டார்கள் என்று கூறமுடியும். ஒவ்வொரு பகுதியிலும் நெருக்கமாகக் காணப்படும். 10,15 குடிசைகள் இம்மக்கள் ஒன்று கூடி வாழ்ந்ததைக் காட்டுகின்றது. பல குடும்பங்கள் ஒன்று சேர்ந்து ஒரு தனி சமூக அமைப்பு உருவாயிற்று. இதுவே பிற்காலத்தில் ஓர் ஆட்சி மையமாகவும், ஒரு தலைவனைக் கொண்ட அமைப்பாகவும் மாறியது. எனினும் இம்மக்கள் ஒலிகள் எழுப்பியும் சைகைகள் மூலமாகவும் தங்கள் கருத்துக்களைப் பரிமாறிக் கொண்டனர்.

சமுதாயக் கட்டுக்கோப்பும், கலை உணர்வும் வேளாண்மையும், மிருகங்களைப் பேணுதலும், வேட்டையாடுதலும் பழந்தமிழ் இலக்கியங்களில் குறிஞ்சி நில மக்கள் வாழ்ந்த வாழ்க்கையை நினைவுபடுத்துகின்றது. எனவே கல்வி அறிவும் நவீன நாகரிகமும் தோன்றுவதற்கு முன்னோடியாக இருந்த காலமாக இக்காலத்தைக் கருதலாம்.

உலோகக் காலம்:

புதிய கற்காலத்திலிருந்து உலோகக் காலத்திற்குச் சென்றது மனித வாழ்க்கையில் நடைபெற்ற முக்கிய மாற்றமாகும். புதிய கற்காலத்தின் இறுதிக் கட்டத்தில் செம்பின் பயனை மனிதன் அறியத் தொடங்கினான். இக்காலம் கி.மு.4000 ஆண்டு தொடங்கி இருக்கலாம் என்று நம்பப்படுகின்றது. இக்காலகட்டத்தில் செம்பு வெண்கலத்தைத் தொடர்ந்து தங்கம், வெள்ளி போன்ற உலோகங்களின் பயனும் அறியப்பட்டது.

செம்பு:

உலோகங்களிலிருந்து கருவிகள் உருவாக்கப்பட்டது மனிதனின் தொழில்நுட்ப வளர்ச்சியையும், திறனையும் காட்டுகின்றது. தாதுப் பொருட்களைக் கண்டறிந்த மனிதன் அதிலிருந்து உலோகத்தைப் பிரித்து எடுத்தான். பின்னர் கடினமான உலோகங்களைக் கொண்டு ஆயுதங்களும் கருவிகளும் உருவாக்கினான். இக்காலகட்டத்தைச் சார்ந்த கல்லறைகளில் செம்பினாலான ஊசிகள் கிடைத்துள்ளன.

தொல்லியல்

வெண்கலம்:

ஆசியப் பகுதிகளில் வசித்த மக்கள் செம்பையும், தகரத்தையும் பயன்படுத்தி வெண்கலத்தை உருவாக்கினார்கள். பின்னர் அங்கிருந்து ஸ்பெயின், இத்தாலி, எகிப்து, ஈஜியன் நாடுகளுக்கு இது பரவியது.

இரும்பு:

ஹிட்டைட்டு மக்களே இரும்பின் பயனை முதன் முதலில் அறிந்தவர்கள் ஆவார்கள். இவர்கள் ஆசியாமைனரில் கருங்கடலின் தெற்குக் கடற்கரையோரப் பகுதிகளில் வாழ்ந்தனர். இம்மக்கள் பயன் படுத்திய கி.மு.1350ம் ஆண்டைச் சேர்ந்த இரும்புக் கத்திகள் இங்கு ஆய்வாளர்களால் கண்டுபிடிக்கப்பட்டன. இந்நாகரிகம் அங்கிருந்து மேற்கு ஐரோப்பா, சுமேரியா போன்ற பகுதிகளுக்கும் பரவியது.

கருவிகள்:

இரும்பின் பயனை அறிந்த மக்கள் வாள், கத்தி, ஈட்டி, அம்பு, அரிவாள் கோடாரி போன்ற ஆயுதங்களை உற்பத்தி செய்தனர்.

தங்கம், வெள்ளி:

தங்கம், வெள்ளி போன்ற உலோகங்கள் கலை அழகு மிக்க அணிகலன்கள் செய்யப் பயன்படுத்தப்பட்டன. பிற்காலத்தில் நாணயங்களும் தயாரிக்கப்பட்டன.

உலோகங்களின் கண்டுபிடிப்பு மனித வாழ்க்கையில் புரட்சி கரமான வளர்ச்சியை ஏற்படுத்தியது. மிருகங்களைக் கண்டு அஞ்சாமல் ஆயுதங்களைக் கொண்டு அவற்றை எதிர்க்கத் தொடங்கினான். மேலும் தங்கம், வெள்ளி போன்ற உலோகங்கள் பிற்காலத்தில் பொருளாதார வாழ்வைத் தீர்மானிப்பதில் முக்கிய அங்கம் வகித்தன.

இயல்-25

கல்வெட்டியல்

தொல்லியல் துறையில் முக்கிய அங்கம் வகிக்கும் ஒரு பிரிவு கல்வெட்டியல் ஆகும். கி.மு.3ம் நூற்றாண்டிலிருந்து பாறைகளிலும், குகைகளிலும் குறியீடுகளையும் எழுத்துக்களையும் பொறிக்க நம் முன்னோர்கள் ஆர்வம் காட்டினர். எழுத்துக்கள் மனிதன் எண்ணங்களை பிரதிபலிக்கும் ஓர் அற்புதப்படைப்பாகும். மொழிகள், நாடுகள், காலங்கள், இனங்கள் என மாற்றங்கள் பல இருப்பினும், உலகம் முழுவதும் முன்னோர்கள் தங்கள் எண்ணங்களை வெளிப்படுத்த குறியீடுகளையும், எழுத்துக்களையும் பயன்படுத்தினர். கிரேக்கம் எகிப்து, பாபிலோன், சுமேரியா, அபிசீனியா என பல உலகநாடுகள் களிமண்ணில் குறியீடுகள், எழுத்துக்கள் இவற்றை எழுத முற்பட்டன. பிற்காலத்தில் உலகின் வரலாற்றுப் போக்கினை தெரிந்துகொள்ள இவை முதன்மை சான்றுகளாக (Primary Sources) நின்று உதவுகின்றன. நம் பாரதம் இவற்றிலும் முதன்மை பெற்றே விளங்குகின்றது.-

இந்தியாவில் எழுத்துகளின் தோற்றம்:

பழங்கால மனித இனம் கூடிவாழவும், சிந்திக்கவும் தன் கருத்து களைப் பிறரிடம் கூறவும் முற்பட்ட பொழுது ஒலிகளை எழுப்பினான். பின் தான் தங்கும் (இடங்கள்) குகைகளில் சித்திரங்களைத் தனக்குக் கிடைத்த பச்சிலைகளைக் கொண்டு தீட்டினான். அவற்றிலேயே தன் எண்ணங்களை வெளிப்படுத்தியும் குறியீடுகளில் வேறுபடுத்தியும் காட்டினான். குறிப்பிட்ட குறியீடுகளை, பின் எழுத்துகளாக மாற்றிக் கொண்டான். காலப்போக்கில் தான் எழுதும் எழுத்துகளை விரைவாக எழுதுவதற்குத் தேவைப்பட்ட எழுத்துக் கருவிகளை பல்வேறு காலக்கட்டங்களில் மாறுதல்களுடன் அழகுற உருவாக்கினான்.

சிந்துச்சமவெளியில் காணப்பட்ட எழுத்துகள்:

சிந்துச்சமவெளி நாகரிகத்தை 5000 ஆண்டுகளைக் கடந்து அரிய நாகரிகம் என்கிறோம். அங்கு அகழ்வாய்வில் கிடைத்த சுடுமண் முத்திரைகளில் எழுத்துகள் காணப்படுகின்றன. வடநாட்டு அறிஞர்

களுடன், தமிழறிஞர் ஐராவதம் மகாதேவன் போன்றவர்களும் இணைந்து இங்குக் கிடைக்கப் பெற்ற எழுத்துகளை வெளியிட்டும், புதிய கருத்துகளையும் கொடுத்தும் வருகின்றனர்.

அசோகரின் காலக் கல்வெட்டுகள்:

கல்வெட்டுகள் என்றாலே அசோகரின் பாறை கல்வெட்டுகள், தூண் கல்வெட்டுகள் எனப் பல பிரிவுகளைக் கூறலாம். அவைகள் பிராகிருதம், சமஸ்கிருதம் போன்ற மொழிகளிலும், பிராமி, கரோஷ்ட்டி எழுத்துகளாலும் எழுதப்பட்டுள்ளன. இந்திய வரலாற்றில் பல மன்னராட்சியின் காலம், வம்சம், பேரரசுகள், சிற்றரசுகள் எனப் பல முக்கியச் செய்திகள் இக்கல்வெட்டுகள் மூலம் அறிய முடிகிறது.

தமிழகக் கல்வெட்டுகள்:

சிந்துச்சமவெளிப் பகுதிகளில் உருவ எழுத்துகள் தோன்றிய காலக்கட்டங்களில் தமிழகத்திலும் அதை ஒத்த எழுத்துகள் கையாளப்பட்டிருக்க வேண்டும்.

தமிழ் பிராமி(தமிழி):

தமிழ் மக்கள் கி.மு.மூன்றாம் நூற்றாண்டு முதல் தமிழ் பிராமி என்ற எழுத்துகளை எழுதினர். சமணத்துறவிகள் தங்கியிருந்த இடங்களில் இத்தகைய எழுத்துகளைக் காணலாம். கருவூர்க்கு அருகில் உள்ள புகழூர், மதுரை அழகர்மலை, சித்தன்னவாசல் போன்ற இடங்களில் உள்ள பிராமி தமிழ் கல்வெட்டுகள் சிறந்த எடுத்துக் காட்டுகளாகும். தமிழகத்தில் சுமார் 30 இடங்களில் தமிழ் பிராமி கல்வெட்டுகள் கண்டுபிடிக்கப்பட்டுள்ளது. இவ்வெழுத்துகள் தமிழ் மொழியைக் கொண்டிருந்தன. இதைத் தமிழி என்றும் அழைத்தனர். இவ்வெழுத்துகள் பெருங்கற்காலப் புதையிடங்களிலும் கிடைத்துள்ளன. உதாரணமாகக் கொடுமணலில் கிடைத்த பானை ஓட்டில் விசாகி என்று எழுதப்பட்டுள்ளது. போலுவாம் பட்டி, மகாபலிபுரம், வெள்ளலூர், பேரூர், உறையூர், கரூர், போன்ற இடங்களிலும் பிராமி எழுத்துகள் பொறிக்கப்பட்ட மட்பாண்டங்கள் கிடைத்துள்ளன.

தமிழிக் கல்வெட்டுகளின் சிறப்புகள்:

தமிழ் எழுத்துகள் இன்றைய தமிழ் எழுத்துகளின் முன்னோடிகள் ஆகும். கி.மு.மூன்றாம் நூற்றாண்டிலிருந்து வழக்கில் இருந்த காரணத்தால் சில இடங்களில் பல எழுத்துகள் அழிந்துபோயுள்ளன. ஆனாலும் கல்வெட்டாய்வாளர்கள் இக்கல்வெட்டுகளின் வரலாற்று முக்கியத்துவத்தைக் கருத்தில் கொண்டு பொருள் விளக்கம் கொடுத்துள்ளனர்.

புகளூர் கல்வெட்டு:

மூதா அமண்ணன் யாற்றூர் செங்கோயபன்
கோ - ல்லிரும் பொறைமகன் பெருங்
கடுங்கோன் மகன் கடுங்கோன் ளங்கடுங்
கோளங்கோ ஆக சுறுபிதகல்.

என்ற வாசகங்களைக் கொண்ட ஒரு கல்வெட்டு வாசகம் சேரமன்னர்களின் மூன்று பரம்பரையை சுட்டியும், அவர்கள் சமண மதத் துறவிகளை ஆதரித்ததையும், வணிகர்கள் வாழும் பகுதியாக கரூர் விளங்கியமையையும், சேரர்களின் தலைநகர் கரூர் என்று கூறவும் ஆதாரமாக விளங்குகின்றது. இச்சேரமன்னர்கள் பதிற்றுப் பத்தில் வரும் - பாட்டுடைத்தலைவர்களாக இருக்கலாம் எனக் கூறப்படும். ஐராவதம் மகாதேவன் அவர்களின் கருத்துக்கு மயிலை சீனி.வேங்கடசாமி போன்றவர்களின் எதிர்கருத்துக்களும் உள்ளன.

அரச்சலூர் கல்வெட்டு:

அரச்சலூர் என்ற வரலாற்று சிறப்பு மிக்க ஊரில் அமைந்துள்ள மலையில் காணப்படும் இசைக்கல்வெட்டு வரலாற்று உலகைக் கவர்ந்த ஒரு கல்வெட்டாகும். இங்குள்ள மூன்று கல்வெட்டுக்களில் ஒன்று

த தை தா தை தா
தை தா தே தா தை
தா தே தை தே த
தை தா தே தா தை
த தை தா தை த

என்று இசையையும் மூன்றாவது கல்வெட்டு

எழுத்துப்புணருந்தான் மணிய்
வண்ணக் கன் தேவன் சாத்தன்

இளக்கல்வெட்டுக்களை எழுதியவரின் பெயரையும் கொண்டுள்ளது.

இங்குக் காணப்படும் எழுத்துகளின் அமைதி தமிழிலிருந்து வட்டெழுத்துகளாக மாறும் நிலையையும் காணப் பெரிதும் பயன்படுகின்றன. இவ்வாறு தமிழ்க் கல்வெட்டுகள் ஒவ்வொரு இடத்திலும் ஒவ்வொரு சிறப்புத் தன்மையைக் கொண்டுள்ளன.

கிரந்த எழுத்துகள் :

தமிழ் மொழியைத் தெரிவிக்க தமிழில் பயன்படுவது போல வடமொழியை உணர்த்த வரும் இடங்களில் கிரந்த எழுத்துகள்

பயன்படுத்தப்பட்டன. ஆந்திர மாநிலத்தில் கிரந்தம் பரவலாகப் பயன்படுத்தப்பட்டிருந்தாலும், தமிழ்நாட்டில் பல்லவர்கள்தான் பல வடிவங்கள் கொடுத்து அழகுப்படுத்திப் பல்லவர்களைப் பின்பற்றி பாண்டியர்களும் சோழர்களும் கல்வெட்டுகள், செப்பேடுகள், காசுகள் இவற்றில் கிரந்த எழுத்துகளைக் கையாண்டனர்.

தகடூரைத் தலைநகராக வைத்து ஆட்சி செய்த அதியமான், நாமக்கல் குடைவரைக் கோயிலில் கிரந்த கல்வெட்டுகளை மிக அழகாக செதுக்கி உள்ளான்.

விஜயநகர மன்னர்கள் கல்வெட்டுகள், செப்பேடுகள் இவற்றில் சமஸ்கிருத மொழியை வெளிப்படுத்தும் இடங்களில் கிரந்த எழுத்துகளைப் பயன்படுத்தியுள்ளனர். பின் வந்த நாயக்கர்களும் கிரந்த எழுத்துகளில் ஈடுபாடு கொண்டனர்.

வட்டெழுத்து:

தமிழர்கள் தங்கள் வசதிக்காகவும், ஓலைச்சுவடிகள் போன்றவை சேதமடையாமல் இருக்கவும், அழகிற்காகவும் எழுதும் எழுத்துகளை வட்டெழுத்துகள் (Vattduthu) என்கிறோம். திரு.கோபிநாதராவ் போன்றவர்கள் தமிழி எழுத்துகளிலிருந்து தான் வட்டெழுத்து வளர்ச்சி பெற்றது என்கின்றனர். தருமபுரி மாவட்டத்தில் கி.பி.5-ம் நூற்றாண்டைச் சார்ந்த நடுகல்லில் உள்ள வட்டெழுத்துகளும் தென்னாற்காடு மாவட்டத்தில் திருநாதர் குன்றமலைக் கல்வெட்டில் காணப்படும் எழுத்துக்களையும் பார்க்கும்பொழுது கி.பி.5ம் நூற்றாண்டிலிருந்து வட்டெழுத்துகள் கையாளப்பட்டிருக்கலாம் என்பது தெரிகின்றது. பெரும்பான்மையான அளவில் 6ம் நூற்றாண்டிலிருந்து கி.பி.13ம் நூற்றாண்டு வரை பல வட்டெழுத்துக் கல்வெட்டுக்கள் கிடைத்துள்ளன. 13ம் நூற்றாண்டிற்குப் பின்னரும் கூட வட்டெழுத்துக் கல்வெட்டுகளும் கிடைத்துள்ளன.

திருப்பரங்குன்றம், கழுகுமலை, ஐவர்மலை போன்ற பகுதிகளில் சமண சமயத் துறவிகளை ஆதரித்த மன்னர்களின் காலம் வட்டெழுத்தில் குறிக்கப்படுகின்றது. பாண்டியர்கள் செப்பேடுகளில் முதல்பகுதி, கிரந்தத்திலும், இரண்டாம் பகுதிகளை வட்டெழுத்திலும் எழுதியுள்ளனர். உதாரணமாக வேள்விக்குடி, தளவாய்புரம், சின்னமனூர் செப்பேடுகள் இவ்வாறு அமைந்துள்ளன. இவ்வாறு தமிழகம் முழுவதும் பல நூற்றாண்டுகளாக நடைமுறையில் இருந்த வட்டெழுத்துகள் கேரள மாநிலத்தில் கி.பி.17ம் நூற்றாண்டு வரை நடைமுறையிலிருந்தது தெரிய வருகின்றது.

இயல்-26

உருவ அமைதி

தொல்லியல் துறையில் உருவ அமைதி ஒரு முக்கிய பங்கை வகிக்கிறது. கோவில்களிலோ, அல்லது அகழ்வாய்விலோ நாம் பார்க்கும் கற்சிலைகள், செப்புத்திருமேனிகள் இவற்றின் தலை அலங்காரம், அமர்ந்திருக்கும் இருக்கை, கைகளின் நிலை இவற்றைத் தொல்லியல் துறை வல்லுநர்கள் பல் பெயர்களுடன் அழைக்கின்றனர்.

தலை அலங்காரம்:

சிவபெருமானின் தலை முடியை மகுடமாக அமைந்திருப்பது ஜடாமகுடம் என்று கூறுகிறோம். சிகை அலங்காரம் தலைக்குமேல் இடைவெளி விட்டு விட்டு அமைந்திருந்தால் அதைக் கரண்ட மகுடம் என்று கூறுகிறோம். திருமால் போன்ற தெய்வ உருவங்களின் தலைமேல் கிரீடம் போன்ற அமைப்பில் முடி அலங்கரிக்கப் பட்டிருக்கும். இதை கிரீட மகுடம் என்பர். சிவன் போன்ற உருவங்களில் தலைமேல் முடியை அப்படியே மேல் நோக்கி அடுக்கி வைப்பது போன்றிருந்தால் அது ஜடாபாரம் எனலாம். நடராசர் சிலைகளில் நடனம் ஆடும் தோற்றத்தில் இருக்கும் பொழுது தலைக்குப் பின் பரந்திருப்பது போன்று காணப்பட்டால் அது விரிந்த சடை என்று கூறப்படுகிறது. நடராசர் சிலைகளில் பின்புறம் நெருப்பு வட்டம் காணப்பட்டால் அதை ஜடாமண்டலம் என்று அழைக்கின்றனர்.

முத்திரைகள் (ஹஸ்தம்):

ஒரு சிலையில் கையின் நிலை, விரல்களின் அமைப்பு இவற்றையும் வேறுபடுத்தி அறிய முடிகிறது.

1. அபய முத்திரை : காக்கும் கை என்றும் கூறுவர். சிவன், விஷ்ணுவை போன்ற உருவங்களில் வலதுகை மேல்நோக்கி விரல்கள் விரிந்து இருக்கும்.

2. வரதம் அல்லது வழங்கும் கை : இடது கை விரல்கள் விரித்தபடி கீழ்நோக்கி இருக்கும்.

தொல்லியல்

3. கடகம் அல்லது சிங்கமுத்திரை, கருண முத்திரை : (சிம்க-சிங்கம், கருண-காது) சிவன், விஷ்ணு சுகாசனத்தில் அமர்ந்து இருக்கும் பொழுதுமேல் வலக்கையின் இரண்டும் மூன்றாவது விரல்கள் மடக்கி ஏனைய விரல்கள் மேலே நீட்டிக்கொண்டிருத்தல் ஆகும்.

4. அஞ்சலி முத்திரை : இருகைகள் குவிந்து வணக்கம் செலுத்துவது போல இருக்கும். குவிக்கும் கை அடியார்க்கும், நந்திகேசுவரர்க்கும் உடையது.

5. வியாக்யான முத்திரை அல்லது சின்முத்திரை : பெருவிரல், ஆள்காட்டி விரல்களை குவித்திருப்பது போல வளைத்து நமக்கு பாடம் கூறுவது போல (கற்பிக்கும் முறை போல) அமைந்துள்ள நிலை வியாக்யான முத்திரை என்கின்றோம். (தட்சிணாமூர்த்தி, புத்தர்) போன்ற உருவங்களில் இப்படிப்பட்ட அமைப்பைக் காணலாம்.

6. புஸ்பரிச முத்திரை : அமர்ந்த நிலையில் விரல் மட்டும் தரையில் படியும்படி வைத்திருந்தால் புஸ்பரிச முத்திரை என்று அழைக்கப்படுகிறது.

7. நித்திரை ஹஸ்தம் : முழுக்கையும் கையின் பெரும் பகுதியும் தரையில் வைத்திருந்தால் நித்திரை ஹஸ்தம் என்று பெயர். சோமாஸ்கந்தரில் அமர்ந்த நிலையில் இருக்கும் உமை இந்த முத்திரையில் இருப்பார்.

8. அலபதும ஹஸ்தம் : விரிந்த தாமரை மலர் போன்று கை விரல்களை விரித்திருத்தல்.

9. கஜஹஸ்தம் : ஆடவல்லான் நாட்டியத்தின் பொழுது யானையின் துதிக்கைபோல் கை வைத்திருக்கும் நிலையை கஜ (யானை) ஹஸ்தம் என்று கூறுகிறோம்.

10. டமருக ஹஸ்தம் (டமரு - என்பது உடுக்கை) : சிவபெருமான் கையில் உடுக்கையைத் தாங்கியிருக்கும் நிலையை டமருக ஹஸ்தம் என்று அழைக்கிறோம்.

11. அர்த்த சந்திரஹஸ்தம் : தீயை (அனலை) கையில் தாங்கி யிருப்பதைப் போன்று இருக்கும் அமைப்புள்ள கை அர்த்த சந்திரஹஸ்தம் என்று கூறுகிறோம்.

12. லோல ஹஸ்தம் : கையைத் தொங்கும் தோற்றத்தில் வைத் திருத்தல் (உமை உருவங்களில் இப்படிப்பட்ட அமைப்பு பார்க்கலாம்).

13. கடக ஹஸ்தம் : நடுவிரல் இரண்டும் நன்றாக உள்நோக்கி மடக்கிக்கொண்டு மற்ற இருவிரல்கள் முன்னோக்கி நீட்டிக் கொண்டிருத்தல்.

14. ஆலிங்கன ஹஸ்தம் : சிவபெருமான் தன் அருகிலிருக்கும் பார்வதியின் தோள் மேல் இடக்கையை போட்டிருப்பது போன்ற நிலையாகும்.

15. ஊருஹஸ்தம் (ஊரு - தொடை) : அல்லது ஹட்டிய வலம்பாத ஹஸ்பதம் திருமால் தொடையை தன்கையால் தொடுவது போல் இருக்கும் நிலை.

16. தியான முத்திரை அல்லது யோக முத்திரை : தியான நிலையில் அமைக்கப்பட்டிருக்கும் உருவங்களில் (புத்தர் தட்சிணாமூர்த்தி) கைகள் ஒன்றன் மேல் ஒன்றாக வைத்து அமர்ந்திருக்கும் நிலையை தியானமுத்திரை என்று குறிப்பிடுகிறோம்.

17. புத்தக முத்திரை : கையில் ஏட்டுச்சுவடி பெரும்பாலும் இடது கையில் வைத்திருந்தால் அதை புத்தக முத்திரை என்று அழைக்கிறோம். கலைமகள், மாணிக்கவாசகர் போன்ற உருவ அமைப்பில் காணலாம்.

18. அர்த்தபதாக முத்திரை : நடு இருவிரல்கள் நீட்டி ஏனைய விரல்கள் மடக்கியிருப்பதை அர்த்தபதாக முத்திரை என்பர். திருமால், சிவன் போன்ற உருவங்களில் இதனைக் காணலாம்.

19. ஆகூயவரதம் : கூப்பிட்டு வழங்கும் கை.

20. பல்லவ முத்திரை : மானுக்கு சிவபெருமான் புல் கொடுப்பது போல் இருக்கும் அமைப்பை இவ்வாறு அழைக்கிறோம்.

21. ஞான முத்திரை : கட்டை விரலும், சுட்டுவிரலும், தொட்டுக் கொண்டு மற்றவை நிமிர்த்து உள்ளங்கை மார்பைப் பார்த்தவாறு அமைந் திருப்பது. ஆணவம், கன்மம், மாயை விட்டு கட்டைவிரல், அதை அடுத்த விரல் இரண்டும் ஒன்று சேர்வது போன்ற வட்ட வடிவில் அமைத்துக்கொள்ளுதல். இந்த விரல்களில் ஒன்றிணைப்பை ஜீவத்மா, பரமமாத்மாவோடு இணைதல் என்பர், மற்ற விரல்கள் தனித்திருப்பதை ஆணவம், மாயை, கன்மம், இவற்றை ஓழித்தால் கிட்டும் விடுதலையைக் குறிப்பிடுகின்றது.

22. தனுர்முத்திரை : கையில் வில் பிடித்திருப்பர் அது தனுர் முத்திரையாகும்.

23. தண்டமுத்திரை : நீட்டியகை (ஐயப்பன் போன்ற உருவங் களில் காணலாம்).

24. தர்ஜனி ஹஸ்தம் : துவாரபாலகர் போன்ற உருவங்களின் கை மேல் நோக்கி அடிப்பதுபோல் அமைந்திருத்தல், துவாரபாலகர்-போன்ற உருவங்களில் காணலாம்.

25. சூசிஹஸ்தம் : ஆள்காட்டி விரல் சுட்டிக்காட்டுவது போல் அமைந்திருத்தல், துவாரபாலகர்-போன்ற உருவங்களில் காணலாம்.

26. விஸ்மயஹஸ்தம் : நடனமாடுவது போன்று அனைத்து விரல்களும் தோள்மேல் பின்புறம் திரும்பி விரித்து இருத்தல்.

பத்மாசனம்

விரிந்த தாமரை போன்ற இருக்கையில் தெய்வவுருவங்கள் அமர்ந்திருந்தால் அந்த அமைப்பைப் பத்மாசனம் என்று கூறுகிறோம்.

இங்ஙனம் ஆலயங்களில் காணப்படும் உருவ அமைப்புகள் தொல்லியல் ஆய்வாளர்களால் பல்வேறு பெயர்களில் அவற்றின் முத்திரைக் கேற்ப வழங்கப்பட்டு ஆய்வுகள் மேற்கொள்ளப் படுகின்றன என்பதை அறிகின்றோம்.

இயல்-27

இந்தியச் சிற்பக்கலை

இந்தியாவில் சிற்பக்கலை மிகவும் சிறப்பு வாய்ந்த பழங்காலம் முதல் உள்ள சிற்பக்கலைகளைத் தொல்லியலாளர்கள் கண்டுபிடித்து அவற்றின் சிறப்புக்களை வெளிக்கொணர்ந்து வருகின்றனர் இந்தியாவில் பௌத்தம், சமணம், மற்றும் இந்துமதம் போன்ற மதங்கள் தோன்றின. இந்த ஒவ்வொரு மதத்தினைச் சார்ந்தவர்களும் அவரவர் மதத்தைச் சார்ந்த சிற்பங்களைச் செதுக்கி, சிற்பக் கலையினை ஊக்குவித்தனர். இந்தியச் சிற்பக்கலையின் வளர்ச்சியில் சில முக்கியமான அம்சங்கள் உள்ளன. அவற்றை இங்குக் காண்போம்.

சிந்துச் சமவெளிக் காலம்:

சிந்துச் சமவெளிக் காலம்தான் நாகரிகங்களின் காலம் என்று கூறப்படுகிறது. இக்காலத்தில் சிற்பக்கலை நன்கு வளர்ச்சி பெற்றது. மொகஞ்சதாரோவில் ஒரு அருமையான ஆணின் உருவத்தில் மார்பளவுக்கு கற்சிலை ஒன்று கண்டெடுக்கப்பட்டது. இந்த ஆணின் உடலில் சால்வை போர்த்தப்பட்டிருக்கும் குறுந்தாடியும் நெருக்கமாக வெட்டப்பட்ட மீசையுடனும் வடிவமைக்கப்பட்டுள்ளது. இவ்வாறு வடிவமைக்கப்பட்டிருப்பதிலிருந்து இது ஒரு அரச பரம்பரையைச் சார்ந்த நபரை அல்லது ஹரப்பாவில் நான்கு அங்குல உயரம் மட்டும் கொண்ட இரண்டு கற்சிலைகள் கண்டெடுக்கப்பட்டது. இவற்றுள் ஒன்று ஆண் உருவத்தையும், மற்றொன்று பெண் உருவத்தையும் கொண்டு விளங்கியது. இதுமட்டுமின்றி வெண்கலத்தினாலான ஒரு அழகான நடனமாடும் நங்கையின் சிலை ஒன்றும் கண்டெடுக்கப் பட்டது. இது போன்று பல சிற்பங்கள் சிந்துச் சமவெளிக் காலத்தில் கண்டெடுக்கப்பட்டன.

மௌரியர் காலம்:

மௌரியர் காலத்துச் சிற்பங்கள் சிறப்புடையவனவாக இருக்கும். கி.மு.நான்காம் நூற்றாண்டில் யட்சனின் கற்சிலை ஒன்று கண்டெடுக்கப்பட்டது. இக்கற்சிலைகள் மதுரை, பரத்பூர், ராஜ்காட்,

பாட்னா போன்ற இடங்களிலிருந்து கிடைக்கப்பட்டது. இச்சிற்பங்களிலிருந்து தெரிந்துகொள்வது என்னவென்றால் இவர்கள் காலத்தில் கல்லை நல்ல முறையில் தீட்டிப் பளபளப்பாக வைத்து நல்ல நுணுக்கத்துடன் சிற்பங்களைச் செதுக்கினர்.

சுங்கர் காலம்:

பர்கத் மற்றும் காஞ்சியிலுள்ள கற்றூண்கள் சுங்கர்கள் காலச் சிற்பக் கலைக்குச் சிறந்தவையாக உள்ளது. புத்தரின் வாழ்க்கை நிகழ்ச்சிகளைச் சித்தரிக்கும் வண்ணம் சிற்பங்கள் உள்ளன. சுங்கர்கள் காலத்தில் உருவாக்கப்பட்ட யட்சன் மற்றும் யட்சினி ஆகியோரது உருவங்களின் சிற்பக்கலை இவர்கள் காலத்தில் மிகவும் நேர்த்தியாக படைக்கப்பட்டுள்ளன என்பதை அறிந்துகொள்ள முடிகிறது.

குஷாணரின் காலம்:

மதுரா குஷாணர்களின் காலத்திய சிற்பக் கலைக்குச் சிறந்த எடுத்துக்காட்டாகும். கௌதம புத்தரின் சிலைகள் பல இடங்களில் உருவாக்கப்பட்டன. இவரின் சிலைகள் அமர்ந்த நிலையிலும் நின்ற நிலையிலும் மிகப் பெரிய அளவிலும் படைக்கப்பட்டன. இவ்வாறு மதுராவில் உருவாக்கப்பட்ட புத்தரின் சிலைகள் இந்தியாவின் பல பகுதியிலும் பின்பற்றப்பட்டன. மதுராவில் இருந்த எடுக்கப்பட்ட பல புராதானச் சிற்பங்கள் கல்கத்தா மற்றும் லக்னோ அருங்காட்சியகங்கட்கு அனுப்பப்பட்டன. குஷாணர்களின் கலை காந்தாரக்கலையினைப் போன்று உள்ளது. காந்தாரக் கலையினை பின்பற்றியே இவர்களின் சிற்பக்கலை வடிவமைக்கப்பட்டது.

குப்தர்கள் காலம்:

இந்திய வரலாற்றின் பொற்காலம் என்று மதிப்பிடப்படும் குப்தர்கள் காலத்தில் சிற்பக்கலை மிகவும் சிறப்பு வாய்ந்ததாக உள்ளது. தியோகர் என்னுமிடத்தில் அமைந்துள்ள தசாவதாரக் கோயிலிலும் அழகிய சிற்பங்கள் அமைக்கப்பட்டு உள்ளன. மதுராவிலும் இவர்கள் காலச் சிற்பங்கள் உள்ளன. குப்தர்கள் காலப் படைப்பாளிகள் அன்றாட வாழ்க்கையையும் சமயச் சிந்தனைகளையும் கலந்து தங்களது படைப்புகளை அழகுடன் படைத்தனர்.

தமிழகச் சிற்பக்கலை:

தமிழகத்திலும் சிற்பக்கலை மிகவும் சிறப்புப் பெற்று விளங்கியது. பல்லவர்கள், சோழர்கள், பாண்டியர்கள் ஹொய்சாளர்கள் போன்றோர்களின் காலத்தில் சிற்பக்கலை சிறப்பாக விளங்கியது.

பல்லவர்கள் காலம்:

பல்லவர்கள் காலத்தின் சிற்பக்கலையினைப் பறைசாற்றும் வண்ணம் மகாபலிபுரத்தில் உள்ள கற்சிலைகள் காலத்தை வென்று கவிதை பாடி நிற்கின்றன. ஏழாம் நூற்றாண்டில் பல்லவர்கள் உருவாக்கிய சிற்பங்கள் இன்றும் புதுப்பொலிவுடன் கண்ணுக்கும் கருத்துக்கும் விருந்தாய் காட்சியளிக்கின்றன.

ஒற்றைக்கல்லில் செதுக்கப்பட்டுள்ள சிங்கம், யானை மற்றும் படுத்திருக்கும் நந்தி ஆகியவை அக்காலச் சிற்பக் கலையின் சிறப்பினை வெளிப்படுத்துகின்றன. பல்லவர்கள் காலத்தில் கட்டப் பட்ட பல கோயில்களில் சிறப்பான சிற்பங்கள் அமைக்கப்பட்டுள்ளன.

ஹொய்சாளர் காலம்:

ஹொய்சாளர்களின் காலத்தில் மாறுபட்ட சிற்பக்கலை அம்சங்கள் வெளிப்பட்டன. இன்றைய கர்நாடகத்திலும், சீரங்கப் பட்டிணத்திலிருந்து 30கி.மீ. தொலைவிலுள்ள சோமநாதபுரத்திலும் இவர்கள் காலச் சிற்பங்கள் உள்ளன. பாண்டியர்கள் பாணியில் சிற்பங்கள் செய்யப்பட்டன.

சோழர்கள் காலம்:

ஆதித்த சோழனின் காலத்தில் சிற்பக்கலை உன்னத நிலையை அடைந்தது. இராஜராஜசோழன் கட்டிய கோவில்களில் அழகிய சிற்பங்கள் செதுக்கப்பட்டன. தில்லை கோயிலில் விக்கிரமச் சோழன் மற்றும் இரண்டாம் குலோத்துங்கன் காலச் சிற்பங்கள் மிகவும் சிறப்பு வாய்ந்தவை. குப்தர்கள் காலத்தின் சிற்பக்கலைகளை விட சோழர்களின் காலச் சிற்பக்கலை சிறப்பு வாய்ந்ததாகவும், மிகவும் நுணுக்கத்துடனும் சிற்பங்கள் செதுக்கப்பட்டன.

சோழர்கள் காலத்தில் சிற்பக்கலை நிபுணர்கள் சிறந்த நுணுக்கத்திறன் உடையவர்களாக இருந்தனர்.

விஜயநகரப் பேரரசர் காலத்திய சிற்பிகள் நுணுக்கமான கைவண்ணம் கொண்டு சிற்பங்களைச் செதுக்கியுள்ளனர். இந்தக் கால கட்டத்தில்தான் ஓவியங்கள் என்பவை உருவாக்கப்பட்டு அரசரும், அரசியாரும் சிற்பக்கலைக்கு அதிக முக்கியத்துவம் கொடுத்து கலையை வளர்த்தனர்.

நாயக்கர் காலம்:

தொடக்கத்தில் விஜயநகரப் பேரரசிற்கு உட்பட்டும் பின்னர் சுதந்திரம் ஆட்சி புரிந்து வந்தவர்கள்தான் நாயக்கர்கள். இவர்கள்

தொல்லியல்

காலத்திலும் குறிப்பாகத் திருமலை நாயக்கர் காலத்தில் அதிக வேலைபாடுகள் நிறைந்த சிற்பங்கள் ஸ்ரீ வில்லிப்புத்தூர், திருப்பரங்குன்றம், அழகர்கோயில் போன்ற இடங்களில் காணலாம் திருநெல்வேலியில் நெல்லையப்பர் கோயிலும் சுசீந்தரத்திலும் காணப்படும் மிகப்பெரிய அனுமன் சிலையும் இவர்கள் காலத்தைச் சார்ந்தவை.

இவ்வாறு இந்தியாவிலும், தமிழகத்திலும் சிற்பக்கலை நன்கு வளர்ச்சி பெற்றதோடு இதனோடு தொடர்புடைய மதங்களும் நன்கு வளர்ச்சி பெற்றது.

இயல் – 28

கோயிற்கலை வளர்ச்சி

இந்தியப் பண்பாட்டுச் சிறப்பம்சங்களில் முக்கிய இடம் வகிப்பது தமிழ்நாட்டிலுள்ள கோயில்கள்தான். இக்கோயில்களுள் காலத்தால் முற்பட்டவையாகவும் சிறப்புடையதாகவும் விளங்குவது பல்லவர் காலக் கோயில்கள், பல்லவர்கள் காலத்தில்தான் குகைக் கோயில்கள் அதிக அளவில் தோற்றுவிக்கப்பட்டன.

கோயிற்கலை வளர்ச்சி:

தெய்வ வழிபாடு நம் நாட்டில் பழங்காலத்திலிருந்தே இருந்து வந்தது. ஒரு காலத்தில் இயற்கையினைத் தெய்வங்களாக வழிபட்டனர். சற்று மனித இனம் முன்னேறிய காலத்தில் விக்கிரகங்களை வழிபட்டனர். இதன் அடிப்படையில்தான் பல கலைகள் வளர்ச்சி யடைந்தன. கி.மு.500ல் இருந்து வீரர்களின் மண்மேடுகளில் அவர்களின் ஞாபமாக ஒரு கல்லைத் தேர்ந்தெடுத்து அவற்றைச் சுத்தம் செய்து நட்டு வைத்து வணங்கி வந்தனர். இதற்கு நடுகல் வழிபாடு என்று பெயர் இதை தவிர ஊர் மன்றத்தில் ஒரு மரத்தை நட்டு வைத்தனர். ஆல், அரசு, கடம்பு போன்ற மரங்களை நட்டு வைத்தனர். இம்மரங்களிலெல்லாம் ஆவிகள் இருப்பதாக எண்ணி இம்மரங்களையும் வழிபட்டனர். இதற்கு "ஆவி வழிபாடு" என்று பெயர். இவை தவிர இறந்தவரைப் புதைத்த இடத்தில் இறந்தவரின் நினைவாகக் கோவிலை எழுப்புவர், இவ்வாறு எழுப்பப்பட்ட கோவில்களுக்கு "பள்ளிப்படை" என்று பெயர். இந்த வழிபாட்டு முறை சோழர்கள் காலத்தில் காணப்பட்டது. எடுத்துக்காட்டாக முதலாம் ராஜேந்திரசோழன் தன் தாயின் நினைவாக இராமநாதன் என்ற இடத்தில் எழுப்பிய பள்ளிப்படையைக் கூறலாம்.

கோயில்கள்:

சங்க காலத்திலும், சங்கம் மருவிய காலத்திலும் கோவில்கள் இருந்தன. இக்காலத்தில் கோவில்கள் கோட்டம், நகர், பள்ளி என்று அழைக்கப்பட்டது. பழங்காலக் கோவில்கள் செங்கற்கள், மரம்,

சுண்ணாம்பு ஆகியவற்றால் கட்டப்பட்டது. நாளுக்கு நாள் அவற்றில் பல மாற்றங்கள் ஏற்பட்டன. அக்காலத்தில் கோவில்கள் வழிபாடு செய்யும் இடமாக இருந்தது மட்டுமின்றி, பொதுமக்கள் கூடி தங்கள் பிரச்சனைகளைத் தீர்த்துக்கொள்ளும் ஓர் மன்றமாகவும் வேலை வாய்ப்பு அளிக்கும் வேலைவாய்ப்பு அலுவலகமாகவும் இருந்தது. நீதிமன்றமாகவும் விளங்கியது. கோவில்களில் விழாக்கள் எடுக்கப்பட்டு அவை மிகவும் ஆடம்பரமாகவும் சிறப்பாகவும் நடத்தப்பட்டது. இந்தக் கோவில்களின் உருவாக்கமும், வளர்ச்சியும் தான் பல கலைகள் உருவாகக் காரணமாக அமைந்தது.

பல்லவர் காலக் குகைக் கோவில்:

பல்லவர்கள் காஞ்சிபுரத்தைத் தலைநகராகக் கொண்டு ஆட்சி புரிந்து வந்தனர். குகைக் கோயிலைக் கட்டும் பாணியை முதல் முதலில் தொடங்கி வைத்தவர் மகேந்திரவர்ம பல்லவர் ஆவார். சிறு குன்றுகளையும், மலைகளையும் குடைந்து குகைக் கோவில்கள் அமைந்தனர். இவர்கள் பெரும்பாலும் குளங்கள், ஏரிகள், ஆறுகள் மற்றும் சமணர் தங்கியிருந்த இடங்களுக்கு அருகில் கோயில்கள் அமைத்தனர்.

முதலாம் மகேந்திரவர்மன் காலம்:

முதலாம் மகேந்திரவர்மன்தான் முதன்முதலில் குடைவரைக் கோயில்கள் அமைக்கும் பணியில் ஈடுபட்டார். இவர் காலத்திய குகைக் கோயில்கள் மாமண்டூர், மகேந்திரவாடி, மண்டகப்பட்டு, வள்ளம், முட்டம், தளவானூர், குரங்கனி, திருச்சி பிரான் மலை, நாமக்கல், சியாமங்களம் ஆகிய ஊர்களில் காணலாம். இக்குகைக் கோயில்களில் தூண்களுடன் கூடிய மண்டபமும் அதற்குப் பின்புறம் கருவறைகளும் உண்டு. கருவறை பொதுவாக கிழக்கு அல்லது மேற்கு நோக்கி அமைக்கப்பட்டிருக்கும். முன் மண்டபத்தின் நடுவே இருதூண்களும் உண்டு. கருவறை பொதுவாகக் கிழக்கு அல்லது மேற்கு நோக்கி அமைக்கப்பட்டிருக்கும். முன் மண்டபத்தின் நடுவே இருதூண்களும் சுவரை ஒட்டி இரு அரைத் தூண்களும் காணப்படும். இந்த நான்கு தூண்களுக்கும் இடையே சம இடைவெளி உண்டு. மூன்று, ஐந்து, ஏழு கருவறைகளைக் கொண்ட குடவரைகளில் ஓரத்திலுள்ள அரைத்தூண்கள் தவிர நான்கு, ஆறு அல்லது எட்டு பெரிய தூண்களும், அர்த்த மண்டபம், முகமண்டபம் என இருபிரிவுகளும் இருக்கும். இக்குடைவரைகளில் பெரும்பாலும் கபோதம் கிடையாது. குடைவரையினுள் நுழைய படிக்கட்டுகள் உண்டு, கருவறைக்குள் லிங்கமோ, பீடமோ கிடையாது.

நரசிம்மவர்மன் காலம்:

மாமல்லன் என்ற புகழ்ப்பெயரைப் பெற்ற முதலாம் நரசிம்ம வர்மன் தம் தந்தையின் பாணியில் ரதக் கோயில்களை மாமல்லபுரம், திருக்கழுக்குன்றம் ஆகிய இடங்களில் அமைத்தான். பல புதுமை களுடன் இம்மன்னனால் உருவாக்கப்பட்ட குகைக் கோயில்களின் அதிஷ்டானத்தில் உபானம், ஜகதி, குமுதம், கண்டம், பத்மம்பட்டியல் முதலிய அலங்காரங்கள் செய்யப்பட்டன. தூண்கள் அழகிய வேலைப் பாடுகளுடன் உயரமாகவும் மெலிதாகவும் அமைக்கப்பட்டன. தூண்களின் அடிப்பாகத்தில் அமர்ந்த நிலையில் செதுக்கப்பட்ட சிங்கம் மேற்பகுதியின் கலசம், தாடிகும்பம், பலகை போன்ற வேலைப்பாடுகள் அவற்றின் அழகுக்கு அழகு சேர்ந்தன. கூரை முகட்டில் விட்டம், கொடுங்கை, பூதவரி, கபோதம், கூடுகள், சாலைவிமானம், கூட விமானம், மகரதோரணங்கள் போன்றவை செதுக்கப்பட்டு தேவகோஷ்டங்கள் அமைக்கப்பட்டன. மகரங்கள் மீது வீரனின் உருவம் பொறிக்கப்பட்டிருக்கும் துவார பாலகர்களுடன் வேறு சில சிற்பங்களும் அழகாகச் செதுக்கப்பட்டு புராண நிகழ்ச்சிகளை நினைவுபடுத்தும் வண்ணம் அமைந்திருக்கின்றன.

பல்லவர்களின் ஒற்றைக் கல் ரதங்கள்:

கலைகளில் புதுமையைப் புகுத்திய பல்லவர்கள் பாறைகளை உள்ளும் புறமும் குடைந்து செதுக்கி ரதங்களின் வடிவில் அழகிய கோயில்களை அமைத்தனர். இவை ஒற்றைக்கல் ரதக் கோயில்கள் எனப்பட்டன. மகாபலிபுரத்தில் கவின்மிகு கலைநயத்துடன் பஞ்ச பாண்டவர் ரதக்கோயில்கள் பல்வேறு விமான வேலைப்பாடு களுடன் அமைந்துள்ளன.

அர்சுன ரதம் : துவிதளம் என்று அழைக்கப்படும் இருநிலை விமான அமைப்பைக் கொண்டது.

தர்மராஜ ரதம்: திரிதளம் என்னும் மூன்று நிலை விமான அமைப்பைக் கொண்டது.

பீமரதம் : நீண்ட சாலை வடிவை உடையது.

திரௌபதி ரதம் : கொற்றவைக் கோயிலின் தன்மையைக் கொண்டது.

இவை தவிர சகாதேவரதம், கணேசரதம், பிடாரிரதம், வளையன் குட்டை ரதம் மற்றும் முற்றுப் பெறாத வடிவிலுள்ள ரதமும் காணப் படுகின்றன. இந்த ரதங்களில் பல்வேறு வகையான சிற்பங்களும், துவாரபாலகர்களும் அமைக்கப்பட்டு அழகுப்படுத்தப்பட்டு இருப்பதைக் காணலாம்.

கட்டுமானக் கோயில்கள் :

காலத்தை அழியாத பாறைகளிலும், குகைகளிலும் கலை நயத்தைப் புகுத்திய கலைஞர்கள் அழகுக்கு அழகு சேர்க்க எண்ணி செங்கற்கள், சுண்ணாம்பு பயன்படுத்தி கட்டுமானக் கோவில் களையும் உருவாக்கினர். வட இந்தியாவில் குப்தர்கள் காலத்தில் உருவாக்கப்பட்ட பல கோயில்கள் இன்றும் அழகுடன் நிற்கின்றன. கடவுள் அமர்ந்துள்ள கருவறையின் முன்பு சிறிய புகுமுக மண்டபமும் அதைச் சுற்றி வந்து பக்தர்கள் வழிபட பிரகாரமும் அமைக்கப் பட்டது. காஞ்சியில் அமைந்துள்ள ஐந்தாம் நூற்றாண்டைச் சேர்ந்த பழமையான கோயில் குப்தர்களின் கலை அம்சத்திற்குச் சிறந்த எடுத்துக்காட்டாகும். இதைத் தொடர்ந்து பல்வேறு மாற்றங்களுடன் கோபுரம், விமானம் சுற்றுப்பிரகாரம் உள்ளிட்டவை அடங்கிய ஆலயங்கள் சிறியதாகவும் பெரிய அளவிலும் கலைநயம் மிக்க அழகுடனும் கவின் மிகு வேலைப்பாடுகளுடனும் உருவாக்கப்பட்டன.

கோயில் உறுப்புகள்:

கோயில் கட்டிடக் கலையை அறிந்துகொள்வதற்கு அவற்றின் பல்வேறு பாகங்களின் பெயர்களைத் தெரிந்து கொள்வது மிகவும் அவசியம்.

கருவறை : இறைவன் வீற்றிருக்கும் இடமாகும். இது மூலஸ்தானம் என்றும் அழைக்கப்படுகின்றது.

தலமரம் : ஒவ்வொரு கடவுளுக்கும் அவருக்கு விருப்பம ானதாகக் கருதப்படும் மரங்கள் ஆலயங்களில் நடப்படுகின்றன. எடுத்துக் காட்டாகப் புத்தருக்குப் போதிமரமும், சிவனுக்கு வில்வ மரமும், முருகனுக்கு வேங்கை மரமும், திருமாலுக்கு புன்னை மரமும் புனித மரங்களாகக் கருதப்படுகின்றன.

துணை மேடை, அடிமேடை : திராவிட பாணியில் அமைக்கப்படும் ஆலயங்களில் கட்டிடத்தின் கீழே அடிப்பகுதியாக துணை மேடை அல்லது உபாணம் அமைக்கப்படுகின்றது. துணை மேடையின் மேல் அமைக்கப்படும் பகுதி மீது அடிமேடை அமைக்கப்படும் அடிமேடை முடிவடையும் இடத்தில் காணப்படும் மேடைக்கு வேதிகை என்று பெயர்.

கம்பங்கள் மற்றும் தளம் : அடி மேடையின் பரப்பின் மீது கம்பங்கள் அல்லது கால்கள் நிற்கின்றன. கம்பத்தின் மேற்பரப்பு தூலம் என்று அழைக்கப்படுகின்றது. கூரையால் மூடப்படும் பகுதியைத் தளம் என்று கூறுவர்.

உச்சிப்பிதுக்கம் : தூலத்திற்கு மேல் உள்ள பட்டையான பகுதி உச்சிப்பிதுக்கம் என்ற அழைக்கப்படுகின்றது. இது கல்வெட்டுக்கள் போன்றவை பொறிப்பதற்கு ஏற்ற பகுதியாக இருந்ததால் எழுத்தகம் என்றும் அழைக்கப்படுகின்றது. உச்சிப்பிதுக்கத்தில் பல்வேறு வேலைப்பாடுகளுடன் கூடிய யாளி உருவம் வரிசையாகச் செதுக்கி அமைக்கப்படும்.

கபோதகம் : யாளி வரிசைக்கு கீழும் எழுத்தகத்திற்கு மேலும் உள்ள பகுதி கபோதகம் எனப்படும். இதிலும் பல வேலைப்பாடு களுடன் கூடிய கூடுகள் அமைக்கப்பட்டிருக்கும்.

பொதிகை : சுவரின் முனையில் பளுவைத் தாங்குவதற்காக அமைக்கப்பட்ட பகுதி பொதிகை எனப்படும்.

மாடக்குழி: அல்லது தேவ கோஷ்டம் கருவறையைச் சுற்றி உள்ள சுவர்களில் மாடக்குழி, தேர் போன்ற வடிவிலோ அல்லது பல்வேறு நேர்த்தியான வேலைப்பாடுகளுடனோ அமைக்கப்படும் அதைச் சுற்றிலும் அமைக்கப்படும் அலங்காரங்களுக்குச் கொடியணி அல்லது திருவாட்சி என்று பெயர். மாடக்குழியில் துவாரபாலகர்கள் துவாரபாலகிகளுடன் கூடிய இறைவனின் உருவங்கள் செதுக்கப் பட்டிருக்கும். வடமொழியில் இத்தகைய அமைப்பினைக் கோஷ்டங்கள் என்று கூறுவர்.

விமானம் : கருவறையின் மீது கோபுரம் போல் அமைக்கப்படும் அழகிய வேலைப்பாடுகளையுடைய கட்டிடத்திற்கு விமானம் என்று பெயர். முற்காலத்தில் ஆலயத்தின் நுழைவாயில் பகுதியில் கோபுரங்கள் சிறியதாகவும் கருவறை விமானங்கள் பெரியதாகவும் அமைக்கப்பட்டன. எடுத்துக்காட்டாகத் தஞ்சை பிரகதீஸ்வரர் ஆலயத்தில் கோபுரங்கள் சிறியதாகவும் விமானம் பெரியதாகவும் அமைந்துள்ளதைக் காணலாம். பிற்காலத்தில் விமானங்கள் சிறியதாகவும் கோபுரங்கள் பெரியதாகவும் கட்டப்பட்டன.

சிலைகள் : ஒவ்வொரு ஆலயத்திலும் வழிபாட்டிற்கேற்ப சிலைகளும் பிற உருவங்களும் அமைக்கப்படுகின்றன. சிவன் கோயிலில் நந்தியும், திருமால் கோயிலில் கருடனும், முருகன் கோயிலில் வேலும், மயிலும் காணப்படுகின்றன.

துவார பாலகர்கள் : வாயிற்காப்போர்களாகவும் இறைவனைச் சென்று அமைதியுடன் தரிசித்து அருள்பெற அனுமதி அளிப்பவர் களாகவும் துவார பாலகர்களின் உருவம் வாயில் புறத்தில் இருபுறமும் அமைக்கப்படுகின்றது. அம்மன் ஆலயங்களில் துவார பாலகிகளின் உருவங்கள் அமைக்கப்படுகின்றன.

கற்றூண்கள் : அடித்தளத்தின் மீது தூண்கள் அமைக்கப்பட்டு மேல்தளங்கள் கட்டப்படுகின்றன. அதன்மீது விமானங்கள், கோபுரங்கள் போன்ற வேலைப்பாடுகள் செய்யப்படுகின்றன. தூண்கள் சில ஆலயங்களில் புடைப்புச் சிற்பங்களுடன் கூடிய வேலைப்பாடுகளுடனும் நாற்சதுர வடிவிலும் ஆறு, எட்டு பதினாறு போன்ற பட்டைகளின் வடிவிலும் உருவாக்கப்படுகின்றன. தூண்களில் கண்டம், குழம்பம், தாடி, பலகை, கலசம் போன்ற துணை உருப்புக்களும் அமைக்கப்படுகின்றன.

மேலும் சிற்பக் கலைக்கு எடுத்துக்காட்டாய் பல்வேறு ஆலயங்கள் திகழ்கின்றன. அவற்றின் கலைத் திறனைக் காண நம் நாட்டினர் மட்டுமல்ல உலகின் பல பகுதிகளிலும் இருந்து பல்வேறு நாட்டினரும் வருகின்றனர். உலகப் பாரம்பரியச் சின்னங்களைக் கொண்ட அட்டவணைப் பட்டியலில் தென்னகத்தின் பல கவின் மிகு ஆலயங்கள் இடம் பெற்றிருப்பது நம் நாட்டின் கலை ஆற்றலைக் காட்டுகின்றது. இத்தகைய வரலாற்றுச் சிறப்புமிக்க தொல்லியல் சின்னங்களை தற்பொழுது இந்திய அரசுமட்டுமல்ல ஐக்கிய நாடுகள் நிறுவனமும் பாதுகாக்கும் முயற்சியில் ஈடுபட்டிருப்பது பெருமைக்குரிய விசயமாகும்.

இயல்-29
அருங்காட்சியகவியல்

அருங்காட்சியகம் என்பது அரிய, அரும்பொருட்களைத் தன்னகத்தே சேகரித்து வைத்திருக்கும் கூடமாகும். அருங் காட்சியகத்தின் சேகரிப்பு முறை அவற்றைப் பாதுகாக்கும் வழி, காட்சிப்படுத்துவதில் உள்ள சிறப்புத் தன்மை இவற்றிற்கும் மேலாகக் கண்டுபிடிப்புகள் பொது மக்களைச் சென்றடைய வேண்டும் என்பதன் விளைவே அருங்காட்சியகவியல் என்னும் புதிய துறை மலருவதற்குக் காரணமாயிற்று.

அருங்காட்சியகங்களின் தோற்றமும், வரலாறும்:

மியூசியம் என்ற இலத்தீன் மொழிச் சொல்லிற்கு இணையான தமிழ் சொல் இன்று வரை தெளிவாகக் கூறப்படவில்லை. மியூசியம் என்ற சொல் மியூசிசு என்ற கிரேக்கச் சொல்லின் மூலம் பெறப்பட்ட சொல் என்றும் இதற்கு "மியூசிசு சரணாலயம்" என்றும் பொருள் குறித்தனர்.

கி.பி.16ம் நூற்றாண்டில் மியூசியம் என்ற சொல்லிற்கு இணையான சொற்களாக ஸ்டூடியோ, ஸ்டூடியோலோ, கார்டுரோபு, மியூசிஸ் என்பவற்றைப் பயன்படுத்தினர். 1678ல் இலண்டனில் "தொடக்க இல்லம் அல்லது தியேட்டர்" என்ற பெயரில் காட்சிக் கூடங்கள் அமைக்கப்பட்டன. தமிழில் "சரசுவதிசாலை" என்று தொடக்கக் காலத்தில் அழைத்தனர். மியூசியம் என்ற சொல்லிற்கு இணையாக தமிழில் "காட்சிச்சாலை", "அரும்பொருட்காட்சியகம்." "அரும்பொருள் வைப்பகம்," "அகழ்வைப்பகம்" எனப் பல்வேறு பெயர்களில் அழைக்கும் முறை இருந்தது.

சேகரித்து வைத்திருக்கும் இடம்:

அருங்காட்சியகம் என்ற சொல் பயன்பாட்டிற்கு வருவதற்கு முன்பு. பொருட்களை எங்குச் சேகரித்து வைக்கின்றனரோ அந்த இடத்தைத் தான் மியூசியம் என்று அழைத்தனர். இவற்றின் அடிப்படையில்தான் "மியூசியம்" என்ற அமைப்புத் தோன்றக் காரணமாக அமைந்தது.

மியூசியத்தில் இடம் பெறுபவை:

ஒரு நிறுவனத்தின் உட்பிரிவாகவோ, அல்லது அதன் செயற் பாட்டுத் தன்மையைப் பெற்றோ மியூசியம் அமையலாம்.

1. நூலகம் ஆவணக்காப்பகம் போன்றவற்றின் சேகரிப்பிலுள்ள பிற அரிய பொருட்களை அழிந்துவிடாமல் காத்தல், பொருட்களைக் காட்சிப்படுத்துதல் போன்ற பணிகளை அருங்காட்சியகங்கள் செய்து வருகின்றன.

2. இயற்கை, தொல்லியல் மானிடவியல் தொடர்புடைய இடங்கள், வரலாற்றுச் சின்னங்கள் நிறைந்த இடம், அகழ்வாய்வு மேற்கொண்ட இடம் இவற்றையெல்லாம் பேணிக்காத்து இவை பொது மக்களுக்குச் சென்றடையும் பணியை மேற்கொள்கின்றன.

3. தாவரம், வனவிலங்கினக் காப்பகம், காட்சிக் கூடம், வனங்கள் பாதுகாக்கப்பட்ட திறந்தவெளி வனங்கள் அறிவியல் மையங்கள் வான்வெளி ஆய்வு கூடங்கள் போன்றவையும் இடம் பெறுகின்றன.

உலக வரலாற்றில் அருங்காட்சியக இயக்கம்:

அருங்காட்சியக அமைப்பு முறையில் அதிக ஆர்வம் காட்டிய நாடுகளில் ஒன்று இத்தாலி, இத்தாலிய நாட்டு அரசர்களின் சேகரிப்பு களில் தனிச்சிறப்புடைய நிலையையும், தன்னுடன் இணைந்து இருக்கின்ற அண்டை நாடுகள் அல்லது மாநிலங்களில் கிடைக்கக் கூடிய இயற்கை அறிவியல், கற்பனைக்கலை வடிவங்கள் மிகுதியாக இவர்களது சேகரிப்பில் இடம்பெற்றன. இதில் மெர்கதி என்பவர் தாவரவியல் தோட்டக் கலை ஆகியவற்றில் ஈடுபாடுடையவர். ஆல்டுரோ வென்டி என்பவர் இயற்கை வரலாற்றில் மிகுந்த ஆர்வமுடையவர். ஆல்டுரோவென்டி அருங்காட்சியகத்தில் மணிகள், கனிமங்கள், விலங்கினங்கள் பற்றிய 11,000 காட்சிப் பொருட்களும், தாவரங்கள் சுமார் 7000 எண்ணிக்கையும் இருந்தன. இச்சேகரிப்புகள் இயற்கை வரலாற்றை அறிய உதவும் அரிய சேகரிப்புகளாக இருந்தன.

இங்கிலாந்து:

இங்கிலாந்தைச் சேர்ந்த வில்லியம் புல்லச் சர்தாமஸ் பிரௌன், ஜேம்ஸ் பெட்டிவர், வில்லியம் சார்லிட்டன் ஆகியோரின் சேகரிப்புகள் உலகப் புகழ்பெற்றவை. இங்கிலாந்தில் ஏற்பட்ட அருங்காட்சியக அமைப்பு வரலாற்றில் "ராயல் சொசைட்டி அருங்காட்சியகம்" குறிப்பிடத்தக்க ஒன்றாகும். 1660ல் முதன்முதலில் ராபர்ட்ஹிக் என்பவர் காப்பாட்சியர் என்ற பெயரில் நியமனம் செய்யப்பட்டார்.

Keeper என்ற முதல் சொல் இங்குதான் கிடைக்கின்றது. இவர் முதல் Keeper என்ற பெருமையைப் பெறுகின்றார். 1779ல் ராயல் சொசைட்டியின் சேகரிப்புகள் அதிகமாகவே அவற்றை சாமர் செட் இல்லத்திற்கு மாற்றம் செய்ய நேரிட்டது.

அரேபியா :

அரேபியர்களின் உலக வணிகத் தொடர்பு கடல் வணிகப் போக்குவரத்து ஆகியவற்றின் விளைவாக அரிய கலைப் பொருள்கள் சேகரிக்கப்பட்டன. ஆட்டாமன் ரொடல்ப் என்ற மன்னனின் சேகரிப்பில் இஸ்லாமிய கலைத் தொடர்புடைய சேகரிப்புகள், ஆயுதங்கள், மருத்துவ நூல்கள், சீனம், ஜப்பான், பெர்சியா நாட்டு மட்பாண்டங்கள் வீட்டுப் பொருட்கள் ஆகியவை சேகரிப்பில் இடம்பெறுகின்றன. மார்கோபோலோ சேகரிப்புகள் இன்று "சேன் மார்கோவின் கருவூலம்" என்றழைக்கப்படுகின்றது.

ஆசியா:

ஆசியாவில் அருங்காட்சியகங்களை அமைக்கும் முயற்சி பெரிதும் ஆங்கிலேயரின் முயற்சியால் ஏற்பட்டவை ஆகும். கி.பி.18, 19ம் நூற்றாண்டுகளில் மிகுதியான காட்சிக் கூடங்கள் ஆசிய நாடுகளில் கட்டப்பட்டன. இவற்றில் முதலிடம் பெறுவது ஜப்பான் நாடாகும்.

இலங்கையில் கி.பி.1877-ல் தேசிய அருங்காட்சியம் கொழும்பில் ஏற்படுத்தப்பட்டது. அனுராதபுரம் அருங்காட்சியம் மற்றொரு சிறப்புடைய காட்சிக் கூடமாகும்.

மலேசியாவில் தேசிய அருங்காட்சியகமும், பிலிப்பைன்ஸில் மணிலாவில் தேசிய அருங்காட்சியகம் நிறைய மிகச் சிறந்த சேகரிப்புகளைக் கொண்டுள்ளது.

சிங்கப்பூரில் தேசிய அருங்காட்சியகம் வரலாற்று ஆதாரங்களை அதிகம் கொண்டுள்ளது. சீனாவில் சீனப்புரட்சி தொல்லியல் தொழில் நுட்பம், தேசிய இயக்க வரலாறு போன்ற அருங்காட்சியகங்கள் ஏற்பட்டன. சீனாவில் மனித இன வரலாற்றை விளக்கும் யானீ-மு அருங்காட்சியகமும், பெய்ஜிங் அரண்மனை அருங்காட்சியமும் புகழ்பெற்றவை.

நேபாளம்:

இந்தியாவின் அண்டைநாடான நேபாளம் பல்வேறு வகையான அருங்காட்சியகங்களைப் பெற்றுள்ளது. காட்மாண்டு நகரிலிலுள்ள "நேபாள அருங்காட்சியகம்" தேசிய அருங்காட்சியகம் ஆகும்.

இங்குள்ள இனவியல் அருங்காட்சியம், கலைக்கூடம் என்பவை சிறப்புடையன.

இந்தியா :

திபெத்தின் பண்பாட்டை விளக்கும் வண்ணம் புதுதில்லியில் "திபெத் இல்லம்" என்ற அருங்காட்சியகம் அமைக்கப்பட்டுள்ளது.

இந்தியாவில் அருங்காட்சியக இயக்கத்தின் தொடக்கம் "ஹம்பி" என்ற தொன்மையான அழிந்து விட்ட நகரை முதன் முதலில் கண்டு பிடித்த நாள் முதல் தொடங்குகிறது. ஜான்சன் இந்தியாவின் தொன்மை வரலாற்றை அறிந்துகொள்ளும் முயற்சியின் விளைவால் கி.பி.1604ல் மும்பையிலும், கி.பி.1818ல் சென்னையிலும் இலக்கியக் கழகம் என்ற அமைப்பு ஏற்பட்டன. இதன் காப்பாளராக என்.வாலிச் என்பவர் பணியை மேற்கொண்டார். கி.பி. 1839ல் பின்னர் இக்காட்சிக் கூடத்திற்கும் கிழக்கிந்திய கம்பெனியின் உதவி கிடைக்கப்பெற்றதும் புதிய கட்டடம் ஒன்றைக் கட்ட முயற்சி மேற்கொள்ளப்பட்டு கி.பி.1875ல் கல்கத்தாவில் ஒரு கட்டடம் கட்டப்பட்டது. இதற்கு "இந்தியா அருங்காட்சியகம்" என்று பெயர்.

தமிழ்நாட்டில் தஞ்சாவூர் தமிழ்ப் பல்கலைக்கழகத்தின் வளாகத்தில் திறந்தவெளி அருங்காட்சியம் ஒன்றும், ஊட்டி மலையின் மக்கள் ஆய்வு மையத்தில் மானுடவியல் அருங்காட்சியகம் ஒன்றும் அமைக்கத் திட்டமிடப்பட்டது.

அறிவியல் அருங்காட்சியகம்:

முனிச் நகரில் முதல் அறிவியல் அருங்காட்சியகம் கி.பி.1903ல் தொடங்கியது. அறிவியல், தொழில்கூடம், தொழில்நுட்பம் எனும் மூன்று வகையான அறிவியல் அருங்காட்சியகங்களின் கூட்டு வடிவமைப்பாக நியூயார்க் நகரில் அறிவியல் தொழிற்கூட அருங்காட்சியகம் என்ற பெயரில் கி.பி.1930ல் R.V. லூயி அமைத்தார். அறிவியல் "தொழில்நுட்ப மையம்" என்ற பெயரில் புதிய அமைப்புகள் கி.பி.1937ல் ஏற்பட்டன. "கண்டுபிடிப்புகளின் அரண்மனை" என்னும் பெயர் "அருங்காட்சியம்" என்ற பொருளில் ஏற்பட்டன. இதனால் கி.பி.1962க்குப் பின்னர் "மையம்" என்ற பெயரிலும் அருங்காட்சியகங்கள் அமைந்தன.

திறந்தவெளி அருங்காட்சியக வரலாறு:

திறந்தவெளி அருங்காட்சியகங்களின் சேகரிப்புகள் பொதுவாகத் தொன்மையான கட்டடங்கள், சமூகப் பொருளாதார வாழ்க்கை முறைகளைக் காணுமாறு அமைகின்ற நாட்டுப்புற வாழ்விடக்

காட்சிகள், தொழில்நுட்ப வரலாறு நாட்டுப்புற மக்களின் கலை, வரலாறு முதலியவற்றைப் பற்றியதாகும்.

பல்கலைக்கழக அருங்காட்சியகம்:

பிசா பல்கலைக்கழக அருங்காட்சியகங்கள் கி.பி. 1543ல் அமைக்கப்பட்டது. லேடன் பல்கலைக்கழக அருங்காட்சியகமும் 1575ல் அமைக்கப்பட்டது. இதில்தான் முதன் முதலாகக் காட்சிக் கூட விளக்கவுரையாளர்கள் நியமிக்கப்பட்டனர். 1728ல் கேம்பிரிட்ஜ் பல்கலைக்கழக அருங்காட்சியகம் அமைக்கப்பட்டது.

மத நிறுவனங்கள்:

1. பாரிசு நகரிலுள்ள புனித செனிவு தேவாலயம்.
2. ரோமிலுள்ள செசுயூட்டு கல்லூரி.

இந்திய அருங்காட்சியகங்களின் வரலாறு:

Dr. ஜான்சன் இந்தியாவின் தொன்மை வரலாற்றை அறிந்து கொள்ளும் முயற்சியின் விளைவால் கி.பி.1804ல் மும்பையிலும் கி.பி.1818ல் சென்னையிலும் இலக்கிய கழகம் என்ற அமைப்பு ஏற்பட்டது. ராணி விக்டோரியாவின் விழா ஆண்டாகிய கி.பி.1887ல் ஐரோப்பாவிலும் இந்தியாவில் ஜெய்ப்பூர், உதய்பூர், இராஜ்காட், விஜயவாடா போன்ற இடங்களிலும் புதிய அருங்காட்சியகங்கள் தோன்றின.

இந்தியத் தொல்லியல் துறை அருங்காட்சியகங்கள்:

சர்ஜான் மார்சல் இந்தியத் தொல்லியல் துறையின் இயக்கு நராகப் பொறுப்பேற்றார். புதுதில்லியில் “மத்திய ஆசியத் தொன்மைப் பொருள் அருங்காட்சியகம்” ஒன்று தொடங்கப் பெற்றது. இதே காலத்தில் மாலடா, பீஜப்பூர், தார், பெசாவர், ஆக்ரா, பர்மா தேசத்தில் பகன் மண்டாலி போன்ற ஊர்களிலும் புதிய தொல்லியல் அருங்காட்சியகங்கள் தோன்றின.

கன்னிங்ஹாம் என்பவர் தனது தனிப்பட்ட சேகரிப்புகள் அனைத்தையும் பல்வேறு அருங்காட்சியகங்களுக்கு அளித்துள்ளார். எட்மெண்டு அவர்கள் தனது சேகரிப்பையும், ஜாவா பகுதியில் சேகரிக்கப்பட்ட பொருட்களும் இந்திய அருங்காட்சியகத்தில் உள்ளன. சென்னை அருங்காட்சியகத்திலும் லண்டனிலுள்ள பிரிட்டிஷ் அருங்காட்சியகத்திலும், மெக்கன்சியின் அமராவது ஸ்தூபம் கண்டுபிடிப்பும் அதன் சிதைவுகளிலிருந்து எடுக்கப்பட்ட கலை பொருட்களும் உள்ளன. மேஜர் எச்.எச்.கோலி அளித்துள்ள காந்தார சிற்பங்களும் சென்னையில் உள்ள அருட்காட்சியகத்தில் உள்ளன.

கள அருங்காட்சியகங்கள்:

தொடக்க காலத்தில் மொஹஞ்சதாரோ, ஹரப்பா, பஞ்சசீலம், தில்லி கோட்டை, சாரனாத், நாளந்தா, நாகார்ச்சுன கொண்டா போன்ற இடங்களெல்லாம் அமைந்திருப்பவை புதிய கள அருங்காட்சியகங்கள் ஆகும்.

நிறுவனங்களும் தனியார் பங்கும்:

மும்மையில் "பிரின்ஸ் ஆப் வேல்ஸ்" அருங்காட்சியகம் அன்பளிப்புகளின் வாயிலாகச் சேகரிக்கப்பட்ட கலைப் பொருட்களை வைத்துத் தொடங்கப்பட்டது. இராயல் ஆசியக் கழகத்தின் மும்பை பிரிவு, மானிடவியல் துறை மும்பை இயற்கை வரலாற்றுக் கழகம், டாட்டாவின் சேகரிப்பு, சர்.ரத்தன், சர்.டி.தாத்தா, சர்.அக்பர் ஹைதரலி ஆகியோரின் அன்பளிப்புகள் அதில் அடங்கும். "பாரத இதிகாசம் சேதக மண்டல் அருங்காட்சியகம்" என்ற பெயரில் பூனாவிலும் "காமரூப அனுசுதன் சமதி" என்ற பெயரில் கௌகாத்தியிலும் தனியாரின் முயற்சியில் ஏற்பட்டவையாகும்.

கோயில் அருங்காட்சியகம்:

கள அருங்காட்சியகங்களே கோயில் அருங்காட்சியகங்களாகும். தஞ்சை பெரிய கோவிலுள்ள இராசராசன் அருங்காட்சியம், மதுரை மீனாட்சியம்மன் கோயில், திருவரங்கம் கோயில், திருப்தி வேங்கடாசலபதி தேவஸ்தானம் போன்றவை குறிப்பிடத்தக்கதாகும்.

சமஸ்தானங்களின் பங்கு:

இந்திய அருங்காட்சியகங்களின் வளர்ச்சிக்கும் பல்வேறு சமஸ்தானங்கள் உதவின. கி.பி.1921-1941ல் ஆண்டுகளுக்கு இடைப்பட்ட காலத்தில் ஜாம்நகர், பத்மநாதபுரம், இந்தூர், ஐதராபாத், தஞ்சை, மராட்டியர், புதுக்கோட்டை தொண்டைமான், இராமநாதபுரம் சேதுபதி ஆகிய சமஸ்தானங்கள் வட்டார அருங்காட்சியகங்களாகும். ஜலார்சங்கின் சேகரிப்புகள் இன்று ஜாலார்சங் அருங்காட்சியகமாகவும் உள்ளது.

பிற அருங்காட்சியகங்களின் தோற்றம்:

1. தேசிய அருங்காட்சியகம், 2. தேசிய இயற்கை வரலாற்று அருங்காட்சியகம், 3. தேசியக் கலைக் கூடம் என்பனவாகும். இதன் வளர்ச்சியால் மேலும் பல புதிய அருங்காட்சியகங்கள் தோன்றின.

அவை:

1. புகழ்பெற்ற சமுதாயத் தலைவர்களின் அருங்காட்சியகங்கள்.
2. சிறுவர் அருங்காட்சியகம்.

3. வன அருங்காட்சியகம்.

4. கைவினைப் பொருட்கள் அருங்காட்சியகங்கள்,

5. கலைக்கூடங்கள்.

6. வளர்கலைக் கூடங்கள் போன்றவை. மேலும் தாகூர், காந்தி, நேரு, நேதாஜி, அண்ணா, வி.நி.ஸி. போன்ற தேசிய தலைவர்களுக்கு அருங்காட்சியகம் தொடங்கப்பட்டது. வன அருட்காட்சியகம், புதுதில்லி கைவினைப் பொருட்கள் அருங்காட்சியகம், தஞ்சைக் கலைக்கூடம் போன்ற அருங்காட்சியகங்களைத் தொடர்ந்து தற்காலத்தில்

1. அறிவியல் அருங்காட்சியகம்.
2. மாவட்ட அருங்காட்சியகம்.
3. சுற்றுச்சூழல் அருங்காட்சியகம்.
4. நினைவகங்களும் தோன்றின.

தேசிய அருங்காட்சியகம்:

இந்தியத் தொல்லியல் துறை "கலை, தொல்லியல் மற்றும் மானிடவியல் மைய அருங்காட்சியகம்" என்ற பெயரில் தேசிய அருங்காட்சியகம் அமைக்க வேண்டும் என்று பரிந்துரை செய்தது. இது கி.பி.1936ல் மர்காடர் கார்கிரீவ்ஸ் அறிக்கையிலும் கி.பி.1939ல் சர்.லியானர்டு ஊள்ளி என்பவர் எழுதிய பரிந்துரையிலும் தேசிய அருங்காட்சியம் அமைக்க மீண்டும் உதவியாக இதுவும் 1947ல் சர் மென்ரீஸ்கவ்யர் தலைமையில் இந்தியத் தொல்லியல் துறை ஆலோசனைக் குழுவின் சில பரிந்துறைக்குப் பின் ஆராய்ந்து ஏற்றுக் கொள்ளப்பட்டது.

"இந்தோனேசியக் கலை", "சீனத்துக்கலை" போன்றவை சிறப்பாக அமைக்கப்பட்டன. புதுதில்லியின் தேசிய அருங்காட்சியகத்திற்கு இலண்டன்-கென்ஸ்டன் அருங்காட்சியகமும், விக்டோரியா ஆல்பிரட் அருங்காட்சியகமும் உதவியது.

அறிவியல் அருங்காட்சியகம் :

1. கி.பி. 1800ல் தஞ்சை மராட்டிய மன்னர் இரண்டாம் சரபோஜி அறிவியல் கல்வியில் ஆர்வம் கொண்டார். தமிழகத்தின் முதல் விலங்கின அருங்காட்சியகம் ஒன்று தஞ்சை அரண்மனையில் ஏற்படுத்தப்பட்டது, மராட்டிய மன்னர்களின் சேகரிப்புகள் இன்று "சரசுவதி மகால்" நூலகத்தில் உள்ளது.

2. இராயல் வனவிலங்கு காட்சியகம் "மீன் காட்சியகம்" போன்றவை சென்னையில் ஏற்படுத்தப்பட்டது.

தொல்லியல்

3. பெங்களூர் "விஸ்வேஸ்வரய்யா அறிவியல் தொழில்நுட்ப அருங்காட்சியகம்" தோன்றியது.

4. பின்னர் கி.பி.1979ல் "அறிவியல் அருங்காட்சியகத் தேசியப் பேரவை" அமைக்கப்பட்டு அப்பேரவையின் பரிந்துரையின்படி இந்தியாவில் அறிவியல் அருங்காட்சியகங்களை அமைக்கும் முயற்சி மேற்கொள்ளப்பட்டு 1.தேசியம் 2.மாநிலம் 3.வட்டாரம் என முப்பெரும் பிரிவுகளாக அமைக்கவும் முயற்சி மேற்கொள்ளப்பட்டு கிருட்டிணன் அறிவியல் மையம், குல்பர்கா போன்றவை ஏற்படுத்தப் பட்டன.

தமிழக அருங்காட்சியக வரலாறு:

சென்னை அருங்காட்சியகத்தின் முதல் பொறுப்பாளராக எட்வர்ட் க்ரீன் பால்டர் என்பவர் பொறுப்பேற்றார். சென்னை அருங்காட்சியகத்தில் நூலகம் ஒன்றும் விலங்கியல் பிரிவு ஒன்றும் தொடங்கப் பெற்றது. இந்நூலகம் பின்னர் "கன்னிமாரா நூலகம்" என்னும் பெயரில் தனித்தியங்கத் தொடங்கியது. அதுபோல் தீவுத் திடலில் "விலங்குக் காட்சியகம்" ஒன்று தனித்து அமைக்கப்பட்டது. இந்தியாவின் முதல் தொல்பழங்காலக் கற்கருவிகள் முதன்முதலில் புரூஸ்புட் என்னும் ஆய்வாளரால் கி.பி.1863ல் கண்டுபிடிக்கப் பட்டது. கி.பி.1850ம் ஆண்டிற்குப் பிறகு தமிழகத்தில் அருங்காட்சி யகங்கள் தோன்றின.

கி.பி.1896ல் கன்னிமாரா நூலகத்திற்குத் தனிக் கட்டிடம் கட்டப்பட்டது. சென்னையில் மைய அருங்காட்சியகம் தொடங்கும் பொழுது மெரினாக் கடற்கரையில் "மீன் காட்சியகம்" ஒன்றைக் கட்டினர். இதை காண்பதற்கு 1903ல் 3,500 பொதுமக்கள் வந்ததாகக் கூறப்படுகிறது. மேலும் மாதத்தில் முதல் சனிக்கிழமையன்று "கோஷாநாள்" என்றழைக்கப்பட்டது. இந்நாட்களில் மதியம் 12 மணியளவிற்கு பின்பு பெண்கள் மட்டும் வருவதற்கு அனுமதி அளிக்கப்பட்டது. இதற்கு பெண் உதவியாளர்கள் மட்டும் இருந்தனர்.

கல்லூரி அருங்காட்சியகம்:

தமிழகத்தில் மற்றொரு சிறப்பான அருங்காட்சியகம் சென்னை (தாம்பரம்) கிறிஸ்துவக் கல்லூரி அருங்காட்சியகமாகும். இது தமிழகத்தின் முதல் கல்லூரி அருங்காட்சியகமாகும். தென்னிந்தியாவில் தொடங்கப்பெற்று முதல் கல்லூரி காட்சி யகமாகவும் திகழ்கிறது. பின்னர்

1. மாநில அரசு அருங்காட்சியகங்கள்

2. மாநிலத் தொல்லியல்துறை அருங்காட்சியகம்.

3. மத்தியத் தொல்லியல் துறை அருங்காட்சியகம்.
4. கல்விக் கூடங்களின் அருங்காட்சியகங்கள்
5. தனியார் அருங்காட்சியகம்

எனப் பல்வேறு துறைசார்ந்த அருட்காட்சியகங்கள் தமிழகத்தில் அமைக்கப்பட்டுள்ளன.

அருங்காட்சியகக் கட்டிடங்களும், பாதுகாத்தலும்:

உலகிலுள்ள அருங்காட்சியகங்கள் பெரும்பாலும் பழைய அரண்மனைகளாகவே இருக்கின்றன. இவற்றைப் பாதுகாத்தல் என்பது அவசியமானதாகின்றது.

விக்டோரியா லெகசி:

விக்டோரியா லெகசி என்பது சில அருங்காட்சியகங்களில் பொருள்களை ஒரே இடத்தில் மாற்றி மாற்றி வைக்கின்றனர். சில சமயம் இது பார்வையாளர்களின் வரவைக் குறைத்துவிடுகிறது. இதனால் பார்வையாளர்கள் பார்த்தவைகளையே மீண்டும் மீண்டும் பார்ப்பதால் சலிப்பு ஏற்படுகின்றது. இந்நிலையை அருங்காட்சியக வியலாளர் விக்டோரியா லெகசி எனக் குறிப்பிடுகின்றனர்.

அருங்காட்சியகப் பாதுகாப்பு:

பண்டைய கலைப் படைப்புகள் கிடைப்பதற்கு அரிய பொருட்களாகவும், அருகில் வருகின்ற தன்மையாலும், உலகப் பொதுச் சந்தையில் இவற்றின் மதிப்பு அதிகரிப்பதாலும் இவற்றைப் பாதுகாக்கும் பொருட்டு அந்தந்த அருங்காட்சியக அரசு பாதுகாக்கும் பொருட்டு அரசு பன்னாட்டு அருங்காட்சியகங்களின் "அருங்காட்சியகப் பாதுகாப்புக்குழு" ஒன்றை ஏற்படுத்தி பாதுகாத்து வருகின்றது.

அருங்காட்சியகக் கட்டிடம்:

அருங்காட்சியகக் கட்டிடம் கட்டுகின்ற பொழுது அக்கட்டிடம் அமைக்கின்ற இடம், சூழல் என்பனவற்றைத் தெளிவுபடுத்திக் கொள்ள வேண்டும். கட்டட அமைப்பு முறையிலேயே பாதுகாப்பு முறையை வகுத்துக் கொள்ள வேண்டும். திட்டமிடப்பட்டுத்தான் கட்டிடம் கட்ட வேண்டும்.

கலைப் பொருள் சேமிப்பு:

சேமிப்புக் கூடங்களுக்குள் பார்வையாளர்களை அனுமதித்தல் கூடாது. பொதுப் பார்வையாளர்கள் நுழையாத வண்ணம் தனியான பகுதியாகவும், துறைத் தலைவரின் நேரடிப் பார்வையிலும் சேமிப்பு அறைகள் இருக்க வேண்டும்.

ஒலி எழுப்பும் அறை:

அருங்காட்சியகங்களில் திருட்டைத் தடுக்கவும், மனிதர்களை வழிநடத்துவதற்காகவும் இவை உள்ளது. இவற்றில்

1. சி.சி.டி.வி. (Closed Circuit T.V)
2. பர்கிலர் ஒலிப்பான் (Bargular alarm)
3. போட்டோ எலக்ட்ரிக் சாதனம் (Photo electric appliance)

போன்றவைப் பயன்படுத்தப்படுகிறது. விடுமுறை நாட்களிலும் அரும்பொருட்களைப் பாதுகாக்க இவை பயன்படுகின்றன.

பாதுகாப்பாளர்கள்:

இதன் பாதுகாப்புப் பணியாளர்கள் சிறப்புப் பயிற்சி பெற்றவராக இருக்க வேண்டும். இதுவரை இந்தப் பயிற்சி முறை இல்லை. இனிமேல் இந்த முறை கொண்டு வந்தால் எதிர்காலத் திட்டத்திற்கு உதவியாக இருக்கும்.

அருங்காட்சியகமும் பொதுமக்களும்:

அருங்காட்சியகம் பற்றிய சிறப்பானத் தகவல்களை மக்களுக்குக் கொடுப்பது தொலைக்காட்சி, வானொலி ஒலிபரப்பு போன்றவை யாகும்.

எதிர்கால அருங்காட்சியகம்:

நிகண் அவர்கள் "இன்றைய அருங்காட்சியகங்கள் சாலைகளின் சந்திப்பில் நிற்பது போல் எந்தச் சாலையில் போவது என்று தடுமாறி நிற்கின்றன" என்றார். நான்கு சுவர்களுக்குள் கலைப் பொருட்களை வைத்துக்கொண்டு எந்தவித மாற்றத்தையும் மேற்கொள்ளாமல் இருந்து வரும் அருங்காட்சியகங்கள் பொது மக்களுக்குப் பயன்படுமாறு அமையவில்லையென்று அருங்காட்சியகலாளர்கள் கருதுகின்றனர்.

சுற்றுச்சூழல் அருங்காட்சியகம்:

இனிவரும் காலங்களில்

1. அந்தந்த வட்டார மக்களின் கலை, தொழில்நுட்ப, விழா முதலியவற்றுடன் நெருக்கமான தொடர்பை ஏற்படுத்த வேண்டும்.
2. கலைஞர்களின் இல்லங்களில் அவரவர் நிலையை விளக்கக் கூடிய "கலைத் தொழில் வரலாற்றை" அங்குக் காட்சிப்படுத்த உதவி செய்ய வேண்டும்.

3. கலைப் பொருட்களை இம்மையங்களிலிருந்து எடுத்து வந்து காட்சிக் கூடங்களில் வைக்கக்கூடாது. அவற்றை அவ்விடங் களிலேயே இருக்குமாறு செய்ய வேண்டும். இவ்வகை இடங்களைச் "சூழல் காண்பிடம்" எனலாம்.
4. கோயில் விழாக்கள், தெருக்கூத்துக்கள், நாடகம், நடனம் போன்ற நிகழ்ச்சிகளை அது நடைபெறும் நாளில் பார்வை யாளர்களை அழைத்துச் சென்று காணுமாறு வசதிகளைச் செய்ய வேண்டும்.
5. சில கலைகளைக் கல்லூரி, பள்ளி மாணவர்கள் கற்றுக்கொள்ள அந்தந்தப் பகுதியிலுள்ள கலைஞர்களின் வாயிலாக உதவி பெறலாம். இதனையெல்லாம் "சூழல் அருங்காட்சியகம்" என்றழைக்கலாம்.

இவ்வாறு அருங்காட்சியகங்கள் வரலாற்று, பண்பாட்டுச் சின்னங்களைப் பாதுகாத்து வைக்கிறது. இவற்றை நாமும் சிறப்பாக பார்வையிட்டு அவற்றைப் பேணி காப்பது நமது கடமையாகும். அவை மேன்மேலும் வளர ஊக்கமும் அளிப்பது நமது இன்றியமையாத பணியாகும்.

இயல்-30

நாணயவியல்

ஒரு நாட்டின் தொன்மையான வரலாற்றை அறிய நமக்குப் பெரிதும் உதவுவது தொல்லியல் சான்றுகளாகும். பழங்காலத்து மக்கள் பயன்படுத்திய பொருட்கள் நாணயங்கள், உடைந்த மண் குவளைகள், உலோகப் பொருட்கள், ஆடை, ஆபரணங்கள் ஆகிய அனைத்தும் நமக்குச் சான்றுகளாகின்றது. அவ்வகையில் பண்டைய வரலாற்றை கணித்து உருவாக்குவதில் நாணயங்கள் பெரும்பங்கு வகிக்கிறது. தற்போது நாணயங்களின் தொன்மையை ஆராய நாணயங்கள் பயன்படுகிறது.

வரலாற்றை கணிப்பதில் நாணயங்களின் பங்கு:

தொல்லியல் ஆய்வாளர்கள் ஒரு இடத்தைத் தோண்டி அகழ் வாய்வு செய்யும்போது மக்கள் பயன்படுத்திய பொருட்களுடன் பல வகை முத்திரை உலோகக் கட்டிகளை கண்டார்கள். இவைகள் தாம் அக்காலத்தில் வாணிபத்தில் நாணயங்களாக பயன்படுத்தியிருக்க வேண்டும். இந்நாணயங்கள் வராற்றின் பொக்கிஷமாக கருதப்படுகிறது. ஒரு நாணயத்தை கணித்து அந்நாணயம் வெளியிட்ட காலம், மன்னனின் பெயர், மற்றும் அவன் பரம்பரை முதலியவற்றையும் அதிகம் காணப்படும் முத்திரைகளைக் கொண்டு அக்காலத்தில் சமயம், தெய்வ உருவங்கள், ஆட்சி மொழி, எழுத்தின் வடிவம், உள்நாட்டு, வெளிநாட்டு வாணிக தொடர்புகள், பொருளாதாரம் ஆகியவற்றை நாம் அறியலாம்.

மேலும் ஒரு நாணயத்தை கொண்டு அது கிடைக்கும் இடத்தை வைத்து அதை வெளியிட்ட மன்னன் மற்றும் அவனின் ஆட்சிப் பரப்பினையும் கணித்துவிடலாம். சில இடங்களில் வெளிநாட்டு நாணயங்கள் கண்டெடுக்கப்பட்டுள்ளது. குறிப்பாக ஆதிச்சநல்லூர், அரிக்கமேடு, காவிரிப்பூம்பட்டினம் போன்ற இடங்களில் ரோமாபுரி தங்க நாணயங்கள் கிடைக்கப் பெற்றுள்ளது. இதனைக்கொண்டு சங்ககால மக்கள் ரோமாபுரியோடு வணிகத் தொடர்புகொண்டிருந்ததாக தெளிவாகிறது.

நாணயங்கள் செய்யப்பட்ட உலோகங்களையும் அவைகளின் எடைகளையும் கொண்டு அந்நாட்டின் செல்வசெழிப்பு, பொருளாதார நிலையினை அறியலாம். பொன், வெள்ளி, செம்பிலான நாணயங்கள் என ஒவ்வொரு கால கட்டத்திலும் தயாரிக்கப்பட்டுள்ளது. இதைத் தவிர இந்நாணயங்களின் எடை ஒவ்வொரு காலகட்டத்திலும் மாறுபட்டுள்ளது.

குப்தர்கள் காலத்தில் அதிக எடையுள்ள தங்க நாணயங்கள் வெளியிடப்பட்டுள்ளது. ஆனால் பிற்கால குப்தர்களின் காலத்தில் எடை குறைந்த தங்க நாணயங்கள் வெளியிடப்பட்டன. இதிலிருந்து பிற்கால குப்தர்களின் பொருளாதார நிலையின் மாறுபாடு நமக்கு புலனாகிறது. இவ்வாறு நாணயங்கள் பல்வேறு வரலாற்று உண்மைகளைத் தாங்கியுள்ளது.

நாணயவியல்:

இத்தகு நாணயங்களின் பெருமைகளை நமக்கு உணர்த்தியவர்கள் ஆங்கிலேயர்கள் ஆவர். சர்வாய்டேர் எலியட் 1886ல் தென்னிந்திய நாணயங்கள் என்ற நூலை எழுதி பண்டைய நாணயங்களின் வரலாற்றுச் சிறப்பை நமக்கு உணர்த்தினார். இந்நூல் இந்தியத் தொல்லியல் துறையில் நாணவியலுக்கான முக்கியத்துவத்தை உணர்த்தியது. 1888ல் "லோவன்தால்" என்ற பாதிரியார் எழுதிய திருநெல்வேலி நாணயங்கள் என்ற நூல் பண்டைய நாணயங்களின் வடிவங்களை வரைபடங்களோடு வெளியிட்டது. தொல்லியல் துறை இயக்குநர் டாக்டர் எம்.கே.கிருஷ்ணா 1935ல் தமிழ்நாட்டில் கிடைத்த நாணயங்களை ஆய்வு செய்து கட்டுரைகள் வெளியிட்டார். டாக்டர் சட்டோபாத்தியா 1977ல் நாணயங்களைப் பற்றிய ஆய்வு நூலை வெளியிட்டார். இதன் மூலம் நாணயவியல் துறை நாணயங்களின் வரலாற்று முக்கியத்துவத்தை வெளி உலகிற்கு எடுத்துக்காட்டியது.

நாணயங்களின் தோற்றம்

பண்டமாற்று முறை:

மொஹஞ்சாதாரோ, ஹரப்பா நாகரிகங்களை அறியும்போது அம்மக்கள் ஒரே இடத்தில் தங்கி தங்களின் வாழ்க்கையை நடத்தினர் என்பது தெரிகின்றது. விவசாயத்தை முக்கிய தொழிலாகக் கொண்ட இம்மக்கள் தங்களின் தேவையான பொருட்களை வாங்க தங்களிடம் உபரியாக உள்ள பொருட்களைக் கொடுத்து அப்பொருட்களைப்

பெற்றனர். இவ்வாறு ஒரு பண்டத்திற்கு மாற்றாக மற்றொரு பண்டமே உபயோகிக்கப்பட்டது. இதுவே பண்டமாற்று முறை எனப்படும். தமிழகத்திலும் சங்க காலத்தில் உப்புக்கு மாற்றாக அரிசி பெறப்பட்டதைச் சங்க இலக்கியங்கள் வாயிலாக அறிகின்றோம்.

உலோகக் கட்டிகள்:

பண்டைய மக்களின் தேவைகள் அதிகரித்தாலும், பொருட்களைப் பாதுகாப்பதில் சிக்கல் ஏற்பட்டதாலும் பண்டமாற்று முறையில் சிக்கல் ஏற்பட்டது. எனவே ஒரு பொருளை வாங்க பொன், வெள்ளி, போன்ற உலோகங்களாலான கட்டிகளையும், உருண்டைகளையும் பயன்படுத்தினார்கள். இக்கட்டிகள் நாளடைவில் உருமாற்றம் பெற்று நாணயங்களாக பரிமாணம் பெற்றது என தொல்லியல் ஆய்வாளர்கள் கருதுகின்றனர். எனினும் நாணயங்களின் தோற்றமும் வளர்ச்சியும் இன்னும் தெளிவுப்படுத்தவில்லை.

முத்திரை நாணயங்கள்:

தொல்லியலாளர்கள் கருத்துப்படி கி.மு.6ம் நூற்றாண்டுகளில் இந்திய மக்களின் வாழ்க்கை முறையில் பண்பாட்டில் பெரும் மாற்றம் ஏற்பட்டிருக்க வேண்டும். கி.மு.6ம் நூற்றாண்டில் சிறு சிறு அரசுகள் மறைந்து பெரிய பேரரசுகள் ஏற்பட்டன. இக்கால கட்டத்தில் அரசுகள் ஒன்றோடு ஒன்று வாணிகத் தொடர்புகொள்ளும் நிலை ஏற்பட்டு, அரசாங்கம் பண்டமாற்றாக முத்திரைகள் பொறிக்கப்பட்ட உலோக கட்டிகளை பயன்படுத்தி இருக்கலாம். இவையே முத்திரை நாணயங்களாக மாறின. முதலில் முத்திரை நாணயங்கள் பல்வேறு குறியீடுகளை கொண்டிருந்தன.

ஒரு புறம் மட்டும் அடையாள முத்திரையோடும், பின் இரு புறங்களில் முத்திரைகள் பொறிக்கப்பட்டன. நாணயங்கள் மதிப்பிடுவதற்கு எளிதில் ஒரே சீரான எடையுடன் வெளியிடப்பட்டது. ஒரே முத்திரையை உடைய நாணயங்கள் நாட்டின் வடக்கிலோ கிழக்கிலோ எங்குக் கிடைத்தாலும் அவை ஒரே எடையோடு காணப்படுகின்றன. எனவே அக்காலத்தில் இம்முத்திரை நாணயங்களை அரசாங்கமே வெளியிட்டு இருக்கவேண்டும். இவைகளை வெளியிட அரசுகள் நாணயச் சாலைகளைப் பயன்படுத்திருக்க வேண்டும் என்பது தொல்லியலாளர்களின் கணிப்பு.

நாணயங்கள் தயாரிக்கப்பட்ட விதம்:

நாணயங்கள் உருவான விதம் பற்றி தெளிவான செய்திகள் கிடைக்கப்பெறவில்லை. என்றாலும் கௌடில்யர் தன் அர்த்த சாஸ்திரத்தில் நாணயங்கள் செய்யப் பயன்பட்ட உலோகம் மற்றும்

கள்ள நாணயங்கள் பற்றிய செய்திகளையும் குறிப்பிட்டுள்ளார். ஒவ்வொரு காலகட்டத்திலும் ஒவ்வொரு விதமாக நாணயங்கள் உருவாக்கப்பட்டன.

1. பொன், வெள்ளி போன்ற உலோகங்களைக் காய்ச்சி தகடாக்கி அதன் மேல் அதன் மேல் முத்திரைகளை பதித் திருக்க வேண்டும்.
2. ஏற்கனவே முத்திரைகள் உள்ள அச்சில் உலோகங்களை காய்ச்சி ஊற்றிய பின் அவற்றை நாணயமாக பெற்றிருக் கலாம்.
3. நாணயங்கள் செய்ய மண்ணாலான வார்ப்புகள் பயன் படுத்தியும் தயார் செய்திருக்கலாம். இவ்வாறு படிப்படியாக நாணய தயாரிப்புகள் வளர்ந்திருக்க வேண்டும்.

நாணய முத்திரைகளின் சிறப்பு:

காலத்தால் முந்தைய பண்டைய நாணயங்களில் சில சின்னங்கள் கொண்ட முத்திரைகள் மட்டும் காணப்படும். இவை ஒழுங்கற்ற வடிவத்திலும் இருக்கிறது. பின்னாளில் நாணயங்கள் சதுரம், முக்கோணம், கோள வடிவங்களாகவும் காணப்படுகின்றன. இந்த முத்திரை சின்னங்களில் இருந்து பழங்கால மக்களின் சமூக நம்பிக் கைகள் பழக்கவழக்கங்களும் புலனாகிறது. அகழ்வாய்வில் கீழ்க்கண்ட சின்னங்களைக் கொண்டு முத்திரையிடப்பட்ட நாணயங்கள் கண்டுபிடிக்கப்பட்டுள்ளன.

வேலியிட்ட மரம்:

மனித நாகரிகம் எந்த அளவிற்கு பழமையானதோ அந்த அளவிற்கு பழமையானது “மர வழிபாடு” பண்டை மக்கள் மரங்களைத் தெய்வங்கள் வசிக்கும் உறைவிடங்களாகக் கருதினார்கள். வேம்பு, அரசமரம், ஆலமரம், புன்னை மரம், வில்வ மரம் போன்ற மரங்கள் வழிபாட்டிற்கு உரியவையாகும். இவற்றைக் குறிக்கும் வகையி.. மரம் வேலியிட்டதைப் போன்று முத்திரை பொரிக்கப்பட்ட நாணயங்கள் அகழ்வாய்வில் கண்டெடுக்கப்பட்டுள்ளன.

கதிரவன்:

ஏறக்குறைய எல்லாக் காலகட்டத்திலும் பல வடிவங்களில் கதிரவன் அல்லது சூரிய முத்திரைகள் நாணயங்களில் பொறிக்கப் பட்டுள்ளது.

மனிதன் தோன்றிய ஆதிகாலத்திலிருந்தே சூரிய வழிபாடு நம் பண்பாட்டோடு இணைந்து காணப்படுகிறது எனவே இம் முத்திரை

சூரிய வழிபாட்டையும், சூரிய வம்ச மன்னர்களை பற்றியும் செய்திகள் தருகின்றன.

காளைச் சின்னம்:

பஞ்சாப், ஹரியானா வடமேற்கு மாகாணங்களில் காளைச் சின்னம் பொறித்த முத்திரை நாணயங்கள் கிடைத்துள்ளன. தொல்லியல் பொருட்களான மண் குவளைகள், தட்டுகள், உலோக சாமான்கள் இவற்றிலும் இத்தகு காளை உருவ அமைப்பை நாம் காணலாம். அக்கால சமூக சேவைகளில் காளை மிக அதிகம் பயன் படுத்தப்பட்டதையும் அதன் முக்கியதுவத்தையும் இம்முத்திரையின் மூலம் அறியலாம்.

தொட்டி மீன்கள் :

ஒரு சதுர வடிவம் கொண்ட உலோகத்தில் மீன்கள் இருப்பது போல் முத்திரைகள் பொரிக்கப்பட்ட நாணயங்கள் இந்தியாவின் அனேகப் பகுதிகளில் இத்தொட்டியில் உள்ள மீன்கள் 2,4, என எதிரும் புதிருமாகக் காணப்படுகின்றன. இந்த புராணங்களில் மீன்களுக்கு முக்கியத்துவம் கொடுக்கப்பட்டுள்ளது. சமணர்களும், புத்த சமயத்தவரும் மீன்களுக்கு முக்கியத்துவம் கொடுத்தனர். எனவே மீன் உருவம் பொறிக்கப்பட்ட முத்திரைகளும் அதிக அளவில் காணப்படுகிறது.

குதிரை:

குதிரைகளைக் கொண்ட முத்திரை நாணயங்கள் கண்டெடுக்கப் பட்டுள்ளன. சங்ககாலத்தில் சேர, சோழ, பாண்டியர் காலத்தையும் மௌரியர்கள் காலத்தையும் சார்ந்த குதிரை முத்திரை நாணயங்கள் கண்டெடுக்கப்பட்டுள்ளன. இக்குதிரைகளைக் கொண்டு அஸ்வமேத யாகம் நடத்திய மன்னர்களை பற்றி அறிய முடிகின்றது. மேலும் யாகத்தின் பெருமையை உணர்த்தவும் வெற்றியினை குறிக்கவும் குதிரை முத்திரைகளோடு கூடிய நாணயங்கள் வெளியிடப்பட்டன.

செப்பு நாணயங்கள்:

இந்திய மன்னர்களின் பொருளாதார நிலை சிறிது குறைபட்ட போது செப்பு நாணயங்கள் வெளியிடப்பட்டது. குறிப்பாகப் பிற்கால குப்தர்கள் காலத்திலும் பிற்கால சோழர் காலத்திலும் அதிக அளவில் செம்பினாலான நாணயங்கள் வெளியிடப்பட்டுள்ளன. இது இந்திய மன்னர்களின் பின்தங்கிய பொருளாதார நிலையை எடுத்து இயம்புவதாக உள்ளது.

நாணயங்களில் எழுத்துகள்:

முத்திரையைத் தவிரபல நாணயங்கள் வரி வடிவங்களோடும், எழுத்து வடிவங்களோடும் கண்டெடுக்கப்பட்டுள்ளன. எழுத்தின் தன்மை, அதன் பொருள் இவற்றை கொண்டும் ஒரு நாணயத்தின் காலத்தையும், மன்னனையும், பரம்பரையையும் எளிதில் அறியலாம். கிரேக்கர்களின் தொடர்பிற்குப் பின்னரே நாணயங்களின் மீது எழுத்து வடிவத்தைப் பொறிக்கும் முறையை இந்தியர்கள் அறிந்தார்கள் என காசியல் ஆய்வாளர்கள் கருதுகின்றனர்.

ஆனால் வட இந்தியாவில் தற்போதைய பஞ்சாப், அரியானா, இராஜஸ்தான் ஆகிய மாநிலங்களின் சில பகுதிகளில் இரண்டாயிரம் ஆண்டுகளுக்கு முன் வெளியிடப்பட்டுள்ள நாணயங்கள் கிடைத்துள்ளன. இந்த நாணயங்கள் அக்கால மன்னர்களால் வெளியிடப் பெற்ற நாணயங்கள் ஆகும். இவற்றை காசியல் ஆய்வாளர்கள் பழங்குடி நாணயங்கள் (Tribal coins) எனக் குறிப்பிடுகின்றன. அவைகளின் வடிவம் கொண்டு அவற்றைப் பல வகைப்படுத்தலாம்.

1) அகார நாணயங்கள்:

அகார நாணயங்கள் தற்போதைய பஞ்சாப் மாநிலத்தில் வாழ்ந்த பழங்குடியினரால் வெளியிடப்பட்டவையாகும். இவை வட்ட வடிவில் உள்ள செப்பு நாணயம் ஆகும். முன்புறம் வேலியிட்ட மரமும், கீழ் பகுதியில் பிராமி மொழி தொடரும் உள்ளது. பின்புறம் காளைச் சின்னமும் பொரிக்கப்பட்டுள்ளது. இவ்வகை நாணயங்கள் கி.மு.2ம் நூற்றாண்டுக்கு முற்பட்டதாக இருக்க வேண்டும்.

2) அடும்பரா நாணயங்கள்:

சதுர வடிவில் உள்ள செப்பு நாணயங்கள் அடும்புரா நாணயங்கள் ஆகும். இந்நாணயங்கள் இந்தியாவின் வடமேற்கு பகுதியில் அதிகம் கண்டெடுக்கப்பட்டுள்ளன.

இதில் முன்புற இடப்பக்கத்தில் வேலியிட்ட மரமும், பின்புறம் மூன்றடுக்கு மாடியுள்ள மண்டபமும் காணப்படுகின்றன. முன்புறமும் கீழே சுரோஷ்டி மொழி சொற்றொடரும் பின்புறம் பிராமி மொழி சொற்றொடரும் உள்ளது. இக்காலம் கி.மு.முதல் மற்றும் இரண்டாம் நூற்றாண்டு எனவும் அறியப்படுகிறது.

3) உதேஹாகி நாணயங்கள்:

இவ்வகை நாணயங்கள் சதுர வடிவச் செப்பு நாணயம் ஆகும். முன்புறத்தில் நான்கு சிறு வட்டங்கள் இணைந்துள்ளது. இவ்வகை

நாணயங்கள் உஜ்ஜெயினிலும் இலச்சினை பகுதியிலும் காணப் படுகின்றது. முன்புறம் 2 மீனுள்ள தொட்டி, வேலியிட்ட மரமும் பிராமி எழுத்து தொடரும், பின்பக்கம் காளையும் படுக்கை நிலையிலுள்ள மரமும் காணப்படுகிறது.

குப்தர்கால நாணயங்கள்:

குப்தர்காலத்து நாணயங்கள் பலதரப்பட்ட உருவங்களையும், சின்னங்களையும் எழுத்துக்களையும் கொண்டுள்ளன. இவை எடையும் அவ்வப்போது மாறுபட்டுள்ளது. 1914ல் ஆலன் என்பவர் குப்தர் காலத்து நாணயங்கள் நாணயப்பட்டியல் என்ற தலைப்பில் தொகுத்து வெளியிட்டார். இதில் சமுத்திர குப்தன் காலத்தில்தான் நாணயங்கள் அதிக அளவில் வெளியிடப்பட்டுள்ளது எனத் தெரிய வருகிறது. இதில் சமுத்திர குப்தனின் தந்தை முதலாம் சந்திர குப்தன், குமார தேவி உருவங்கள் காணப்படுகிறது. இக்காலத்து நாணயங் களை நான்கு வகைகளாகப் பிரிக்கின்றனர். 1. புலியுருவம் 2. யாழ் உருவம் 3. பரியுருவம் 4. வேடனுருவம் கொண்டவை ஆகும்.

சந்திர குப்தன் தன் வெற்றியின் சின்னங்களாக புலி, வேடன் உருவ நாணயங்களை வெளியிட்டுள்ளார் என ஆய்வாளர்கள் கருதுகின்றனர். இவைகள் எடையில் மாறுபாடு இருந்தாலும் தூய்மையான தங்க நாணயங்கள் ஆகும். யாழ் மற்றும் வீணை உருவம் பொரித்த நாணயங்கள் சமுத்திர குப்தனின் இசை உணர்வை உணர்த்தும் வகையில் உள்ளன. பரி உருவம் பொரித்த நாணயங்கள் அஸ்வமேத யாகத்தின் நிறைவில் யாகத்தின் வெற்றியை குறிக்கும் வகையில் சந்திர குப்தனால் வெளியிடப்பட்டவையாகும். இதில் நாணயத்தில் இராசாதிராசன் மண்ணுலகையும், விண்ணுலைகையும் வென்று பெரு வீரனாகத் திகழ்கிறான் எனக் குறிப்பிட்டதிலிருந்து அறியலாம். இரண்டாம் சந்திர குப்தனால் வெளியிட்ட நாணயங் களை ஐந்து வகைகளாகப் பிரிக்கலாம்.

BIBLIOGRAPHY

1. Agarwal, D.P. - The Copper - Bronze Age in India, New Delhi, 1971
2. Aiyappan, A and Satyamurti, S.T. (eds) - Hlandbook of Museum Techniaque, Madras 1960
3. Allchin, B, and F.R. - The Birth of Indian Civillization, Penguin Books, Middlesex 1968
4. Atlinson, R.J.C. - Field Archaeology London 1946
5. Blanerjee - Iron Age in India Delhi 1965
6. Basham A.L. - The Wonder That was India, London, 1954
7. Bhaskar chatterjee - History and Archaeology Ramanand Vidya Bhavan, Delhi.
8. Foote, Robert Bruce - Indian Pre - historic and protohistoric Antiguities Notes on their ages and Distribution, London 1916.
9. Ghosh. A. (Ed) - Archaeological Remains Monuments & Museums Part I & II As I, New Delhi.
10. Iyenkar Raghava, M - Velir Varalaru Sen Tamil Press, 1916
11. Krishnamoorthy, R. - Sangakala cholor narayankal Arooran Offset Press, Madras 1986
12. Krixshnaswamy V.D. - Stone Age India A.I. No: 3, 1947, PP - 11-57
13. Kasinathan Natana - Poompuharum Kadal Agalvaivum S.I.S.S., Works, Madras, 1999
14. Nagaswamy, R. (ed) - Seminar on Hero - Stones Madras, 1974
15. Raman K.V. - (a) Priniciples and Methods & Archaerlogy parthajan Publication, Madras.

	(b) Distribution paltern & culturetraits in the pre and protohistoric times in Madurai region, Araichi, Palayamkoltai, 1969, PP. 499-509
16. Rajan	- Archaeological Gazetteer of Tamilnadu, Manoo Pathipagam, Thanjavur.
17. Rao, S.R.	- Lothal and Indus civillization Bombay 1973
18. Sankalia H.D.	- Pre - History jand Proto - History of India and Pakistan, Bombay 1962.
19. Sen S.N.	- Ancient Indian History and civilization wiley Eastean Ltd, Madras
20. Sourindranath Roy	- The Story of Indian Archaeology (1784 - 1947) Archaeological Survey of Indian, New Delhi.
21. (a) Srinivasan K.R.	- Temples of South India National Book Trust New Delhi
22. (b) Srinivasan K.R. and Banerjee	Survey of South Indian Megaliths Ancient - India : 9 PP. 103 - 115
23. Subramaian T.N.	- (a) Kharosthi Inscriptions C.I.I. Vol II
24. Venkatraman R.Dr.	- Indian Archaeology Ennes Publications, Madurai
25. Wheeler, Sir, Mortimer	- Archaelogy From the Earth, Hammond, Sworth, 1956